സ്വപ്നങ്ങളുടെ ഇരുപത്തിമൂന്ന് എപ്പിസോഡുകൾ

(ഇരുപത്തിമൂന്ന് സീരിയൽ

സഹസംവിധായകരുടെ കഥകളും കവിതകളും)

എഡിറ്റർ : ജോമോൻ എം. ആന്റണി

VB

VAYANAPPURA

VAYANAPPURA

Swapnangalude Irupathimoonnu Eppisodukal
(Collections of Malayalam Stories and Poems
from 23 Serial Associate Directors)

Editor: Jomon M Antony

Vayanappura Publications, Ernakulam
First Published : November 2021
Typesetting & layout: Jincy Don
Cover Setting: C. V. Harindran
Cover Design: Arun Krish
Published by: Vayanappura Publications
Anathanam Studios, Old Railway Station
Cross Road, Ernakulam, Pin - 682018
Mob: 9074188300
e-mail: vayanappuraeditorial@gmail.com

ISBN: 9789390999545

ആമുഖം

ബാല്യങ്ങളാണ് നമ്മളെ സ്വപ്നം കാണാൻ ആദ്യം പഠിപ്പിക്കുന്നത്, പിന്നെ പിന്നെ അത് യാഥാർത്ഥ്യമാക്കാനുള്ള വലിയ വലിയ സ്വപ്നങ്ങളിലേക്ക് നമ്മൾ യാത്ര ചെയ്തുതുടങ്ങുന്നു. മുന്നിൽ വരുന്ന പ്രതിസന്ധികൾ കടന്നുപോകാൻ നമ്മളിൽ ആർജ്ജവം ഉണ്ടാക്കുന്നത്, സ്വപ്നങ്ങളുടെ പൂർണ്ണമുഖം കയ്യെത്തുംദൂരത്ത് എത്തിയെന്നു തോന്നുന്നതുകൊണ്ടാണ്. അതുപോലെതന്നെ പ്രതീക്ഷകളാണ് നമ്മളെ ഓരോ ദിവസവും ജീവിപ്പിക്കുന്നതും....!

അതിരാവിലെ മുതൽ രാത്രി വളരെ വൈകിതീരുന്ന ടെൻഷൻ പിടിച്ച ഷൂട്ടിങ്ങിനിപ്പുറം, സീരിയൽ സഹസംവിധായകരായ ഞങ്ങളുടെ ചർച്ചകൾക്കും, സൗഹൃദ സംഭാഷണങ്ങൾക്കും വേണ്ടി തുടങ്ങിയ ഒരു ഓൺലൈൻ കൂട്ടായ്മയാണ് ഹാർഡ് വർക്കേഴ്സ്

ഇന്നോളം പരസ്പ്പരം കണ്ടിട്ടില്ലാത്ത, അറിഞ്ഞിട്ടില്ലാത്ത സ്വപ്നസഞ്ചാരികളായ ഇരുനൂറ്റിയൻപതോളംപേരുടെ ഒരു ഡിജിറ്റൽ ലോകം..

കഴിഞ്ഞ ലോക്ക്ഡൌൺ കാലത്താണ് ശ്രീ ഉണ്ണി പൂരുരുട്ടാതിയുടെ മനസിൽ ഇങ്ങനെ ഒരു ആശയം പിറവിയെടുക്കുന്നത്.. ഇരുന്നൂറ്റിയൻപതോളം പേരിൽ ഉൾക്കാമ്പുള്ള കഥകളെഴുതാൻ സ്വപ്നം കാണുന്ന ഒരുപിടിആളുകൾ ഉണ്ടെന്ന വിശ്വാസത്തിന്റെ പുറത്തായിരുന്നു നമ്മുടെ കയ്യൊപ്പ് പതിഞ്ഞൊരു ഒരു പുസ്തകം എന്ന ചിന്ത മനസിൽ തെളിയുന്നതും, ആ സ്വപ്നത്തിന്റെ ആശയം ചർച്ച ചെയ്യുന്നതും. അധികം വൈകാതെ ആ ആത്മവിശ്വാസത്തിന് ഊർജ്ജം പകരാൻ ഇരുപത്തിമൂന്നു പേർ മുന്നോട്ടു വന്നു.

സംവിധാനത്തെ ജീവിതമാക്കി കണ്ടപ്പോൾ, എഴുത്തിനെ ജീവനായി കണ്ടവരാണ് പലരും. വിഷ്വൽ മേഖലയ്ക്കപ്പുറം വാക്കുകൾ കൊണ്ടും, വരി കൊണ്ടും ജീവിതം കൺ മുന്നിൽ കാണിക്കാൻ പറ്റുമെന്ന് വിശ്വാസമുള്ളവരായിരുന്നു മുന്നോട്ട് വന്നവരെല്ലാവരും..

ഡിജിറ്റൽ യുഗത്തിൽ, മാറി മാറി വരുന്ന പുതിയ പുതിയ സാങ്കേതിക വിദ്യകൾ കണ്ടും, അറിഞ്ഞും, ചെയ്തും, കടന്നുപോകുന്ന ഞങ്ങളുടെ ആദ്യ അനുഭവം ആണ് ഈ പുസ്തകം.

ഉള്ളിൽ തോന്നിയ ആശയത്തെ, ജീവിതയാത്രയുടെ നിഴൽ വീഥികളിൽ എവിടെയോ കണ്ടുമറന്ന അനുഭവത്തെ, ഓർമ്മകളെ, കഥ യായി, കവിതയായി, ലേഖനമായി വരികളിൽ കൊരുത്തിട്ടവരാണ് ഈ ഇരുപത്തിമൂന്ന് പേരും..

മഹാരഥന്മാരുടെ തൂലികതുമ്പ് പതിഞ്ഞ അക്ഷരമുറ്റത്തേക്ക് കാലടികൾ വയ്ക്കാനുള്ള ഞങ്ങളുടെ ആദ്യത്തെ ശ്രമമാണ്.. ഇനിയും എഴുത്തിന്റെ ലോകത്തേ കൽപടവുകളിറങ്ങാനുള്ള ആത്മവിശ്വാസവും ഞങ്ങൾക്ക് ഈ പുസ്തകം ആകട്ടെ.

സ്നേഹപൂർവ്വം
ഹാർഡ് വർക്കേഴ്സ് ഗ്രൂപ്പിന് വേണ്ടി
ഉണ്ണി പൂരുരുട്ടാതി
ജോമോൻ എം ആന്റണി
ശരത് സത്യ
നിതിൻ പുത്തൻപുരയിൽ
ഏലിയാസ് ജി തരകൻ

ഡോ. എസ് ജനാർദ്ദനൻ
സാഹിത്യ അക്കാദമി അവാർഡ് ജേതാവ്
നാടകകൃത്ത്
സിനിമ-സീരിയൽ സംവിധായകൻ

അവതാരിക

സ്വപ്നങ്ങളുടെ ഇരുപത്തിമൂന്ന് എപ്പിസോഡുകൾ എന്ന ഈ സമാഹാരം 23 അനുഭവസാക്ഷ്യങ്ങളായി നമുക്ക് ഏറ്റെടുക്കാം. രൂപത്തിലും ഉള്ളടക്കക്കഥയെന്ന് വിളിക്കാമോ എന്ന് സംശയിക്കപ്പെടേണ്ട ചില രചനകളും ഇവയിലുണ്ട്. അനുഭവക്കുറിപ്പ് എന്ന ഉപശീർഷകം കൊടുക്കുന്നതിലൂടെ അവയും സ്വപ്നങ്ങളുടെ എപ്പിസോഡ് ആണെന്ന് കരുതുകതന്നെ.

പതിറ്റാണ്ടുകൾക്കുമുൻപ് ഉദ്ഘോഷിച്ച അസ്തിത്വവാദം മുതൽ ഇസങ്ങൾക്ക് അപ്പുറവും ഇപ്പുറവും കലക്കിക്കുടിച്ച് അടുത്ത കാലത്ത് കലയിൽ മുങ്ങിത്തപ്പി കണ്ടുപിടിക്കാൻ ശ്രമിക്കുന്ന പൊളിറ്റിക്കൽ കറക്റ്റ്നസ് വരെയുള്ള വലിയ വലിയ ചുമടുകളെക്കുറിച്ച് ബോധമോ താൽപര്യമോ ഇല്ലാത്ത 23 ചെറുപ്പക്കാരാണ് ഇത് എഴുതിയിരിക്കുന്നത് എന്ന തോന്നലിൽ അക്കാദമികമായ ഒരു പരിശോധനാകുറിപ്പിന് ഇവിടെ പ്രസക്തിയില്ല. ഇത് ചെറിയ ഒരു ആസ്വാദനം മാത്രമാണ്.

ഒരു വായനയിൽ തന്നെ മനസ്സിൽ കൊളുത്തിയിടാൻ കഴിയുന്ന സൃഷ്ടികളാണ് എല്ലാം. ഇതിലെ കഥകളിൽ ഒന്നും ജീവിതസമസ്യകളുടെ അഴിയാകുരുക്കുകൾ അനുവാചകന്റെ മുന്നിൽ അവതരിപ്പിക്കപ്പെടുന്നില്ല. ബിംബകല്പനകൾ അർത്ഥവ്യാപ്തിയോടെ മഹാമേരുക്കളായി വായനയുടെ ഇടവഴികളിൽ തണലോ

തടസ്സമോ ആകുന്നില്ല. മറിച്ച് തികച്ചും ലളിതമായി അവനവനു പറയാനുള്ളത് പറയുന്നു, അത്രമാത്രം!

ഒരു കഥയും അഥവാ കലയും വിചാരണ ചെയ്യപ്പെടേണ്ടവയല്ലെന്നും വിമർശനങ്ങൾ ആസ്വാദനത്തിന്റെ തന്നെ മറ്റൊരു മാനം മാത്രമാണെന്നും വിശ്വസിക്കുമ്പോൾ ഈ കഥ പറച്ചിലുകൾ അഥവാ അനുഭവം പറച്ചിലുകൾ നമ്മുക്ക് ഹൃദ്യമായി തോന്നുക തന്നെ ചെയ്യും.

സ്വപ്നങ്ങൾ പൂർവ്വനിശ്ചിതങ്ങളല്ല, വന്നു ഭവിക്കുന്നതാണ്. കഥകളും അങ്ങനെ തന്നെ! സ്വപ്നത്തിനും ജാഗ്രത്തിനുമിടയിലുള്ള ചില നിശിതനിമിഷങ്ങളിൽ എഴുത്തുകാരൻ നമ്മളോടത് പറഞ്ഞുതരുന്നു, നാമത് കേൾക്കുക. തള്ളലും കൊള്ളലും അവനവന്റെ യുക്തിയാണ്. ഒന്ന് മാത്രം, സൃഷ്ടിയുടെ സ്വപ്നാടനങ്ങളിൽ ഈ ഇരുപത്തിമൂന്നുരചനകളും നമുക്കും ഉപ്പും ഉറപ്പും നൽകുക തന്നെ ചെയ്യും.

അനുഭവിച്ചതൊക്കെ ജീവിതമാണെന്ന് വിശ്വസിക്കേണ്ടി വരുന്ന സത്യരാജിന്റെയും ഭാര്യ സുമംഗലയുടെയും മകൾ മീനാക്ഷിയുടെയും അമ്പലത്തിലെ പ്രസാദമൂട്ടുസമയത്തെ കൂടികാഴ്ചയാണ് ഉണ്ണി പൂരൂരുട്ടാതിയുടെ മാപ്പുസാക്ഷികൾ എന്ന കഥ. വേണമെങ്കിൽ ഈ സമാഹാരത്തിലെ ലക്ഷണമൊത്ത കഥ എന്ന് മാപ്പുസാക്ഷികളെപ്പറ്റി പറയാനാകും.

മനഃപൂർവമല്ലാത്ത കാരണത്താൽ സമൂഹത്തിന് മുന്നിൽ തെറ്റുകാരനായി പലായനം ചെയ്യേണ്ടി വരുന്ന ചില വ്യക്തിത്വങ്ങളുണ്ട്, അതിലൊന്നാണ് നായക കഥാപാത്രമായ സത്യരാജും.

ഉണ്ണിയുടെ അനുഭവക്കുറിപ്പുകളും കഥകളും സമൂഹമാധ്യമങ്ങളിൽ വേറെയും വായിച്ചിട്ടുണ്ട്. അവയിലൊക്കെ നമുക്കുചുറ്റും കാണുന്നതിൽ നിന്നും വ്യത്യസ്തമായ ചില മനുഷ്യരെ കാണാനും, പരിചയപ്പെടാനും സാധിക്കും. വളരെ ഹൃദയദ്രവീകരണ ശക്തിയോടെതന്നെ അവരുടെ ജീവിതാവസ്ഥകളെ കാണിച്ചുതരാൻ ഉണ്ണി നമ്മെ ആ കഥയുടെ പരിസരത്തേക്ക് കൈപിടിച്ചുകൊണ്ട് നിർത്തുകയും ചെയ്യുന്നു. പക്ഷെ അപൂർവം ഇടങ്ങളിൽ അത് മനഃപൂർവ്വം സൃഷ്ടിക്കപ്പെട്ട ഇടമാണോ എന്ന് സംശയിച്ചാൽ തെറ്റുപറയാനുമാകില്ല.

ജോമോൻ എം ആന്റണി എഴുതിയ അനുബന്ധം എന്ന കഥ ലൈംഗികതൊഴിലാളിയായ ഒരമ്മയുടെയും അവർ ജീവിതം പകുത്തുനൽകി അഴുക്ക് പുരളാതെ വളർത്തിയ ഒരു മകളെയും

ഒന്നിപ്പിക്കുന്ന ഒരാളുടെ കഥപറയുന്നു. ഒരല്പം സ്ഥൂലമാണെന്നത് മറക്കുകയാണെങ്കിൽ പാരായണ സുഖം തരുന്ന ഭാഷയും അവതരണവുമാണ് കഥയ്ക്ക്. അന്ത്യത്തിലെ ട്വിസ്റ്റ് അല്പസ്വല്പം പ്രവചനപരമാണെങ്കിലും മനസ്സിൽ തൊടുന്ന ചിലനിമിഷങ്ങളൊരുക്കുന്നുണ്ട്.

അവിനാഷ് രാജയുടെ നായിക എന്ന കഥ തികച്ചും സത്യസന്ധമായ ഒരുകഥയാണെന്ന് സിനിമ - സീരിയൽ രംഗത്ത് പ്രവർത്തിക്കുന്നവർ പറയും. ഗായത്രി എന്ന പെൺകുട്ടിയുടെ നായികയാകാനുള്ള സ്വപ്നങ്ങളും ത്വരയും അവൾപോലും അറിയാതെ അവൾ തിരസ്കരിക്കപ്പെടുന്നതുമായ എന്റർടൈൻമെന്റ് രംഗത്തെ ഒരു സ്ഥിരം മെക്കാനിസമാണ് ഉള്ളടക്കം. ഇതുതിരിച്ചറിയുന്ന ഒരു സാങ്കേതിക പ്രവർത്തകന്റെ നിസ്സഹായത കഥയിൽ നന്നായിപറയുന്നുണ്ട് കഥാകൃത്ത്..

കളിപ്പാട്ടം എഴുതിയ പ്രതീഷ് ജി. ഗിരിജ അവതരിപ്പിക്കുന്നത് ഒരു ബാല്യകാലമാണ്. മത്സരബുദ്ധിയുള്ള ഒരു കൊച്ചു ആൺകുട്ടിയുടെയും കളിപ്പാട്ട സമ്പാദ്യം കവർന്നെടുക്കാനെത്തിയ എതിരാളിയായ പെൺകുട്ടിക്ക് നേരെയുള്ള അവന്റെ മഹാസങ്കടങ്ങളും, കൊച്ചുവിജയവും അതിന്റെ നിരർത്ഥകതയും നല്ല ഒഴുക്കുള്ള ഭാഷയിൽ ഇതിൽ വരഞ്ഞുചേർക്കപ്പെട്ടിട്ടുണ്ട്.

എസ്തപ്പാൻ ഏഴരപ്പതിറ്റാണ്ട് ജീവിച്ച്, അസുഖവേദനയിൽ നിന്ന് രക്ഷപ്പെടാൻ ആത്മഹത്യയ്ക്ക് വേളാങ്കണ്ണിയിലെ ലോഡ്ജിലെത്തുന്നയാളുടെ കഥയാണ് നിതിൻ പുത്തൻപുരയിൽ പറയുന്നത്. പക്ഷെ മരണത്തെ പുൽകുന്നതിനേക്കാൾ മറ്റൊരു അച്ഛന്റെയും മകളുടെയും രക്ഷകനാകുക എന്ന വിധി വിളയാട്ടത്തിനാണ് അയാൾ നിയോഗിക്കപ്പെടുന്നത്.

ഇതിലെ കഥാകൃത്തുക്കളിൽ ഭൂരിപക്ഷവും മനുഷ്യനിലെ നന്മയെ പ്രത്യക്ഷീകരിക്കുക എന്നൊരു പാവനകർമ്മം ചെയ്യുന്നതായി കാണാം. അനുവാചകന്റെ മനസ്സിന്റെ വിമലീകരണം അത് സാധ്യമാക്കുന്നു എന്നുകൂടി പറയുമ്പോൾ കഥ ലക്ഷ്യമേധിയാവുകയാണിവിടെ.

ഈ കഥകളിൽ ദുർഗ്രാഹ്യകത ഇല്ല എന്നുള്ളത് വായനയുടെ ഒഴുക്കിന് അനുഗുണമാവുന്നുണ്ട്. അത് ഈ പുസ്തകത്തിന്റെ പ്രചുരപ്രചാരണത്തിന് സഹായകമാകും എന്നും കരുതാം നമുക്ക്.

പ്രവീൺ കൂട്ടുമഠം എഴുതിയ നക്ഷത്രഫലം ഒരുവാക്യത്തിൽ പറഞ്ഞാൽ ഭൂതഭയമുള്ള ഒരു പീഡിയാട്രീഷ്യനും ഭാര്യയും

ആശുപത്രിയിൽ ഉപേക്ഷിക്കപ്പെട്ട ഒരു കുഞ്ഞിനെ എടുത്തു വളർത്തി അതിന് സന്തോഷകരമായ ഒരു ജീവിതം ഉണ്ടാക്കിക്കൊടുത്തു എന്ന് പറഞ്ഞവസാനിപ്പിക്കാം.

കഥാകൃത്തുക്കളിൽ പലരും മെഗാസീരിയലുകളുടെ പിന്നിൽ പ്രവർത്തിക്കുന്നതുകൊണ്ടാകാം സ്വന്തംരചനകൾ പലതും കാര്യകാരണങ്ങളില്ലാതെ റബ്ബർപോലെ വലിഞ്ഞുനീളുന്ന അവസ്ഥ കൈവരിക്കുന്നുണ്ട്. തങ്ങളുടെ രചനയെ അല്പം കാര്യമായി തന്നെ തിളപ്പിച്ച് കുറുക്കിയെടുത്തിരുന്നെങ്കിൽ കൂടുതൽ നല്ലതായിരുന്നു എന്ന് തോന്നുകയുണ്ടായി.

പെയ്തൊഴിഞ്ഞ പ്രണയം ധനേഷ് അംബികയുടെ കഥയാണ്. പ്രണയനഷ്ടങ്ങൾക്ക് ഒടുവിൽ പഴയ ഒരുകാമുകനും കാമുകിയും പരസ്പരം കണ്ടുമുട്ടുന്നതും അവരവരുടെ അവസ്ഥാ വിശേഷങ്ങൾ ഷെയർ ചെയ്യുന്നതുമാണ് കഥ. പക്ഷെ കഥാകൃത്ത് തികച്ചും നാടകീയമായി കഥാന്ത്യത്തിൽ കൊണ്ടുവന്ന ഒരു ട്വിസ്റ്റ് സാധാരണ ഭാഷയിൽ ഗംഭീരമായെന്ന് പറയാം. ഒരാൾ അപരനെ തേച്ചു മടക്കി മറവിയുടെ പെട്ടിയിൽ ഉപേക്ഷിച്ചു പോകുകയും, പിന്നീടതിനെ ന്യായീകരിക്കുകയും ചെയ്യുന്ന സ്വാഭാവിക വിശദീകരണങ്ങളും കഥയെ നല്ലൊരുവായനാനുഭൂതിയിലേക്ക് അടുപ്പിക്കുന്നു.

പട്ടിണിയും പരിവട്ടവും വിജീഷ് കിരാലൂരിന്റെ കഥയാണ്. കോവിഡ് മഹാമാരിയുടെ വ്യാപനത്തിൽ ജീവിതം ഗതികെട്ട അവസ്ഥയിൽ ആയിപ്പോയ ഒരാൾ മറ്റൊരാളോട് കാശ് കടം ചോദിക്കുന്ന ഫോൺവിളിയിൽ കഥ തുടങ്ങിയെങ്കിലും മുന്നോട്ടുള്ള നീക്കത്തിൽ സംഗതി കൈമോശം വന്നുവോ എന്നമട്ടിലാണ് കഥ അവസാനിക്കുന്നത്. കഥ എന്ന രൂപത്തിൽ അന്തർലീനമായ ഗാംഭീര്യത്തെക്കാൾ ഉപരി സർവ്വസാധാരണമായ ഒരു അനുഭവമാണ് ഇവിടെ പകർന്നുനൽകാൻ ശ്രമിച്ചിരിക്കുന്നത്.

വി. ആർ ദിവ്യേഷിന്റെ അസ്തമയത്തിലെ വിലാപം, കവിത ഹരിയുടെ പ്രൊഡ്യൂസറും ശിങ്കിടിയും, സുനിൽ ദേവികോടിന്റെ ഒരു കുഞ്ഞ് നൊമ്പരം, ഏലിയാസ് ജി തരകന്റെ ബിഗ് എഫ് എമ്മും ഡയറക്റ്ററുടെ മരണവും തുടങ്ങിയവ തങ്ങളുടെ ജീവിതപരിസരങ്ങളിൽ അവർ അനുഭവിച്ച അവസ്ഥാന്തരങ്ങളുടെ കഥാപരമായ ലളിതവർണ്ണനയാണ്. അവ ഒന്നല്ലെങ്കിൽ മറ്റൊരുതരത്തിൽ അനുവാചകന്റേയും നേരനുഭവങ്ങൾ തന്നെയാണെന്ന് പറയാം.

രാജീവ് ഗണേഷിന്റെ ചൂണ്ടപാപ്പൻ ഒരു മിത്തിന്റെ സ്വഭാവമുള്ള ഗ്രാമീണകഥാപാത്രമാണ്. ഈ സമാഹാരത്തിലെ ആഖ്യാന

വ്യത്യാസംകൊണ്ട് മാറിനിൽക്കുന്ന ഒരു കഥയായി അത് പരിഗണിക്കപ്പെടേണ്ടതാണ്. ഒപ്പം സുനിൽ നന്നമ്പ്രയുടെ വെണ്ണറയ്യപ്പൻ എന്ന കഥയും ബാല്യകാലത്തിൽ കണ്ടറിഞ്ഞ, പിന്നീട് കാണാതെ മാഞ്ഞ ഒരു മനുഷ്യന്റെ ചിത്രം കോറിയിട്ടിട്ടുണ്ട്.

അതുപോലെതന്നെ വിജോ എഴുതിയ കൊറവൻകുഴി എന്ന കഥയിലെ മാത്തൻതരകനും അമ്പതുകൾക്കടുത്തുപ്രായമുള്ള ഒരുശരാശരി ഇടത്തരം മലയാളിക്ക് സ്വയം തൊട്ടറിയാൻ കഴിയുന്ന ഒരുകഥാപാത്രമാണ്. നേട്ടങ്ങളൊന്നും നേട്ടങ്ങളെ ആയിരുന്നില്ലെന്ന തിരിച്ചറിവുണ്ടാക്കുന്ന ഒരു കഥാപാത്രം.

ഇവിടെ കഥാകൃത്തുക്കളിൽ പലരും തങ്ങളുടെ കഥ തുടങ്ങുമ്പോൾ ക്രാഫ്റ്റിൽ കൊണ്ടുവരാൻ ശ്രമിക്കുന്ന ഒരു കഥാപ്രപഞ്ചമുണ്ട്. അതൊരു പക്ഷെ ചരിത്ര വിശകലനങ്ങളോ, ഭൂമിശാസ്ത്ര വിശകലനങ്ങളോ, പ്രകൃതിവർണ്ണനകളോ ആയിട്ടാണ് ആരംഭിക്കുന്നതും. പക്ഷെ കഥയുടെ ഗതി മുന്നോട്ട് നീങ്ങുമ്പോൾ ഇത്തരം അലങ്കാരങ്ങളുടെ തുടർച്ച അവർക്ക് നഷ്ടപ്പെടുന്നതായി കാണാം. പകരം നേരെ കാര്യമങ്ങു പറഞ്ഞുതീർക്കുന്നതാണ് ആത്യന്തികമായി സംഭവിക്കുന്നത്! ഇതിലെ ആരും ഒരു പ്രൊഫഷണൽ കഥാകൃത്തല്ല എന്നതാണ് ഇത്തരം ദൗർബല്യം സംഭവിക്കുന്നതിന് കാരണവും!

കൂട്ടത്തിൽ സരസമായ കഥയാണ് മുത്തോലി. വർഗീസ് മാപ്പിളയുടെ മകൾക്കുചുറ്റും കൗമാരപ്രണയത്തിൽ സൈക്കളിൽ ചുറ്റിയ നായകൻ അവൾ നഷ്ട്ടപ്പെട്ടശേഷം അവളുടെ പേരുപോലും അറിയാൻ ശ്രമിക്കാതെ സൈക്കിൾ വിറ്റത് ഒരുനനുത്ത ഓർമ്മയായി മനസ്സിൽ സൂക്ഷിക്കുന്നത് ഹൃദ്യമായി തോന്നി. മുത്തോലിയിലൂടെ അബിൻ രാജയുടെ ആഖ്യാനവും ലളിതസുന്ദരമായിരുന്നു.

ആരോമൽ ശിവയുടെ മരണകാരണം എന്ന കഥ ഈ സമാഹാരത്തിൽ വ്യത്യസ്തമായി നിൽക്കുന്നത് അതിന്റെ വിഷയം ക്രൈമുമായി ബന്ധപ്പെട്ടതുകൊണ്ടാണ്. കഥയേക്കാൾ കൂടുതൽ തിരക്കഥ മനസ്സിൽ മേൽകൈ നേടിയ രീതിയിലാണ് രചനാശൈലി. C.I അലക്സിയും, S.I ജാഫറും തമ്മിലുള്ള സംഭാഷണങ്ങളിലൂടെ സമൂഹത്തിൽ നടക്കുന്ന ക്രൈമുകൾക്ക് തന്റേതായ ഒരു ഭാഷ്യം ചമയ്ക്കാൻ ശ്രമിക്കുകയാണ് കഥാകൃത്ത്.

ലക്ഷ്മീവനം എഴുതിയ ജോഫിൻ ജോസഫ് മാടപ്പുരയിൽ ശ്രമിക്കുന്നത്, മനുഷ്യന്റെ ഭയത്തെ മുതലെടുത്ത് ലോക്കലായി

ചിലർ നടത്തുന്ന കൊള്ളയെക്കുറിച്ചാണ്. ആശയം ഇതാണെങ്കിലും അതിന്റെ അവതരണം കുറച്ചുകൂടി കഥാ യോഗ്യമാക്കാമായിരുന്നു എന്നുതോന്നി. വരുംനാളുകളിൽ അദ്ദേഹത്തിനത് കഴിയും എന്ന് പ്രത്യാശിക്കുന്നു.

വീടിനേക്കാൾ വലിയ പടിപ്പുര വേണ്ടെന്ന തത്വം മുൻനിർത്തി ഈ കുറിപ്പ് അവസാനിപ്പിക്കുകയാണ്. ഈ സമാഹാരം ഒരു ദിശാസൂചന മാത്രമാണെന്ന് നമുക്ക് വിശ്വസിക്കാം. കഴിഞ്ഞ മുപ്പത്തിയഞ്ചുവർഷത്തെ ചരിത്രത്തിനിടയിൽ മലയാള ടെലിവിഷൻ മേഖലയിൽ പ്രവർത്തിക്കുന്നവർക്കിടയിൽനിന്നും ഇത്തരം ഒരുപുസ്തകം ഇറങ്ങുന്നത് ആദ്യമാണ്. ഇതിലെ എഴുത്തുകാർക്ക് ഇതൊരുവരവറിയിക്കൽ മാത്രമാണെന്നും, വരുംദിവസങ്ങളിൽ കൂടുതൽ നല്ലസൃഷ്ടികൾ നൽകാൻ കഴിയുമെന്നും സ്വപ്നങ്ങൾക്ക് അർത്ഥമുണ്ടാകുമെന്നും നമുക്ക് വിശ്വസിക്കാം.

ആശംസകൾ

മലയാളം സീരിയൽ രംഗത്ത് ഒരുപാട് സഹസംവിധായക രുണ്ട്. സ്വീകരണ മുറിയിലേക്കെത്തുന്ന താരങ്ങളെ കഥാപാത്രങ്ങ ളാക്കി രൂപാന്തരപ്പെടുത്തുന്ന മൂശകളിൽ ഊടും പാവും നെയ്യുന്ന ശില്പികളാണിവർ.

പ്രതിഭാധനരായ 23 സഹസംവിധായകരുടെ തൂലിക തുമ്പിൽ പിറന്ന കാവ്യാത്മക രചനകളെ "സ്വപ്നങ്ങളുടെ ഇരുപ ത്തിമൂന്ന് എപ്പിസോഡുകൾ" എന്ന പേരിൽ വായനപ്പുര പബ്ലിക്കേ ഷൻ പുസ്തകരൂപത്തിൽ പുറത്തിറക്കുന്നു.

ഈ മഹദ്ഉദ്യമത്തിന് ടെലിവിഷൻ താര സംഘടനയായ ആത്മയുടെ (അസോസിയേഷൻ ഓഫ് ടെലിവിഷൻ മീഡിയ ആർട്ടി സ്റ്റ്) ഊഷ്മളമായ ആശംസകൾ!!!

പ്രസിഡന്റ്

കെ ബി ഗണേഷ്കുമാർ
MLA

ജനറൽ സെക്രട്ടറി

പി ദിനേശ് പണിക്കർ

ആശംസകൾ

ഇന്നത്തെ സഹസംവിധായകരാണ് നാളത്തെ സംവിധായകർ, അങ്ങനെ ഉള്ളവർ ക്രീയേറ്റീവ് ആയി ചിന്തിക്കുകയും എഴുതുകയും ചെയ്യുക എന്നുള്ളത് അഭിനന്ദനീയമാണ്. സ്വപ്നങ്ങളുടെ ഇരുപത്തിമൂന്ന് എപ്പിസോഡുകൾ എന്ന പുസ്തകം ഈ സഹ സംവിധായകരുടെ ആദ്യ കൂട്ടായ്മയാണ്. നാളെ അവർ സംവിധായകർ ആകുമ്പോൾ ക്രീയേറ്റീവ് ആയി ചിന്തിക്കുന്ന ഒരു കൂട്ടം എഴുത്തുകാർ കൂടി ആകും എന്നുള്ള ഒരു സത്യം കൂടി നാം തിരിച്ചറിയുന്നു. ഈ ഇരുപത്തിമൂന്ന് പേരും മലയാളസീരിയൽ മേഖലയ്ക്ക് ഒരു മുതൽക്കൂട്ടാകും എന്നുള്ളതിൽ ഒരു സംശയവുമില്ല. ഇവരുടെ ഈ ഉദ്യമത്തിന് മലയാളം ടെലിവിഷൻ ഫെറ്റർണിറ്റിയുടെ എല്ലാവിധ ആശംസകളും അറിയിക്കുന്നു.

സ്നേഹപൂർവ്വം,

ജി ജയകുമാർ
(ചെയർമാൻ)

പി സുരഷ് ഉണ്ണിത്താൻ
(ജനറൽ സെക്രട്ടറി)

പ്രസാധകക്കുറിപ്പ്

സ്വപ്നങ്ങളുടെ ഇരുപത്തിമൂന്ന് എപ്പിസോഡുകൾ അക്ഷര വെളിച്ചം കാണുകയാണ്. മലയാളസാഹിത്യത്തിൽ ഒരുപക്ഷെ ഈ കൃതി അത്ഭുതങ്ങൾ ഒന്നും സൃഷ്ടിച്ചേക്കില്ല എങ്കിലും ഇതൊരു പുതിയ ചിന്തയിലേക്ക് വഴിതെളിക്കുന്നുണ്ട്. സമാന മേഖലയിൽ പ്രവർത്തിക്കുന്ന സൗഹൃദങ്ങളുടെ കെട്ടുറപ്പിൽനിന്നും ഉജ്ജ്വലമായ ഒരു കൃതി രൂപപ്പെടുത്തുക എന്നതൊരു ചെറിയ കാര്യം അല്ല. അവനവനിലേക്ക് ഉൾവലിയുന്ന വർത്തമാനകാലത്തിന്റെ ഇരുണ്ട പകലുകളിൽ നിന്നുമാണ് പാരസ്പര്യത്തിന്റെ ഈ കൈകോർക്കലുകൾ എന്നറിയുമ്പോൾ ലോകം നാളെയുടെ പ്രതീക്ഷകളിലേക്ക് നടക്കാൻ നമ്മെ പ്രാപ്തരാക്കുന്നത്. ഇരുപത്തിമൂന്ന് എപ്പിസോഡുകൾ ഇരുപത്തിമൂന്ന് ജീവിതങ്ങളാണ് അല്ലെങ്കിൽ ഒരൊറ്റ ജീവിതത്തെ ഇരുപത്തിമൂന്ന് വ്യത്യസ്ത വീക്ഷണകോണിലൂടെ അടയാളപ്പെടുത്തുകയാണ് ഇവിടെ. അവയാകട്ടെ കഥകളായും കവിതകളായും പരിണമിക്കപ്പെടുമ്പോൾ അവയിൽ നാം നമ്മെ തന്നെയോ നമ്മുക്ക് ഏറ്റവും അടുപ്പം ഉണ്ടായിരുന്ന മറ്റൊരു ജീവിതമോ കണ്ട് അത്ഭുതപ്പെട്ടേക്കാം അത്രയേറെ തന്മയത്വത്തോടെ ഇതിലെ ഓരോ രചനകളും കോർത്തിണക്കാൻ രചയിതാക്കൾക്കു കഴിഞ്ഞിട്ടുമുണ്ട് ഏറെ സന്തോഷത്തോടെ വായനപ്പുര പബ്ലിക്കേഷൻ ഈ കൃതി നിങ്ങൾക്ക് സമർപ്പിക്കുന്നു.

സ്നേഹത്തോടെ

പോൾസൺ തേങ്ങാപ്പുരക്കൽ

ഉള്ളടക്കം

കഥകൾ

കവിതകൾ

ഉണ്ണി പൂരുരുട്ടാതി

മാപ്പുസാക്ഷികൾ...!

ഉറക്കഗുളിക കഴിച്ചതിന്റ ആലസ്യം രാവിലെമുതൽ കോട്ടയം പട്ടണത്തിനുണ്ടായിരുന്നു. അതുമാറി തുടങ്ങിയ സമയത്തെപ്പഴോ ആ നിലവിളി നഗരത്തെ ഉണർത്തി.

സെൻട്രൽ ജംഗ്ഷനിലെ ഗാന്ധിപ്രതിമക്കുസമീപം കിടക്കുന്ന ഫ്ളൈയിങ്ങ് സ്ക്വോഡിന്റ ജീപ്പിൽ നിന്നു എസ്.ഐയെ റോഡിലേക്കു പിടിച്ചുതള്ളുന്ന ഒരു സാദാപോലീസുകാരൻ.

അയാളുടെ ആരോഗ്യമുള്ള അടിയിൽ എസ്. ഐ ഓടയിലേക്ക് ചുരുണ്ടുവീണു. ഡ്രൈവർ ഒന്നുപിടിച്ചു മാറ്റാനുള്ളശ്രമം നടത്തി. പോലീസുകാരന്റ ഭ്രാന്തിനുമുന്നിൽ അയാളുടെ ശക്തിയും പോരാതെവന്നു.

വേദനയിൽ എസ്.ഐ നിലവിളിച്ചുതുടങ്ങിയപ്പോൾ നഗരത്തിന് അത് കൗതുകകാഴ്ച്ചയായി. സുബോധം നഷ്ടമായ അക്രമകാരിയെപ്പോലെ പോലീസുകാരൻ വീണ്ടും പാഞ്ഞടുത്തപ്പോൾ കണ്ടുനിന്ന പൊതുജനം തടഞ്ഞില്ല.

വാദി പ്രതിയാകുന്ന കാലത്തെപ്പറ്റി എല്ലാരും ബോധവാൻമാർ ആയിരുന്നു.

സൈറൺ ഇട്ട മറ്റൊരു ജീപ്പ് പാഞ്ഞെത്തി പോലീസുകാരനെ വരിഞ്ഞുപിടിച്ചു ജീപ്പിൽ കയറ്റി.

എന്റെ ഭാര്യയെ ഈ പന്നമോൻ ഫോണിൽ മാത്രമല്ല നടക്കുന്ന വഴിയിലും ശല്യം ചെയ്ത്താണ്... ഇവന്റെ ജീവനെടുത്താലെ എനിക്കുസ്വസ്ഥതയുണ്ടാകു...!

ഉച്ചവരെസമയം എങ്ങനെ കളയണമെന്നറിയാതെ സ്വയം ഉത്തരമില്ലാതെ നിൽക്കുമ്പോഴാണ് സത്യരാജ് ഈ കാഴ്ചകണ്ടത്. സമയം പോകാൻ നോക്കിനിന്നപ്പോൾ ആ വഴക്കിന് പതിനഞ്ചു മിനിറ്റിന്റ ആയുസ്സേ ഉണ്ടായിരുന്നുള്ളു. ഇപ്പോൾ രണ്ടുജീപ്പും പോലീസുകാരന്റെ മൂർച്ചയുള്ള നിലവിളിയും പോയിക്കഴിഞ്ഞിരിക്കുന്നു.

വരുന്നില്ലേ.. പ്രസാദമൂട്ട് തുടങ്ങി

ഞായറാഴ്ച്ചകളിൽ മാത്രം കാണുന്ന പരിചയക്കാരൻ ഉത്തരത്തിന് കാത്തുനിൽക്കാതെ വയറുനിറക്കാൻ അമ്പലനടയിലേക്കോടി.

സുമംഗലയും മീനാക്ഷിയും എത്തുമ്പോൾ സദ്യതീരുമോ?

സാമ്പാറും അവിയലും അച്ചാറും കൂട്ടികഴിക്കാൻ ഇരുന്നിട്ടും മനസ്സുസമ്മതിക്കുന്നില്ല.

ഭാര്യയും മോളും എത്തീട്ടില്ല. ഊണുതീരുമോ? കുറച്ചെടുത്തുവയ്ക്കാൻ പറ്റുമോ?

എല്ലാ ഞായറാഴ്ച്ചകളിലും തനിക്കു സാമ്പാറുവിളമ്പി പരിചയപ്പെട്ട ഭക്തനോടു ചോദിച്ചു.

പറയാൻ പറ്റില്ല. തിരക്കുകൂടുതലാ.. പിന്നാമ്പുറത്ത് ചെന്നാൽ വാഴയിലയിൽ പൊതിഞ്ഞെടുക്കാം..!

ഇലയിൽ പൊതിഞ്ഞ രണ്ടുപൊതികളുമായി അമ്പലത്തിലെ മുകൾനടയിലെ ഒരറ്റം ചേർന്ന് സത്യരാജ് ഇരുന്നു.

ആറുമാസായി എല്ലാ ഞായറാഴ്ച്ചകളും ഭാര്യയും മകളുമായിട്ടുള്ള അയാളുടെ കൂടിക്കാഴ്ച്ച ഇവിടെവച്ചാണ്.

ലോകത്ത് ഒരാൾക്കും ഗവേഷണം ചെയ്താൽ കണ്ടെത്താൻ പറ്റാത്തതായി ഒന്നുമാത്രമേയുള്ളു.

മനുഷ്യന്റ ജീവിതയാത്രയുടെ വഴികളെപറ്റി അനുഭവിച്ചതൊക്കെ ജീവിതമാണെന്നു വിശ്വസിക്കേണ്ടിവന്ന ഒരു നാല്പത്തിയേഴുകാരൻ.

അയാളുടെ കണക്കുപുസ്തകത്തിലെ അക്കങ്ങൾക്ക് പരാജയങ്ങളുടെ പാപഭാരം മാത്രമായിരുന്നു എന്നും. സത്യരാജ് വന്ന് അരമണിക്കൂർകഴിയാതെ ഭാര്യയും മകളും വരാറില്ലായിരുന്നു. ആ

സമയങ്ങൾ മറവിയിലേക്കു പോകാതെ ഓർമ്മകളെ... ജീവിതത്തെ.. വെറുതെ ചിന്തേരിടുമായിരുന്നു സത്യരാജ്.

ഓർമ്മകൾ ഇരുപത്തിയാറുവയസ്സിലേക്ക്...

രാവിലെ പത്രവുമായി സത്യരാജ് സുഹൃത്തിന്റ വീട്ടിലേക്കു കയറി വരുമ്പോഴും സുമഗംല എണീറ്റിട്ടില്ല.

മൂടിപുതച്ച് തലപുറത്തിട്ട് ശാന്തമായുറങ്ങുന്ന ഒരു ഇരുപതുകാരി.

ഇന്ന് കല്യാണം കഴിഞ്ഞ് മറ്റൊരുത്തന്റ ഭാര്യയാകേണ്ടവൾ.

സത്യൻ പത്രം നിവർത്തി വീണ്ടും നോക്കി.

സുമംഗലയുടെ ഫോട്ടോ. താഴെ ചരമകുറിപ്പും

'എന്റെ മകൾ ഇന്നലെ മരണപ്പെട്ടു. സംസ്ക്കാരം പിന്നീട്.' കല്യാണത്തലേന്ന് ഇഷ്ടപ്പെട്ടവന്റ കൂടെ ഇറങ്ങിപോയ മകളോടുള്ള ഒരമ്മയുടെ പ്രതികാരം.

കുറ്റംപറയാൻ പറ്റില്ല. അച്ഛനില്ലാതെ വളർത്തിയ ഏക മകളെ അത്രയും സ്നേഹിച്ചു. 'നിനക്കു കിട്ടാൻ പോകുന്ന നല്ലൊരു ജീവിതം കളയണ്ട.'

പറഞ്ഞുമനസ്സിലാക്കാൻ നോക്കിയിട്ടും അവൾ വാശി കാണിച്ചു.

"എന്നെ വിളിച്ചിറക്കി കൊണ്ടുപോയില്ലെങ്കിൽ ഞാൻ അവസാനിപ്പിച്ചു കളയും."

അവൾക്കു ഞാൻ ഭ്രാന്തായിരുന്നു. എന്റെ പാട്ടുകളും .

'സുമയേയുംകൊണ്ട് എങ്ങനെ ജീവിക്കാനാ ഉദ്ദേശിക്കുന്നെ..?'

സുഹൃത്തിന്റ ചോദ്യത്തിന് ഉത്തരം നിശ്ചയമില്ലായിരുന്നു.

ആകെ അറിയാവുന്ന തൊഴിൽ ഗാനമേളക്ക് പാട്ടുപാടുന്നതാ. കോട്ടയം ബി.സി.എ. കോളജിൽ പാട്ടുപാടി പെൺകുട്ടികളെ കൈയ്യിലെടുക്കുന്ന നിമിഷത്തിലാണ് സ്റ്റേജിൽ കയറിവന്നു അവൾ തനിക്കൊരുമ്മ തന്നത്.

പാട്ടുനിന്നുപോയി..! സ്റ്റേജും നിശ്ചലമായി.

'പാട്ടുകാരനോടുള്ള ഇഷ്ടംകൊണ്ട് ആരാധികയുടെ സമ്മാനം' ആ അർത്ഥത്തിൽ വിമൻസ് കോളജിലെ കുട്ടികൾ അതിനെ കൈയ്യടിച്ചു.

അവളിൽ എന്നോടുള്ള പ്രണയത്തിന്റ ആദ്യ നിർവചനമാണെന്നറിഞ്ഞപ്പോൾ അനാഥനായ തനിക്കതൊരു പുതിയ വെളിച്ചത്തിന്റ ആരംഭമായിരുന്നു.

ഒന്നിച്ചൊരു ജീവിതം തുടങ്ങിയപ്പോൾ കുറവുകളിൽ അവൾ പരാതി പറഞ്ഞില്ല.

അതാണ് എന്നെ വേദനിപ്പിച്ചത്.

പെട്ടെന്നു കാശുണ്ടാക്കാൻ കണ്ടഉപായം സിക്കിം ലോട്ടറിയായിരുന്നു.

ഗാനമേളയില്ലാത്ത ദിവസങ്ങളിൽ ഉച്ചകഴിഞ്ഞ് മൂന്നുമണിക്ക് എസ്തപ്പാന്റെ ചായക്കടയിൽ കൈരളിടീവിയിൽ ലോട്ടറി റിസൾട്ട് നോക്കി കുടിച്ച ചായക്ക് കണക്കില്ല.

പാടികിട്ടുന്ന കാശ് ലോട്ടറിയായി ഗവൺമെന്റിലേക്കു പോകുന്ന സമയത്താണ് ഒരു പെൺകുഞ്ഞ് പിറന്നത്.

'ഇനി ഇങ്ങനെ ജീവിച്ചാൽ ശരിയാവില്ല. ഒന്നിനും ഞാൻ എതിരുപറഞ്ഞിട്ടില്ല'

സുമയുടെ വാക്കുകൾക്ക് ജീവിതം പഠിച്ചുതുടങ്ങിയതിന്റെ നേർകാഴ്ച്ചയുണ്ടായിരുന്നു.

എനിക്കും തോന്നി തുടങ്ങി 'ഇതൊരു ജീവിതമല്ല.'

മീനാക്ഷിയുടെ ഇരുപത്തിയെട്ടിനു 'സ്വർണ്ണ അരഞ്ഞാണം' സുമക്കുകൊടുത്തവാക്കായിരുന്നു.

പോഗ്രാം കുറവ്. തലേദിവസം പന്ത്രണ്ടുമണിവരെയും എടി.എം. മുന്നിൽ കാത്തുനിന്നു. ചോദിക്കുന്നവരൊക്കെ ഇടാം എന്നുപറഞ്ഞു.

ബാങ്ക് സമയം തീരുംന്തോറും ആധികൂടിവന്നു.

സുമ അവൾക്കുവേണ്ടി ഒന്നും ആവശ്യപ്പെട്ടില്ല. ആദ്യമായി ആവശ്യപ്പെട്ടത് കുഞ്ഞിനുവേണ്ടിയാ...!

ബാങ്ക് സമയം കഴിഞ്ഞപ്പോൾ ആരും കാശിട്ടില്ലന്ന സത്യം തിരിച്ചറിയവേ ഞാൻ പരവേശപ്പെട്ട് ഓടിനടന്നു.

കണ്ണിൽനിന്ന് വെള്ളം ഒഴുകുന്നുണ്ടായിരുന്നു.

നാളെ സ്വർണ്ണഅരഞ്ഞാണം കുഞ്ഞിനെ അണിയിക്കാൻ കാത്തിരിക്കുന്ന സുമയോട് ഞാനെന്തുപറയും?.

വെയിലിൽ വിയർപ്പൊഴുകി പരന്നമുഖത്ത് കണ്ണീർ മുന്നിലൂടെ കടന്നുപോയവർ കണ്ടില്ല.

'കോഴിക്കോട് കൊടുവള്ളിയിൽ നിന്ന് നാഗർ കോവിലിലേക്ക് കുഴൽപണം കടത്തണം. സമ്മതമാണെങ്കിൽ ഇപ്പോൾ തന്നെ കാശ് കൈയ്യിലെത്തും. യാത്രഅടുത്ത ആഴ്ചത്തേക്കാ..'

എന്റെ ഗതികേടിനെ സഹായിക്കാൻ സുഹൃത്തിന് ചെയ്തുതരാൻ പറ്റുന്നത് ആ തെറ്റുമാത്രമായിരുന്നു.

അതൊരുയാത്രയുടെ ആരംഭമായിരുന്നു.

ഗാനമേളക്കുപാടിയും കുഴൽപണം കടത്തിയും ചെറുതായി പച്ചപിടിച്ചകാലത്താണ് അഞ്ചാംക്ലാസ്സിൽ പഠിക്കുന്ന മീനാക്ഷി യുടെ സ്കൂളിലെ ആനിവേഴ്സറിക്കു ഗാനമേള നടത്തിയത്.

എന്റെ പാട്ടുകേട്ട് മോളെ കൂട്ടുകാരികൾ അഭിനന്ദനങ്ങൾ ക്കൊണ്ടുമൂടിയത്.

'നിന്റ അച്ഛൻ എത്രനല്ല പാട്ടുകാരനാ..!'

അച്ഛനെ ഓർത്ത് ആ കുഞ്ഞുമനസ്സെത്ര അഭിമാനിച്ചു. അവ സാന പാട്ടുപാടിയപ്പോൾ സ്കൂൾ ഒന്നടങ്കം കൂടെപാടി. ആ പാട്ടുകേ ട്ടാണ് പോലീസ് എത്തിയത്.

'കുഴൽപ്പണകടത്തിൽ അറസ്റ്റ് ചെയ്യാൻ:'

മീനാക്ഷിയുടെ മുമ്പിലൂടെ എന്നെ കൊണ്ടുപോയി.

നിലവിളിച്ചുകരഞ്ഞ മകൾ കുഴഞ്ഞുവീഴുന്നത് ജീപ്പിലി രുന്ന് കണേണ്ടിവന്ന ഒരച്ഛന്റ ഗതികേട്.

സുമ അറിഞ്ഞാൽ?

എല്ലാം അറിഞ്ഞു...! ജാമ്യമെടുക്കാൻ കുഞ്ഞിനെ കൂട്ടി അവൾ എതൊക്കയോ വാതിൽ കയറിയിറങ്ങി.

പുറത്തിറങ്ങിയപ്പോൾ ഞാൻ ആ കാലിൽ വീണുകരഞ്ഞു. അവൾ ചേർത്തുനിർത്തി മീനാക്ഷിയുടെ തലയിൽ തൊട്ട് സത്യം ചെയ്യിച്ചു.

പുതിയൊരു മനുഷ്യനാകാൻ ആ നാടുവിട്ട് മറ്റൊരു നാട്ടി ലേക്ക്......!

പാലക്കാട് കഞ്ചിക്കോട് ഒരു സിമിന്റ് കമ്പിനിയിൽ ജീവി ക്കാനുള്ള ശമ്പളത്തിൽ ജോലിചെയ്യുമ്പോൾ നഷ്ടപ്പെടുത്തിയ സന്തോഷം തിരിച്ചുകിട്ടാൻ ഞാൻ ജീവിതത്തോടുമത്സരിച്ചു. എന്നി ലെ ജയിക്കാനുള്ള വാശിക്കുമേലെ ദൈവം കണ്ണടച്ചപ്പോൾ സുമക്ക് കാൻസറാണെന്ന സത്യം ഞാൻ തിരിച്ചറിഞ്ഞു.

മീനാക്ഷി പത്താംക്ലാസ്സിൽ എല്ലാവിഷയത്തിലും എ പ്ലസ്സ് നേടിയതിന്റ സന്തോഷം പങ്കിടാൻ പാലക്കാട്ട് പ്രിയ തിയേറ്ററിൽ അവരോടൊത്തു സിനിമകാണുമ്പോൾ എന്റെ മുന്നിൽ സ്ക്രീനിൽ ഇരുട്ടായിരുന്നു

റിസൾട്ടിനെപ്പറ്റി സുമയോടു പറഞ്ഞിട്ടില്ല..

എങ്ങനെ അവതരിപ്പിക്കണമെന്നു അറിയില്ലായിരുന്നു.

'അച്ഛന് കോമഡിപടം കാണുമ്പോഴെങ്കിലും ചിരിച്ചൂടെ..?'

ഇന്റർവെല്ലിന് മീനാക്ഷി സുമയോട് പരിഭവം പറഞ്ഞ പ്പോഴാ ഞാനറിയുന്നത് ഞാൻ ചിരിച്ചിട്ട് വർഷങ്ങളായെന്ന്.

'എനിക്കു ഡോക്ടറാകണം അച്ഛാ' തന്റെ സ്വപ്നം പങ്കുവച്ച് മീനാക്ഷി ഉറങ്ങാൻ പോയപ്പോൾ ധൈര്യം സംഭരിച്ച് എനിക്ക് സുമയോട് സത്യം പറയേണ്ടിവന്നു.

അവൾ കരഞ്ഞില്ല.

'സത്യേട്ടാ ട്രീറ്റ്മെന്റ് വേണ്ട..!'' മോളുടെഭാവി ഏട്ടൻ നോക്കിയാൽ മതി.

താങ്ങാവുന്നതിനും അപ്പുറത്തായിരുന്നു സുമയുടെ വാക്കുകൾ. പിടിച്ചുകെട്ടി ഏങ്ങിനിർത്തിയ സങ്കടമത്രയും ഉള്ളിൽനിന്നു പൊട്ടിപ്പോയി.

അവളെ ചേർത്തുപിടിച്ച് ഞാൻ പൊട്ടികരഞ്ഞപ്പോൾ പുറത്തുമഴ പെയ്തുതകർക്കുകയായിരുന്നു.

മറ്റൊരുമഴപോലെ അവൾ എന്നിലേക്ക് കരഞ്ഞുവീണു.

'നമ്മുടെ മോള് അത്ര മിടുക്കിയാ ഏട്ടാ..! ആ ആഗ്രഹം പോലെ ഡോക്ടറാക്കണം.'

'നീ പോയൽ നിനക്കുതോന്നുന്നുണ്ടോ ഞാനുണ്ടെന്ന്...?' ആ വാക്കുകളെ അവൾ പേടിച്ചു. കരഞ്ഞുകരഞ്ഞ് നേരം വെളുത്തപ്പോൾ സുമതന്നെയാണ് ആ തീരുമാനം പറഞ്ഞത്. പതിനഞ്ചു വർഷങ്ങൾക്കുശേഷം സുമ എന്നെകൂട്ടി ആ വീടിന്റെ പടികടന്നു ചെന്നു.

കാലം അവളുടെ അമ്മയിൽ ഒരുപാട് മാറ്റം വരുത്തിയിരുന്നു. വാർദ്ധക്യത്തിലും ആ മുഖത്ത് പഴയവാശി തന്നെ..

മുറ്റത്തുനിന്നതേയുള്ളു. ഞാനാണ് കാര്യങ്ങൾ അവതരിപ്പിച്ചത്.

'അമ്മേ സുമംഗലക്കു കാൻസറാ. ചികിത്സയും മോളുടെ പഠിത്തവും ഇപ്പോൾ ഞങ്ങളെക്കൊണ്ടുതാങ്ങില്ല. സഹായിക്കണം..!'

സിറ്റൗട്ടിൽ നിന്ന് അമ്മ പൊട്ടിചിരിച്ചു. നിർത്താതെ ചിരിച്ചു. അടുത്തവീടുകളിൽ നിന്നു ആളുകൾ കാര്യമറിയാൻ തല പുറത്തേക്കിട്ടു.

'നിങ്ങളുടെ ഗതികേടു കേട്ടപ്പോ ഇപ്പോ ഞാനനുഭവിക്കുന്ന സന്തോഷം. ഇപ്പോഴാ ഈശ്വരൻ എന്റെവിളി കേട്ടത്....!'

അവർ വീണ്ടും ചിരിച്ചപ്പോൾ ഞങ്ങൾ രണ്ടുപേരും വല്ലാതായി.

'നീയൊക്കെ ഇനിം ഗതികെടണം. ഗതികെട്ട് അലയണം. എന്നാലും ഞാനനുഭവിച്ച അപമാനത്തോളം വരില്ല..!'

ഞങ്ങൾക്കുചുറ്റും ഒരുപാട് മുഖങ്ങൾ പൊട്ടിചിരിക്കുന്ന പോലെ തോന്നി.

'നിന്നെ ഞാൻ ചികിത്സിക്കും. എന്നെ വിറ്റിട്ടായാലും..!'

ബസിലിരിക്കുമ്പോൾ സുമയുടെ കൈകളിൽ വിശ്വാസ ത്തിന്റ നനുത്ത പ്രമാണംപോലെ ഞാൻ ചേർത്തുപിടിച്ചു.

ജീവിതം തിരുവനന്തപുരത്തേക്കു പറിച്ചുനട്ടു.

ഒരു സുഹൃത്തുവഴി ചിട്ടി കമ്പിനിയിൽ ജോലിക്കുകയറി.

'മോളുടെ സ്റ്റഡിസിനാ.. ഡോക്ടറാവേണ്ടേ..?'

മീനാക്ഷിയെ പറഞ്ഞു വിശ്വസിപ്പിച്ചു. ഒരിക്കലും അവളെ സത്യം അറിയിച്ചില്ല.

ഹോസ്റ്റലിലേക്കു മാറുന്നകാര്യം പറഞ്ഞപ്പോൾ മീനാക്ഷി എതിർത്തു.

'മോളു നന്നായി പഠിക്കാൻ ഇവിടെ പറ്റില്ല. അവിടെയാകു മ്പോൾ ഇവിടുത്തെ പ്രാരാബ്ധം അറിയില്ലല്ലോ..!'

ഒരുപാട് പറഞ്ഞിട്ടാണ് അവൾ സമ്മതിച്ചതും ഹോസ്റ്റലി ലേക്ക് പോയതും.

സുമയോടുള്ള വാക്കുതെറ്റിച്ച് ചിട്ടി കമ്പിനിയിൽ കൂടുതൽ പലിശ വാഗ്ദാനംചെയ്ത് ആളുകളെ എത്തിച്ച് വിശ്വാസം പിടിച്ചു പറ്റി.

സത്യത്തെ മറക്കാൻ പഠിപ്പിച്ച ജീവിതം .

സുമയുടെ ചികിത്സാചിലവ് ചിട്ടി കമ്പിനി ഏറ്റെടുത്തു. അതിന് എനിക്കെന്റെ മനസാക്ഷിയെ വിൽക്കേണ്ടിവന്നു.

എൻട്രൻസ് കോച്ചിംഗിനു മീനാക്ഷിയെ കൊണ്ടുപോകാൻ റെഡിയായ ഒരു പകലിലാണ് ചിട്ടികമ്പിനിയിൽ നിന്ന് എനിക്കു നിർദ്ദേശം വന്നത്.

'നാളെ അഞ്ചുമണിക്കുള്ളിൽ തിരുവനന്തപുരത്തൂന്ന് രക്ഷ പ്പെടുക. ഞങ്ങൾ ഇന്ന് ഇന്ത്യവിടും..!'

അതൊരുഷോക്കായിരുന്നു.

'എങ്ങോട്ട് പോകാനാ സാർ..?'

'അതറിയില്ല. ചികിത്സാചിലവ് മുഴുവൻ ആളെ ചേർത്ത കമ്മീഷൻ ആയിരുന്നു. ബാക്കി കുറച്ചുകാശുകൂടി ഒരാൾ അവിടെ എത്തിക്കും.'

പിന്നെ ആ ഫോൺ ഓണായില്ല.

നിശ്വാസം നഷ്ടപ്പെട്ട ചോദ്യങ്ങളുമായി എന്തുചെയ്യണമെ ന്നറിയാതെ ഞാൻ നിന്നു.

പരവേശം കൂടിയ നിമിഷത്തിൽ ഭാരംതാങ്ങാതെ സുമയോടും മോളാടും സത്യം പറയേണ്ടിവന്നു.

'എന്റേയും മോളുടേയും ജീവിതം നന്നാക്കാൻ എത്രകുടുംബങ്ങളെയാ വഴിയാധാരമാക്കിയത്.'

സുമയുടെ മരണം വേനലിനേക്കാൾ ചൂട്ടെരിച്ചു.

മീനാക്ഷി എൻട്രൻസിനു തയ്യാറെടുക്കാൻ വാങ്ങിയ പുസ്തകം എന്റെ മുന്നിൽവച്ചു കത്തിച്ചു.

'ഇനി ഞാൻ പഠിക്കില്ല. ശാപത്തിന്റ പ്രതിഫലമാ അച്ഛൻ തന്നത്..!'

അതാണ് എന്നെ തളർത്തിയത്.

ആ രാത്രി തിരുവനന്തപുരം വിട്ടു.

ആദ്യം ചെന്നൈയിലേക്ക്. പിന്നെ സ്ഥലങ്ങൾ മാറികൊണ്ടിരുന്നു.

'ആർക്കുവേണ്ടിയാ ഇങ്ങനെ ഒരു ജീവിതം'

ആദ്യമായി സുമ പൊട്ടിത്തെറിച്ചു. മീനാക്ഷി എനിക്കുമുഖം തന്നിരുന്നില്ല.

ഡോക്ടറാവാൻ സ്വപ്നം കണ്ടവർ. ഇപ്പോൾ...!

ഒളിവുജീവിതം തേടിയുള്ള ദേശാടനം സത്യത്തിൽ മടുത്തു തുടങ്ങിരുന്നു. എന്നിട്ടും മരണത്തെപ്പറ്റി ചിന്തിച്ചില്ല.

പരദേശജീവിതം എന്റെ മനസ്സിന്റെ നിയന്ത്രണംവിട്ടു തുടങ്ങി എന്ന സത്യം സുമയും മീനാക്ഷിയും തിരിച്ചറിയവെ എന്തു ചെയ്യണമെന്നറിയാത്ത അവരുടെ വേവലാതി എന്നെ ഒരു മനഃശാസ്ത്രജ്ഞന്റെ അടുത്തെത്തിച്ചു. ആ കാലത്ത് താമസം ആന്ധ്രായിലെ ഗുണ്ടൂരിലായിരുന്നു.

രണ്ടുമാസത്തെ ചികിത്സകൊണ്ട് മനസ്സിനെ നിയന്ത്രണത്തിലാക്കി. ജീവിക്കാൻ സുമ റോഡുപണിക്കുപോയി.

രണ്ടുതലമുറയുടെ സ്വത്തിനു ഉടമ. പക്ഷേ, ദൈവത്തിന്റ കണക്കുപുസ്തകത്തിൽ അവൾക്കുവേണ്ടി എഴുതപ്പെട്ടജീവിതം ഈ നരകജീവിതമായിരിക്കാം.

അവൾ എന്നെ വെറുക്കുന്നില്ല. എന്നെ വേദനിപ്പിച്ചത് അവിടെയാണ് ജീവിതത്തിൽ വിശ്വസിക്കാവുന്ന ഉറപ്പുള്ള സുഹൃത്തിനെ വിളിച്ച് അവസ്ഥകൾ വിവരിച്ചപ്പോൾ കോട്ടയത്തേക്കുമടങ്ങിവരാൻ പറഞ്ഞത് അവനാണ്.

തിരിച്ചറിയാതിരിക്കാൻ സുമ മുടിമുറിച്ചു. ഞാൻ മൊട്ടയടിച്ചു. സുഹൃത്തായ മഹേഷ് കോട്ടയം റെയിൽവേസ്റ്റേഷനിൽ കാത്തുനിന്നു. എന്റെ രൂപം കണ്ടപ്പോൾ അവനിലും ഒരുപാട്

വിഷമം. ആരാലും തിരിച്ചറിയാത്ത മൂന്നുജന്മങ്ങളെപോലെ മൂന്നിടത്ത് ജോലിക്കുകയറി. ഒരു കമ്പിനിയിൽ സെക്യൂരിറ്റിയായി ഞാൻ. സുമ ഹോംനേഴ്സായി. മീനാക്ഷി ഒരു പ്രസ്സിൽ ബയടിംഗ് സെക്ഷനിൽ ജോലിക്കുകയറി.

അവൾ സ്വപ്നങ്ങൾ ഇല്ലാത്തവളെപ്പോലെ ജീവിക്കാൻ പഠിച്ചു തുടങ്ങി. മൂന്നിടത്തേക്കു പിരിയുംമുമ്പേ പറഞ്ഞു.

'നമ്മുടെ ജീവിതത്തിൽ മൊബൈൽ ഉപയോഗിക്കാൻ സമയമായിട്ടില്ല. അതുകൊണ്ട് എല്ലാഞായറാഴ്ച്ചയും തിരുനക്കര ക്ഷേത്രത്തിന്റ പടികെട്ടിൽ വരണം. അതാണ് നമ്മൾ ജിവിച്ചിരിക്കുന്നൂന്നുള്ള നമ്മുടെ വിശ്വാസം'.

ഞാൻ പറഞ്ഞപ്പോൾ സുമകരഞ്ഞു. പിരിയേണ്ട സത്യം ഉൾകൊണ്ടപ്പോൾ മീനാക്ഷിയും. അവർ രണ്ടു വഴിക്കുപോകുന്നതു നോക്കിനിന്ന ഞാൻ ആദ്യമായി അടഞ്ഞ അമ്പലത്തിനുമുന്നിൽ കൈകൂപ്പി. ജീവിതത്തിൽ തോറ്റുപോകുന്നവരുടെ അവസാന വെളിച്ചമാ പ്രാർത്ഥന

'അച്ഛൻ നേരത്തേ എത്തിയോ?'

മീനാക്ഷിയുടെ ശബ്ദമാണ് സത്യരാജിനെ ഓർമ്മകളിൽ നിന്നുണർത്തിയത്. സുമംഗലയും എത്തിയിരിക്കുന്നു. ഇന്ന് ഓർമ്മകൾക്ക് ദൈർഘ്യം കൂടിയതുപോലെ..! അവർ രണ്ടുപേരും പടിയിൽ ഇരുന്നപ്പോൾ സത്യരാജ് ചോറും പൊതികൾ കൈകളിലേക്കു വച്ചുകൊടുത്തു.

അവർ കഴിക്കുന്നതു സത്യരാജ് നോക്കിനിന്നു. ഒരിക്കൽപ്പോലും ചിന്തിക്കാത്ത ജീവിതത്തിന്റ ഒരു മുഖം. ഊണുകഴിഞ്ഞപ്പോൾ അവർക്കുപറയാൻ ഒരാഴ്ച്ചത്തെ വിശേഷങ്ങൾ ബാക്കികിടപ്പുണ്ടായിരുന്നു.

മീനാക്ഷിയുടെ മുഖത്ത് നോക്കുമ്പോഴൊക്കെ സത്യരാജിൽ വേദനയുടെ കറുത്തമഴ ചുറ്റും പെയ്തുകൊണ്ടിരുന്നു. അമ്മയും മോളും വിശേഷങ്ങൾ പറഞ്ഞുചിരിച്ചു. എന്റെ സന്തോഷത്തിനുവേണ്ടി കള്ളം പറഞ്ഞുചിരിക്കുന്ന അവർക്കുമുന്നിൽ കേൾവിക്കാരനെപ്പോലെ അയാളിരുന്നു.

ഇപ്പോൾ ആ അമ്പലനട അവർക്ക് വീടായി. അവിടിരുന്ന് അവർ വീണ്ടും വീണ്ടും ചിരി അഭിനയിച്ചു. മുൻസിപ്പാലിറ്റിയിൽ അഞ്ചുമണിയുടെ സൈറൺ കൂവിയത് തിരിച്ചുപോകാനുള്ള നേരത്തെ ഓർമ്മപ്പെടുത്തികൊണ്ടാണ്.

മുന്നുപേർക്കുമിടയിൽ ഒരു വീർപ്പുമുട്ടൽ. അടുത്ത കടയിൽ നിന്ന് ചായയും കടിയും കഴിച്ചു.

'മനഃപ്രയാസംകേറി ഭക്ഷണം കഴിക്കാതിരിക്കരുത്..!'

സുമംഗലയുടെ വാത്സല്യം നിറഞ്ഞ ഉപദേശം.

ഭാര്യയുടേയും മകളുടേയും കൈയ്യിൽ പിടിച്ച് ആശ്വസിപ്പിച്ചു.

'തിരിച്ചുകിട്ടും ഈ ജീവിതം നമ്മുക്ക്..!'

'അടുത്തയാഴ്ച്ച വരാം' സുമംഗല പറഞ്ഞപ്പോൾ മീനാക്ഷിയുടെ കണ്ണുനിറയുന്നത് സത്യരാജ് കണ്ടു.

മൂന്നുപേരും മൂന്നുവഴിക്കു നടന്നു. നടക്കുമ്പോൾ അവർ കരയുകയാവും. മറ്റുള്ളവർ കാണാതെ അവർക്കുമാത്രം അറിയാവുന്ന കരച്ചിൽ.

'സത്യരാജ്...!'

വിളികേട്ട് പെട്ടെന്നു ഞെട്ടി. പിടിക്കപ്പെട്ടോ..?

മുന്നിൽ മഹേഷിനെ കണ്ടപ്പോൾ സമാധാനമായി.

'സത്യാ.. മീനാക്ഷി ജോലി ചെയ്യുന്ന പ്രസ്സിന്റ അടുത്ത് സ്വന്തമായി ഫർണീച്ചർ കച്ചവടം നടത്തുന്ന എന്റെ പരിചയക്കാരന്റ മകന് മീനാക്ഷിയോടൊരു ഇഷ്ടം.'

കേട്ടപ്പോൾ വല്ലാതായി. ആ മുഖഭാവം മനസ്സിലാക്കിയിട്ടെന്നോണം മഹേഷ് ആശ്വസിപ്പിച്ചു.

'മീനാക്ഷിയോട് ചെക്കൻ പറഞ്ഞിട്ടില്ല. അവൾക്ക് അറിയുകയും ഇല്ല. ചെറുക്കന് സിംഗപ്പൂരിലാ ജോലി. രണ്ടുമാസായി ഇവിടെയുണ്ട്. ഇനി ഒരു മാസത്തെ അവധി ബാക്കിയുണ്ട്. നമ്മുക്കിത് നടത്തിയാൽ മോളുടെ ഭാഗ്യാ..!'

കേട്ടപ്പോൾ സന്തോഷം തോന്നി. ജീവിതത്തിൽ വന്നുചേരാവുന്ന ഭാഗ്യമാകാം. പക്ഷേ...

'മഹേഷേ ഞങ്ങളുടെ അവസ്ഥ പറഞ്ഞില്ലേ..?'

അയാൾ ഉത്തരം പറയാൻ പാടുപെടുന്നപോലെ .

'സത്യാ ഒന്നും പറഞ്ഞിട്ടില്ല. പക്ഷേ ഒരു കാര്യം ഞാൻ പറഞ്ഞു. അവളൊരു അനാഥയാണെന്ന്. അച്ഛനും അമ്മയും മരിച്ചുപോയെന്ന്..' ഇപ്പോൾ സത്യൻ ശരിക്കും മരിച്ചപോലായി. എന്തു പറയണമെന്നറിയാതെ അയാൾ വാക്കുകളെ തേടി..!

'സത്യാ കാര്യങ്ങളെ പ്രാക്ടിക്കലായി കാണണം. അവളുടെ നല്ലൊരു ജീവിതത്തിനുവേണ്ടി ഇതിനെ നീ അംഗീകരിക്കണം. നിനക്കൊരിക്കലും ഇങ്ങനെ ഒരു ജീവിതം നേടിക്കൊടുക്കാൻ പറ്റില്ല.' കൂട്ടുകാരന്റെ വാക്കുകളുടെ സത്യസന്ധതക്കുമുന്നിൽ സത്യരാജ് പകച്ചുനിന്നു.

'നീ സുമയോടും മോളോടും സംസാരിക്ക്: ആലോചിച്ചൊരു തീരുമാനം പറഞ്ഞാൽ മതി.'

ഒരാഴ്ച്ച ഊണും ഉറക്കവുമില്ലാതെ ആലോചിച്ചു.

സുമ അറിയുമ്പോൾ എന്തുപറയും? സമ്മതിക്കില്ല. മീനാക്ഷിയെ സമ്മതിപ്പിക്കണം.

അടുത്ത ഞായറാഴ്ച്ച പതിവുകാരൻ സദ്യയെ ഓർമ്മപ്പെടുത്തി കടന്നുപോയിട്ടും ഇലയിട്ടിരുന്നില്ല. സുമക്കും മീനാക്ഷിക്കും ചോറു കെട്ടിയില്ല. ഈ ദിവസം അത്ര പ്രാധാന്യമാണ്.

'എന്തുകോലാ സത്യേട്ടാ... കണ്ടിട്ടുസങ്കടാകുന്നു' കണ്ടപ്പോഴേ സുമയിൽ പരിഭവം ഒരാഴ്ച്ചയായി താൻ തന്നെ നോക്കീട്ടു കൂടിയില്ലാന്ന് അയാൾ അവരോടു പറഞ്ഞില്ല.

'അച്ഛാ.. ഇന്നെന്റ പിറന്നാളാ.' സത്യരാജ് വല്ലാതായി. ഈ ദിവസം താൻ മറന്നിരിക്കുന്നു. മോളുടെ മുഖത്തിന് എന്തെന്നില്ലാത്ത ഭംഗി.

എങ്ങനെ കല്യാണക്കാര്യം അവതരിപ്പിക്കും എന്നു ചിന്തിച്ചു മനസ്സുനീറി നിൽക്കുമ്പോഴാ പിറന്നാളിനെപ്പറ്റിയുള്ള ഓർമ്മപ്പെടുത്തൽ.

'ഞാനെന്റെമോൾക്കു ഒരു പിറന്നാൾ സമ്മാനം തരാൻ പോകുവാ.'

സുമ അൽഭുതത്തോടെ അയാളെ നോക്കി. സ്വരുകൂട്ടിയ ധൈര്യമത്രയും ആവാഹിച്ചു മഹേഷ് പറഞ്ഞ കല്യാണക്കാര്യം അവർക്കു മുന്നിൽ അയാൾ അവതരിപ്പിച്ചു.

'ഇങ്ങനെ ചിന്തിക്കാൻ അച്ഛനെങ്ങനെ കഴിഞ്ഞു. ഇതെന്നല്ല ജീവിതത്തിൽ കല്യാണം വേണ്ട.!'

മീനാക്ഷി എടുത്തടിച്ചു പറഞ്ഞപ്പോൾ സുമംഗല ആലോചനകളിലായിരുന്നു. അവൾ എന്തൊക്കയോ ചിന്തിച്ചുകൂട്ടുന്നു. അതയാളെ ആധിപിടിപ്പിച്ചു.

സുമംഗല മോളുടെ മുടിയിൽ തഴുകി.

'മോളെ.. നീ സമ്മതിക്കണം. നിനക്കൊരു നല്ലജീവിതം അതുമാത്രമാ ഞങ്ങളുടെ സ്വപ്നം. അതിനു ഇങ്ങനൊരുവേഷം കെട്ടണം. മഹേഷ് പറഞ്ഞപോലെ നീ അനാഥയാകണം.'

'അമ്മയും അച്ഛനു കൂട്ടുനിൽക്കുകയാണോ?' മീനാക്ഷി കരയാൻ തുടങ്ങി.

'നിവൃത്തികേടാ മോളെ.. നിന്നെയോർത്തു ഞാനുറങ്ങീട്ടു കാലങ്ങൾ ഏറെയായി.' സുമയുടെ വെളിപ്പെടുത്തൽ. സത്യരാജ് മരവിച്ചുപോയി. എല്ലാവരും എല്ലാം ഉള്ളിലൊതുക്കുന്നു. സുമ മോളുടെ മുന്നിൽ കൈകൂപ്പി.

'സ്നേഹമുള്ള ഒരു മകൾക്കും അംഗീകരിക്കാനാവില്ല. അച്ഛനും അമ്മയും ജീവിച്ചിരുന്നിട്ടും അനാഥയാണെന്നു പറയേണ്ടി വരുന്നത്. ഞങ്ങൾ അതിനുനിർബന്ധിക്കുന്നത് അതിനിരട്ടി മോളെ ഞങ്ങൾ സ്നേഹിക്കുന്നതു കൊണ്ടാ.' പറഞ്ഞുതീർന്നതും ഉള്ളിലെ കരച്ചിൽ പുറത്തുവരാതിരിക്കാൻ സുമ സാരിയുടെ കോന്തല വായിൽ തിരുകികയറ്റി. മീനാക്ഷി അമ്മയെ ചേർത്തുപിടിച്ചപ്പോൾ സുമംഗല കുഞ്ഞിനെപോലെ അവളുടെ നെഞ്ചിൽ പറ്റികിടന്നു

'ലോകത്തേതെങ്കിലും കോണിൽ മോൾ സന്തോഷത്തോടെ ജീവിച്ചാൽ മതി...!'

മീനാക്ഷി കണ്ണീരോടെ അചഛനെ നോക്കി. 'അമ്മ പറയുന്നതാ മോളെ ശരി. അച്ഛനായിട്ടു ഉണ്ടാക്കിയതാ ഈ ഒളിവു ജീവിതം. എന്റെ മോള് രക്ഷപെടണം. നാളെ ഞങ്ങൾ പിടിക്കപ്പെട്ടാലും എന്റെ മോളെ ഓർത്തുസമാധാനമുണ്ടാകും.'

'എനിക്കു ഉത്തരം പറയാൻ അറിയില്ലച്ഛാ..' അയാൾ മകളെ ചേർത്തുപിടിച്ചു. മഹേഷ് വന്നപ്പോൾ സുമംഗലതന്നെ സമ്മതം അറിയിച്ചു. അയാൾ ആർക്കോ ഫോൺ ചെയ്തുകാര്യങ്ങൾ അവതരിപ്പിച്ചു.

"അടുത്ത ഞായറാഴ്ച്ച വിവാഹം. ഈ ക്ഷേത്രത്തിൽ വച്ച്.. രണ്ടാഴ്ച കഴിഞ്ഞാൽ സിംഗപ്പൂർക്ക്."

മുന്നുപേരും നിശബ്ദരായി കേട്ടിരുന്നു "അമ്പലത്തിൽ തൊഴാൻ വരുന്നപോലെ നിങ്ങൾ വരണം മാറിനിന്ന് കല്യാണം കാണണം. മനസ്സുകൊണ്ടു അനുഗ്രഹം കൊടുക്കണം."

മഹേഷ് കാര്യങ്ങളെ കൂടുതൽ വിശദീകരിച്ചു. താങ്ങാൻ കഴിയാത്ത അവസ്ഥയാണ്. എന്നിട്ടും രണ്ടുപേരും തലകുലുക്കി. ഒരിറ്റുകണ്ണീർ സത്യരാജിന്റ കണ്ണിൽ നിന്നുതെറിച്ച് മീനാക്ഷിയുടെ കൈത്തണ്ടയിൽ പറ്റിക്കിടന്നു.

ഒരാഴ്ച്ചകഴിഞ്ഞുള്ള കല്യാണത്തിനു ചെറുക്കന്റ ഭാഗത്തു നിന്ന് അധികം പേരുണ്ടായിരുന്നില്ല. എല്ലാം കാര്യങ്ങൾക്കും മഹേഷ് ഓടിനടന്നു. ചെറുക്കന്റ വീട്ടുകാർ ഒരുപാട് സ്വർണ്ണം മീനാക്ഷിയെ അണിയിച്ചിരുന്നു. ആ കാഴ്ച്ചകണ്ടാണ് സുമംഗലയും സത്യരാജും അമ്പലത്തിലേക്കുവന്നത്. അവിടെ വച്ചാണ് മകൾ കെട്ടാൻ പോകുന്ന ചെറുക്കനെ ആദ്യമായിട്ട് അവർ കണ്ടത്.

"നല്ലൊരു ചെറുപ്പക്കാരൻ. നമ്മുടെ മോളും സുന്ദരിയായിരിക്കുന്നു" താലികെട്ടുന്ന സമയത്ത് മീനാക്ഷി ചുറ്റുംനോക്കി..

തൂണിന്റ മറവിൽനിന്ന് ആ കാഴ്ച്ച കണ്ട സുമയെ അയാൾ പുറ കോട്ടു പിടിച്ചു വലിച്ചു.

"മറ്റുള്ളവരെ കാണിക്കാനെങ്കിലും അവൾ ചിരിക്കുന്നുണ്ട്. നമ്മളെ കണ്ട് അത് ഇല്ലാതാവരുത്."

അവർ മകൾക്കു വേണ്ടി മറവിൽനിന്നു പ്രാർത്ഥിച്ചു. അച്ഛന്റെ സ്ഥാനത്തു മഹേഷ് മോളെ ചെറുക്കനു കൈപിടിച്ചു കൊടുക്കുന്നതു നോക്കിനിന്നു.

ചെറുക്കന്റ കുടുബത്തെ കണ്ടപ്പോൾ സുമക്കു സന്തോഷായി. "സത്യേട്ടാ.. നല്ല ഒരച്ഛനും അമ്മയും. മോളുടെ ഭാഗ്യാ.!" രണ്ടുപേരും മകളേയും മരുമകനേയും കുടുബത്തെയും നോക്കിനിന്നു. ഇനി തങ്ങളുടെ ജീവിതത്തിൽ മോളില്ല. അവളിൽ മറെറാരു അവകാശി വന്നിരിക്കുന്നു.

മീനാക്ഷി അവളുടെ കുടുംബത്തോടൊപ്പം കാറിൽ കയറുമ്പോൾ ചുറ്റും പരിഭ്രമത്തോടെ നോക്കുന്നത് അവർ കണ്ടു.

"അവൾക്കറിയാം നമ്മൾ ഇവിടെ എവിടെയോ ഉണ്ടെന്ന്" സത്യരാജ് പറയുമ്പോൾ കണ്ണീരിൽ വാക്കുകൾ വഴുതിപ്പോയി.

"സത്യേട്ടാ അവളിപ്പോപോകും. നമുക്ക് അടുത്തേക്കു ചെന്നു അനുഗ്രഹിച്ചാലോ?" അവരിൽ ഒരമ്മയുടെ ആധി.

സത്യരാജ് സുമയുടെ കൈയ്യിൽ ബലമായിപിടിച്ചു. കണ്ണടച്ചുപറഞ്ഞു.

'നമ്മുടെ മോളു പോട്ടെ'. കാറുപോയി. കണ്ണിൽനിന്നു വണ്ടി അകന്നപ്പോൾ സുമ അയാളുടെ നെഞ്ചിലേക്കുവീണു കരഞ്ഞു.

"സത്യേട്ടാ ഒരിക്കൽ എന്നെയോർത്ത് എന്റെ അമ്മ വേദനിച്ചത് എത്രത്തോളമായിരുന്നൂന്ന് ഇന്നുഞാൻ തിരിച്ചറിയുകയാ അമ്മേടെ ശാപാ ഈ വേദന."

സുമ ഇപ്പോൾ ശരിക്കും പൊട്ടിക്കരഞ്ഞു. വീണ്ടുവിചാരങ്ങളുടെ സത്യങ്ങളെ നമ്മൾ തിരിച്ചറിയുന്നത് ആ അനുഭവങ്ങൾ നമ്മളിലേക്ക് എത്തുമ്പോഴാണ്.

കുറെ കരഞ്ഞപ്പോൾ അവളിൽ ഒരാശ്വാസം കിട്ടിയപോലെ. അവർക്കരുകിലേക്ക് ഒരാൾ ധൃതിയിൽ വന്നു. "നിങ്ങൾ സദ്യ കഴിച്ചിട്ടേ പോകാവു. ഇന്നത്തെ കല്യാണ പാർട്ടിക്കാർ ഇവിടെ അന്നദാനം പറഞ്ഞിട്ടുണ്ട്. വന്നുകഴിക്കണം. അതവർക്കുള്ള അനുഗ്രഹായി കണ്ടാൽ മതി."

"നമ്മുക്ക് കഴിക്കാം സത്യേട്ടാ നമ്മുടെ മോളുടെ കല്യാണത്തിന്റ ഒരുവറ്റ്. അതവർക്കുള്ള നമ്മുടെ അനുഗ്രഹാ."

സത്യനും സുമംഗലയും വയറുനിറച്ചുകഴിച്ചു. "സത്യേട്ടാ നമ്മുടെ ജീവിതത്തിൽ ഇനി സ്വപ്നങ്ങൾ ഇല്ല അതുകൊണ്ടു എനിക്കൊരു യാത്രപോകണം. എവിടേക്കെന്ന് ചോദിക്കേണ്ട. കൂടെ വരണം."

"ജീവിതത്തിൽ ഇതുവരെ നിന്റെ ഒരാഗ്രഹവും സാധിച്ചു തരാൻ പറ്റിയിട്ടില്ല. ഈ ആഗ്രഹം ഞാൻ സാധിച്ചുതരാം. എവിടേക്കാ പോകേണ്ടത്?" സുമംഗലയിൽ സന്തോഷം. അവൾ അയാളുടെ കൈപിടിച്ചുനടന്നു.

നടന്നുനടന്ന് അവരുടെ യാത്ര അവസാനിച്ചപ്പോൾ ഇരുട്ടു വീണു തുടങ്ങിരുന്നു. സത്യരാജിനും മനസ്സിലായി. അയാൾ അവളെ ചേർത്തുപിടിച്ചു നെറ്റിയിൽ ഉമ്മ കൊടുത്തു.

"നിന്റെ ഈ ആഗ്രഹത്തിനു കൂട്ടായി ഞാനും ഉണ്ട്" ഇരുട്ടിൽ അവർക്കുമുന്നിൽ നിവർന്നുകിടക്കുന്ന റെയിൽപാളത്തിലേക്കു രണ്ടുപേരും ഇരുന്നു. ഇപ്പോൾ അവൾ ഒരു ഇരുപതുകാരിയായി. അയാളൊരു ഇരുപത്തിയഞ്ചുകാരനും. "സത്യേട്ടൻ എന്നെ ആദ്യം പാടികേൾപ്പിച്ച പാട്ടുപാടുമോ?" അവൾക്കുവേണ്ടി അവൻ പാടി. സുമയിൽ ഒരുപാട് സന്തോഷം. വീണ്ടുംപാടി. എല്ലാംമറന്ന്... പാട്ടു കേട്ട് തൊട്ടടുത്ത വീടുകളിൽ നിന്നു ലൈറ്റുതെളിഞ്ഞു. റെയിൽവേ ട്രാക്കിനോടു ചേർന്നുനിന്ന സിഗ്നൽ പോസ്റ്റിൽ പച്ചകത്തി. അവൻ അപ്പോഴും പാടി. ചുറ്റുമുള്ള ലോകമറിയാതെ...! അവൾ ആ പാട്ടുകൾ ആസ്വദിച്ചു സ്വയം മറന്നു

അകലേന്നു തീവണ്ടിയുടെ ചൂളംവിളി അവർക്കരുകിലേക്കെത്തി. അപ്പോഴും സത്യരാജ് എല്ലാം മറന്ന് പാടിക്കൊണ്ടിരുന്നു സുമംഗല എല്ലാംമറന്ന് ആസ്വദിച്ചു കൊണ്ടും....!

ജോമോൻ എം ആന്റണി

അനുബന്ധം

സന്ധ്യയുടെ മുഖം മങ്ങിതുടങ്ങിയിരിക്കുന്നു.. പിന്നിയിള കിയ ചുവന്നപട്ടുപോലെ മേഘങ്ങൾ പരസ്പ്പരം യാത്രപോലും പറയാതെ പടിഞ്ഞാറൻ ദിക്കിലേക്ക് ധൃതിയിൽ വെച്ചുപിടിക്കുക യാണ്.. ഇരുട്ടിന്റെ കനംകൂടി വരുന്നുണ്ട്.

മറീനബീച്ചിലെ റോഡരികിൽ ഇരുമ്പുകാലിൽ നാട്ടിയ മഞ്ഞവെളിച്ചങ്ങൾ അനുസരണക്കേടോടെ മിന്നിത്തുടങ്ങി. മണൽ തരികൾപോലെ തീരത്ത് ആളുകളുടെ തിരക്കുകൂടികൊണ്ടിരിക്കു കയാണ്.

"പൈനാപ്പിൾ വേണുമാ സാർ?."

"വേണാ."

മുഷിഞ്ഞുകറുത്ത, കഴുത്തില്ലാത്ത ഒരു ബനിയാനിട്ട പന്ത്ര ണ്ട് വയസ്സ് തോന്നിക്കുന്ന എല്ലുന്തിയ ഒരു പയ്യൻ എനിക്ക് മുന്നി ലേക്ക് അവന്റെ പ്ലാസ്റ്റിക്ക് കൂട നീട്ടിപിടിച്ചു..

എന്നാ നല്ല സൂട് കടല ഇറുക്ക് സാർ?.

വേണാ തമ്പി.

എന്റെ ചിന്തകളുടെ നൂൽപ്പാലം മുറിഞ്ഞുപോയപ്പോൾ ഞാൻ മുഖം ചുളിച്ചു.. വിളറി കുഴിഞ്ഞകണ്ണുകളോടെ അവനെന്നെ ദയനീയമായി നോക്കിക്കൊണ്ട് തിരക്കുകളിലേക്ക് ഊളിയിട്ട് പോയി..

ആർത്തിരമ്പി തീരത്തോട് തല്ലുകൂടുന്ന തിരമാലയേക്കാൾ അസ്വസ്ഥമായിരുന്നു എന്റെ ബോധമനസ്സ്.. ചിതറി തെറിക്കുന്ന കടൽ മുത്തുകളുടെ ഉപ്പുറവ കവർന്നെടുത്ത് കാറ്റെന്നെ തണുപ്പിക്കാൻ ശ്രമിക്കുന്നുണ്ടായിരുന്നു.. പക്ഷെ വലിയൊരു അഗ്നിഗോളം നീറിപുകയുന്ന ആത്മാവിന്റെ വാതായനങ്ങൾ കടക്കാനുള്ള ആയുസില്ലാതെ അവ പാതിവഴിയിൽ മരിച്ചുവീണു.

"ഹേയ്.. ന്നാ വരെയാ?."

ങേ.

തോളിൽ ഒരു നനുത്ത കൈ മെല്ലെ തഴുകിയിറങ്ങുന്നതു പോലെ തോന്നി. ഞാൻ പെട്ടെന്ന് ഞെട്ടിത്തിരിഞ്ഞു നോക്കി.

പിന്നിൽ വശ്യമായ ഒരു ചിരിയോടെ ഒരുവൾ..

കാരമുള്ളുപോലെ നീട്ടിയെഴുതിയ തിളങ്ങുന്ന കണ്ണുകൾ എന്നെ കാമിക്കുന്നുണ്ട്.. നിറയെ മല്ലിപൂവ് തിരുകി, ഇഴയിട്ട് കെട്ടിയ മുടി മുന്നിലേക്ക് ഞാന്നുവീണു.. താമരതാളിന്റെനിറമുള്ള സാരിയാണ് അവളെ കൂടുതൽ സുന്ദരിയാക്കുന്നതെന്ന് തോന്നി.

'വരെയാ..'

'ങ്ങൂ ഹും..'

കടുംചായകൂട്ടുകൾ പടരാത്ത ചുണ്ടുകൾ ഒരിക്കൽകൂടി വിടർന്നു.. ഞാൻ വേണ്ടെന്ന് അർത്ഥത്തിൽ തലകുലുക്കി..

"എന്നാ.. ഇരുന്നൂറ് രൂപ കൊടുത്താ പോതും.. വായെ." സാരിയുടെ അരിക് മാറ്റി വിടർന്ന പൊക്കിൾചുഴി അവൾ എനിക്ക് നേരെ തുറന്നുപിടിച്ചു..

"വേണാ ക്കാ.."

"അക്കാവാ.. ഷരീ പോടാ.."

അവളുടെ ചിരി മെല്ലെ കറുത്തു..

മുഖം കോട്ടി, മുടി പിന്നിലേക്ക് വലിച്ചിട്ട് കൊണ്ടവൾ തിരിഞ്ഞു നടന്നു..

അവൾ സുന്ദരിയാണ്. അത് അംഗീകരിക്കാതിരിക്കാൻ ആവില്ല.. എങ്കിലും രതിയുടെ ദൂതുമായി വന്നൊരുവളെ സഹോദരിയായി സങ്കൽപ്പിച്ചു വിളിക്കുക എന്നുപറഞ്ഞാൽ ഈ തൊഴിലിൽ എത്രയൊക്കെ പ്രാവീണ്യം തെളിയിച്ചവളായാലും ദേഷ്യം വരും.. അത് നിസംശയം ഉറപ്പിക്കാൻ ഞാൻ വീണ്ടും അവളെ ഒന്നുതിരിഞ്ഞു നോക്കി.. അവൾ അൽപ്പംദൂരെ മാറിനിന്ന് എന്നെ ചൂണ്ടി കാണിച്ചു ആരോടോക്കെയോ എന്തൊക്കെയോ പറയുന്നുണ്ട്..

എന്നോടുള്ള കടുത്ത അമർഷമാണ് അവളുടെ മുഖത്തുള്ളതെന്ന് ഊഹിച്ചു ഞാൻ വെറുതെ ചിരിച്ചു..

പൂഴിമണൽ കുത്തിമെതിച്ചുകൊണ്ട് രണ്ട് കുതിരകൾ, ഒരു പെണ്ണിനേയും ചെറുക്കനെയും വഹിച്ചുകൊണ്ട് എനിക്ക് മുന്നിലൂടെ പതിയെ കടന്നുപോയി.. ഇടയ്ക്ക് അവ ചീറ്റുന്നുണ്ടായിരുന്നു.. കുതിരക്കാരൻ മൂക്ക് കയറിൽ പിടിച്ച് അവയെ നിയന്ത്രിക്കാൻ ശ്രമിക്കുകയാണ്. നിർദ്ദോഷികളായ ജീവികൾക്കുപോലും സ്വാതന്ത്ര്യം നിഷേധിക്കുന്ന ഈ ഇരുകാലി മൃഗമാണ് സ്വന്തം സ്വാതന്ത്ര്യത്തിനു വേണ്ടി മുറവിളികൂട്ടുന്നത്.. എന്തൊരു വിരോധാഭാസമാണ്..

ഒരുതരത്തിൽ അല്ലെങ്കിൽ മറ്റൊരുതരത്തിൽ നമ്മളെല്ലാവരും ആരുടെയെങ്കിലും നിയന്ത്രണത്തിലാണല്ലോ..?

ഞാൻ എന്റെ ആലോചകൾക്ക് അവധികൊടുത്തു ചുറ്റും നോക്കി..

മണൽ തരികളെക്കാളേറെ ജന നിബിഢമാണ് തീരം..

ഭാര്യ, ഭർത്താവ്, കുട്ടികൾ, കമിതാക്കൾ, സൗഹൃദകൂട്ടായ്മകൾ, പലതരം കച്ചവടക്കാർ, മുടിഴകളിൽ വെള്ളകീറി പ്രായം മറന്നുപോയവർ, അരവയർ നിറയ്ക്കാൻ ശരീരം വിൽക്കുന്നവർ. അങ്ങിനെയങ്ങിനെ പലരും അവിടെ സ്നേഹം പങ്കുവയ്ക്കുകയാണ്.. ഒരുചാൺ ദൂരപരിധിയിൽ അനേകം ചെറുദ്വീപുകൾ രൂപപ്പെട്ടതുപോലെയുണ്ട്..

പങ്കുവയ്ക്കപ്പെടുമ്പോൾ മാത്രം പകിട്ടേറുന്ന ഒന്നാണ് സ്നേഹം.. പലരും അതിനെ പല പല പേരിട്ട് വിളിക്കുന്നുവെന്ന് മാത്രം..

അവധിയെടുത്തുപോയ ചിന്തകൾ അത് മറന്നുപോയിരിക്കുന്നു.. ഞാൻ വീണ്ടും കടലാഴങ്ങളിലേക്ക് മിഴിയേറിഞ്ഞു.. ആരൊക്കെയോ അവിടെ മുങ്ങി നിവർന്നുല്ലസിക്കുന്നത് കാണാം..

ഞാൻ വാച്ചിലേക്ക് നോക്കി സമയം ഒമ്പത് മണിയായിരിക്കുന്നു..

"എന്തേ പോരുന്നോ?"

ങേ..

ഞാൻ വെട്ടിത്തിരിഞ്ഞു നോക്കി.. വിളറിയ ചിരിയോടെ നാൽപ്പത് കഴിഞ്ഞൊരു സ്ത്രീ എന്നെ നോക്കി നിൽക്കുകയാണ്..

"മലയാളിയാണല്ലേ?"

"അതേ.. നിങ്ങൾക്കെങ്ങനെ?"

മനസിലായി എന്നാവും.. ഉത്തരം ദേ ഇവിടെ തന്നെയുണ്ട്.

ദേ അവൾ..

അവർ തിരിഞ്ഞു നോക്കുന്നതുകണ്ട് ഞാനും പിന്നിലേക്ക് മെല്ലെ ഒന്ന് കണ്ണോടിച്ചു..

എന്നെ മോഹിച്ചുവന്നവൾ, അല്ല ഞാൻ അവൾക്കിടാൻ പോകുമായിരുന്ന വിലകൊതിച്ച് എന്റെയരികിൽ ആദ്യം വന്നവൾ മറ്റൊരാളുമായി നടന്നുപോകുന്നുണ്ടായിരുന്നു..

"ഞാൻ അതിന് അവരോട് മലയാളത്തിൽ ഒന്നും സംസാരിച്ചില്ലല്ലോ.. പിന്നെയവരെങ്ങിനെ?"

"സംസാരിച്ചില്ല, അത് തന്നെയായിരുന്നു കുഴപ്പം.. ഞങ്ങളെ പോലെയുള്ളവരെ അക്കാ എന്ന് വിളിക്കാനുള്ള ധൈര്യം ഒരു മലയാളിക്ക് മാത്രമേയുള്ളുവെന്ന് അവൾക്കുമറിയാം.. "

ഹാ..

ഞാൻ ഒരു ചിരിയോടെ ഒരിക്കൽകൂടി പിന്നിലേക്ക് നോക്കി.. അവൾ അയാൾക്കൊപ്പം നടന്ന് എങ്ങോമറഞ്ഞുപോയിരിക്കുന്നു..

"ഞാനിവിടെ ഇരുന്നോട്ടെ?"

"പിന്നെന്താ.. ഈ തീരം എന്റെയല്ല.."

"എങ്കിലും നിങ്ങളുടെ അരികിൽ ഇരിക്കാൻ അനുവാദം തരേണ്ടത് നിങ്ങളാണ്.."

"ങാ.. നിങ്ങൾക്ക് പോകാൻ തോന്നുന്നതുവരെ ഇവിടിരിക്കാം.."

അവർ ഒരു ചിരിയോടെ എന്റരികിൽ ഇരുന്നു.. പെട്ടെന്ന് അവരുടെ മൊബൈൽ റിംഗ് ചെയ്തു.. ഹാൻഡ് ബാഗിൽ നിന്ന് അതെടുത്തുനോക്കി ഈർഷ്യയോടെ അതുകട്ടാക്കി.. ഡിസ്പ്ലേയുടെ നേർത്ത വെളിച്ചത്തിൽ ഞാൻ അവരുടെ മുഖത്തേക്ക് സൂക്ഷിച്ചു നോക്കി.. കുഴിഞ്ഞ കൺതടങ്ങളിലും, കവിളിലുമുള്ള ചുളിവുകളെ പൊതിഞ്ഞ ഫൗണ്ടേഷൻ വിയർപ്പിൽ ഇളകിയറച്ചു നിൽക്കുന്നുണ്ട്.. മൂക്കിൽ ഒരു പതിഞ്ഞ മൊട്ടുകമ്മൽ തിളക്കം നഷ്ടപ്പെട്ടുറങ്ങി പോയിരിക്കുന്നു.. കൺകോണുകളിലെ നനവിൽ കരിമഷി പടർന്നിട്ടുണ്ടായിരുന്നു. വാടിതളർന്ന മല്ലിപൂക്കൾ അവരുടെ മുടിയിഴകളിൽ അരോചകമായി എനിക്ക് തോന്നി.. നെറ്റിയിൽ ഒരു ചെറിയ ചുവന്ന നീളൻപൊട്ട്.. നിലാവിൽ നീലിച്ചതുപോലെ തോന്നിക്കുന്ന സാരി മാത്രമേ അവരിൽ അഴക്കുള്ളതായി തോന്നിയുള്ളൂ.. ഇരിപ്പിൽ ഉന്തി മടങ്ങിയ വയറിന് കുറുകെ അവർ മുന്താണി കൊണ്ട് അടച്ചുകെട്ടി..

"എന്താ ഇങ്ങനെ നോക്കുന്നത്?."

"ഏയ് ഒന്നുമില്ല.."

കാറ്റിൽ പറന്ന് തുടങ്ങിയ കന്നത്തിലെ നര വീണമുടിയിഴകൾ വിരൽക്കൊണ്ട് ഒതുക്കി വെച്ചവർ എന്നെനോക്കി..

മൊബൈൽ വീണ്ടും റിംഗ് ചെയ്തു.. അവരത് എടുത്തുനോക്കി, കട്ട് ചെയ്തശേഷം ഓഫാക്കി ബാഗിന്റെ ചെറിയ കള്ളിയിലേക്ക് തിരുകിക്കയറ്റി..

"എടുക്കായിരുന്നില്ലേ?" എന്തെങ്കിലും അത്യാവശ്യമുള്ളത് കൊണ്ടായിരിക്കും പിന്നെയും വിളിക്കുന്നത്..

''ഏയ്.. എന്നെയെന്നും കൊണ്ടുവിടാറുള്ള ഓട്ടോ ഡ്രൈവർ മണിയപ്പനാണ്.. അല്ലെങ്കിലും അവന്റെ ആവശ്യങ്ങൾ എന്നെകൊണ്ടല്ല, എന്റെ ശരീരത്തെ കൊണ്ടാണ്.. ഇന്നിനി മറ്റൊരാൾക്ക് മുന്നിൽക്കൂടി മടികുത്തഴിക്കാൻ വയ്യാ.."

"സൂട് കടല വേണമാ സാർ.."

"വേണാപ്പാ.."

പൈനാപ്പിളുമായി ആദ്യംവന്ന പയ്യൻ ഒരു ഉപഗ്രഹം പോലെ കറങ്ങിതിരിഞ്ഞു വീണ്ടുമെന്റെ മുന്നിൽ വന്നിരിക്കുന്നു.. എന്നെകണ്ടപ്പോൾ അവന്റെ മുഖത്തെ ചിരിമാഞ്ഞു.

"നില്ലപ്പാ.. രണ്ട് പൊതി കൊടുങ്കോ.."

അവരുടെ പിൻവിളികേട്ട് പോകാനൊരുങ്ങിയ അവൻ തിരിഞ്ഞുനിന്ന് രണ്ടുപൊതി കടലയെടുത്ത് എനിക്ക് നേരെ നീട്ടി.. അവർ ബാഗിലെ ചെറിയ അറതുറന്ന് ചുരുട്ടിവെച്ച പത്തിന്റെ രണ്ട് മുഷിഞ്ഞ നോട്ടുകൾ അവന് കൊടുത്തു.. അവനത് വാങ്ങി കൈനെറ്റിയിൽവെച്ചു ഞങ്ങൾക്ക് സലാം പറഞ്ഞു വിൽപ്പനചരക്കുകൾ ഉറക്കെ വിളിച്ചു പറഞ്ഞുകൊണ്ട് നടന്നുപോയി..

"എനിക്ക് വേണ്ടിയിരുന്നില്ല.."

"ഉം.. എന്നാലും ഈ തണുപ്പ് വീണുതുടങ്ങിയ രാത്രിക്ക് അൽപ്പംചൂട് കിട്ടുന്നത് നല്ലതല്ലേ.. കഴിക്കു.."

അവർ എന്നെനോക്കി അർത്ഥംവെച്ചു പുഞ്ചിരിച്ചു.. കൈയിലിരുന്ന പൊതിയിൽ ഒന്ന് ഞാനവർക്ക് നീട്ടി..

"അല്ലെങ്കിലും അവരൊന്നും ഇത് വിറ്റ് കിട്ടിയിട്ട് കൊട്ടാരം പണിയാമെന്ന് ആഗ്രഹിക്കുന്നവരല്ല.."

"അപ്പൊ നിങ്ങളോ?"

“ഞങ്ങളും.. പക്ഷെ കൊട്ടാരമുള്ളവരിൽ പലരും പലരാത്രിയിലും ഞങ്ങളെ തിരക്കിവരാറുണ്ട്..”

“അതുമൊരു ഭാഗ്യമാണ്..”

“പിന്നല്ലാതെ..”

അവർ ഒന്നുറക്കെ ചിരിച്ചു..

എന്നും വിശപ്പിനോട് പൊരുതി ജയിക്കുന്നവരാണ് ഈ ലോകത്തിലെ ഏറ്റവും വലിയ ഭാഗ്യശാലികൾ.. എന്നിട്ടും കണക്കെടുത്തു നോക്കിയാൽ ഏറ്റവും കൂടുതൽ ആളുകൾ മരിക്കുന്നതും പട്ടിണിയും വിശപ്പും കൊണ്ടാണ്..

ഞാൻ അവരുടെ മുഖത്തേക്ക് നോക്കിയതല്ലാതെ മറുപടിയൊന്നും പറഞ്ഞില്ല..

“ബോറടിച്ചു ല്ലേ..”

“ഏയ്..”

എത്രയാവർത്തിച്ചാലും ചില സത്യങ്ങൾ അംഗീകരിക്കാൻ ബുദ്ധിമുട്ടാണ്.. ങാ.. ഞാൻ പേര് ചോദിക്കാൻ വിട്ടു..

“ജോർജ്..”

“ജോർജ്.. എന്നിട്ട് നെറ്റിയിൽ കുറിയുണ്ടല്ലോ..”

“അതെന്താ നസ്രാണികൾക്ക് കുറി തൊട്ടൂടെ.. ”

എന്ന് ഞാൻ പറഞ്ഞില്ല. എന്നാലും പേരും രൂപവും തമ്മിലൊരു പൊരുത്തക്കുറവ്.

“ഹ ഹ ഹ.. എന്റെ ഭാര്യ ഹിന്ദുവാണ്. ഇന്ദു, കടുത്ത ശിവഭക്തയാണ്..”

പെട്ടെന്ന് അവരെന്തൊ ആലോചിച്ചതുപോലെ മുഖം മാറ്റി..

“എന്തേ?”

“ഏയ് ഒന്നുമില്ല.. നിങ്ങൾ കല്യാണം കഴിച്ചതാണല്ലേ.. കണ്ടാൽ പറയില്ല..”

അവർ ചിരിക്കാൻ ശ്രമിച്ചു..

ഏതൊരാളുടെയും അകവും പുറവും തമ്മിൽ രാത്രിയും പകലുംപോലെ അന്തരമുണ്ടാവില്ലേ. കണ്ടാൽ മനസിലാവുന്നതായിരിക്കില്ല പലരുടെയും ഉള്ളടക്കം.. അതുകൊണ്ട് രൂപംനോക്കി വിലയിരുത്തിയാൽ നമ്മൾക്ക് തെറ്റുപറ്റും..

“ശരിയാണ്.. ”

“അതേ.. ഇപ്പോഴും നിങ്ങളെന്റെ അരികിലിരുന്ന സംസാരിക്കുന്നില്ലേ? സത്യത്തിൽ അത് എന്തിനെന്നുപോലും എനിക്ക് മനസിലായിട്ടില്ല..”

ഉത്തരം ലളിതമാണ്.. നിങ്ങളെന്നെ തിരഞ്ഞു രണ്ട് മൂന്ന് വട്ടം വന്നിരുന്നുവെന്നു മണിയൻ പറഞ്ഞിരുന്നു. അവൾ നിങ്ങളെ ചൂണ്ടി കാണിക്കുംവരെ ഞാനത് മറന്ന് പോയിരുന്നതുമാണ്..

ഇത്രേവേഗം നിങ്ങളെന്നെ തിരിച്ചറിയുമെന്നു ഞാൻ കരുതിയില്ല..

ഞാൻ ഒന്ന് ചിരിച്ചു.. അവരും..

പത്തുമിനിറ്റുപോലും നിലനിൽപ്പില്ലാത്ത ഒരു രാത്രി സുഖത്തിന് വേണ്ടിയല്ലാതെ ആരും എന്നെ തിരഞ്ഞുവരാറില്ല.. ഒരാൾ ഇല്ലെങ്കിൽ മറ്റൊരാൾ, ഈ ജോലിയിൽ കഴിവ് തെളിയിച്ച വേറെയും ആളുകളുള്ളതുകൊണ്ട് ഒരിക്കൽ വന്നവർ പിന്നീട് വരണമെന്നുമില്ല.. പക്ഷെ വീണ്ടും വീണ്ടും എന്നെ തിരഞ്ഞൊരാൾ വരണമെങ്കിൽ അതിന് പിന്നിൽ എന്തെങ്കിലും കാരണം കാണുമെന്ന് ഊഹിച്ചു..

അകാരണമായി ഒന്നും സംഭവിക്കാറില്ല. നമ്മൾ അറിയാത്ത പലതും ഓരോന്നിനു പിന്നിലും കാണും..

"നിങ്ങളൊരെഴുത്തുകാരനാണെന്ന് തോന്നുന്നു.."

"തോന്നൽ മുഴുവനായി തെറ്റിയിട്ടില്ല.. എന്നാലും തെറ്റി.. ഞാനൊരു സഹസംവിധായകനാണ്, സ്വന്തമായി ഒരു സിനിമ ചെയ്യണമെന്ന മോഹത്തിന്റെ പേരിൽ പച്ചയായൊരു കഥ തേടിയലഞ്ഞപ്പോഴാണ് നിങ്ങളെക്കുറിച്ചറിയുന്നത്.. എന്നാൽ നിങ്ങളെയൊന്ന് കേൾക്കാം എന്നു കരുതി.. പക്ഷെ ഇന്നത്തെ ഈ അഭിമുഖം ഞാൻ തീരെ പ്രതീക്ഷിക്കാത്ത സമയത്തായി എന്നുമാത്രം.."

"പ്രതീക്ഷിക്കുന്നത് അല്ലല്ലോ ആരുടെയും ജീവിതത്തിൽ സംഭവിക്കുന്നത്.."

അവർ പൊതിതുറന്ന് ബാക്കിയുള്ള കടലകൾ കൈയിലേക്കിട്ട് പതിയെ മുകളിലേക്ക് തട്ടി.. അടർന്നുവീണ കനം കുറഞ്ഞ തൊലികൾ കാറ്റിൽപറന്ന് മാറി..

"നമുക്കൊന്ന് നടന്നാലോ?"

"ഞാനും അത് ആലോചിച്ചു.."

അവർ പതിയെ എഴുന്നേറ്റു നടന്നു പിന്നാലെ ഞാനും..

"ഇന്ന് രാത്രി നല്ലൊരു മഴയ്ക്കുള്ള കോള് കാണുന്നുണ്ട്.."

"അത് വെറും തോന്നലാണ്.. കാറ്റിനെ വിശ്വസിച്ചു കൂടാ... അവൻ അവരെ ഉന്തി തള്ളി അതിർ കടത്തും.. നമ്മൾ കാത്തിരിക്കുന്നത് മാത്രം വെറുതെയാവും.."

"കാത്തിരിപ്പും ഒരു സുഖമല്ലേ?"

"സ്നേഹിക്കുന്ന ആരെങ്കിലും ഒരാൾ ഈ ഭൂമിയിലെ ഏതെങ്കിലുമൊരു കോണിൽ ഉണ്ടെങ്കിൽ. ഉണ്ടെങ്കിൽ മാത്രം.. കണ്ടോ ഞാൻ പറഞ്ഞത് ഇപ്പൊ ശരിയായില്ലേ?"

അവർ പെട്ടെന്ന് മുകളിലേക്ക് നോക്കി. പിന്നാലെ ഞാനും.. കാറ്റ് കാർമേഘത്തെ കെട്ടിവലിച്ചുകൊണ്ട് പോകുന്നുണ്ടായിരുന്നു..

"എന്നെക്കുറിച്ചറിഞ്ഞതുകൊണ്ട് നിങ്ങൾക്കെന്താണ് ഗുണം?"

"ഞാൻ പറഞ്ഞല്ലോ പച്ചയായൊരു ജീവിതകഥയ്ക്കപ്പുറം മറ്റൊന്നും ഞാൻ പ്രതീക്ഷിക്കുന്നില്ല, ആഗ്രഹിക്കുന്നില്ല".

"അപ്പൊ എനിക്കുള്ള നേട്ടമെന്താണ്?"

"അതിനുള്ള ഉത്തരം കഥകേട്ടശേഷം പറയുന്നതല്ലേ നല്ലത്.."

ഞാൻ അവരുടെ കണ്ണിലേക്ക് നോക്കി..

"പണത്തിന് വേണ്ടി മടിക്കുത്തഴിക്കുന്ന ഏതൊരുവൾക്കും പറയാനെന്നും ഓരോ കഥ കാണും.. ഒരു പ്രണയത്തിന്റെ, ഒരു വിശ്വാസ്യതയുടെ, അതിലെ ചതിയുടെ, വഞ്ചനയുടെ, അതിലുപരി പട്ടിണിയുടെ.."

"പട്ടിണി കാരണം ഒരാൾക്ക് മുന്നിൽ വഴങ്ങികൊടുത്ത ഒരു പെണ്ണിനേയും കുറിച്ചു ഞാനറിഞ്ഞിട്ടില്ല.."

"അകാരണമായി ഒന്നും സംഭവിക്കാറില്ലെന്നു നിങ്ങൾ തന്നെയാണ് അൽപ്പംമുൻപ് പറഞ്ഞത്.. സ്വയം വിശന്നിരുന്നാലും കൂടെയുള്ളവരുടെ വയറുകൾ ആളികത്തുന്നത് കാണുമ്പോൾ ഏത് പെണ്ണും ഒന്ന് പകച്ചുപോകും.. ആ തീ കെടുത്താനുള്ള പരക്കം പാച്ചിലിൽ മുതലെടുക്കുന്നവർ ഏറെയാണ്.."

"മുതലെടുക്കാൻ ഏറ്റവും നല്ല മാർഗവും ഒരാളെ സ്നേഹം കാണിച്ചു പറ്റിക്കുക എന്നതാണ്.."

"എല്ലാവരും അങ്ങിനെയാകണമെന്നില്ലല്ലോ.."

"എന്ന് ഞാനും പറഞ്ഞില്ല.. പക്ഷെ ഈ തൊഴിലിൽ എത്തിപ്പെട്ടവരിൽ നൂറിൽ തൊണ്ണൂറുപേരും ഏതോ ഒരു വിശ്വാസത്തിന്റെ പേരിൽ ഇരകളായവരാണ്.."

അവരുടെ ശബ്ദത്തിന്റെ തീവ്രത കൂടി.. എതിരെ നടന്ന് വരുന്നവരിൽ പലരും ഞങ്ങളെ മാറി മാറി നോക്കുന്നുണ്ടായിരുന്നു..

"നമുക്കൊരോ ചായ കുടിച്ചാലോ?"

ഞാൻ വിഷയം മാറ്റാൻ ശ്രമിച്ചു.. പെട്ടെന്നവർ നടപ്പിന്റെ വേഗത കുറച്ചുകൊണ്ട് എന്നെയൊന്ന് നോക്കി..

"ഈ തണുപ്പിൽ കപ്പലണ്ടിയേക്കാൾ നല്ലത് ചൂടുള്ളൊരു ചായയാണ്.."

ഞാൻ അവരെ നോക്കി പുഞ്ചിരിച്ചുകൊണ്ട് മേലോട്ട് നോക്കി.. മേഘങ്ങൾ പിന്നെയും കറുത്തശീലകൊണ്ട് ചന്ദ്രനെ ഒപ്പിച്ചിരിക്കുന്നു..

ഒരു ദീർഘ മൗനത്തിന് ശേഷം അവർ എന്നെ നോക്കി സമ്മതഭാവത്തിൽ തലകുലുക്കി.. ഞങ്ങൾ തീരത്തുനിന്ന് അൽപ്പം കൂടി മുന്നോട്ടുനടന്നു.. റോഡിലേക്കുള്ള നടപ്പാതയുടെ ഒരുവശത്തെ ഒരു പെട്ടികടക്കാരനോട് ഞാൻ രണ്ട് ചായ പറഞ്ഞു.. അവിടെമാകെ സായാഹ്ന സവാരിക്കാരുടെ നല്ല തിരക്കുണ്ടായിരുന്നു..

കടയോട് ചേർന്ന ചായ്പ്പിൽ കടകാരന്റെ സഹായി വലിയ ചട്ടിയിലെ തിളച്ചുമറിയുന്ന എണ്ണയിൽ പരിപ്പുവട മുക്കിപൊരിക്കുകയാണ്..

ഉള്ളിയും മുളകും തിളച്ചുമൊരിയുന്ന മണം വീശുന്നുണ്ടായിരുന്നു.

ആഹാ.

എന്റെ നാവിൽ വെള്ളം കിനിഞ്ഞു തുടങ്ങി..

എണ്ണ പകർന്ന് മാറ്റിയ വടകളിൽ കുറച്ചു, പയ്യൻ മുൻവശത്തെ ചില്ല് കൂട്ടിലേക്ക് കുടഞ്ഞിട്ടുകൊണ്ട് അതിന്റെ പ്ലൈവുഡ് വാതിൽ വലിച്ചടച്ചു.. ചില്ലിനുമുകളിൽ ഘനീഭവിച്ച നേർത്ത നീരാവിസുഷിരങ്ങൾ പൊട്ടിപോകും മുൻപേ ചില്ലുകൂട് ശൂന്യമായി, വീണ്ടും വരാനുള്ള ചൂടുള്ള അതിഥികളെ കാത്തിരിക്കാൻ തുടങ്ങി.. ചൂടൻ പരിപ്പ് വടയും എരിവുള്ള തക്കാളി ചമ്മന്തിയും.. പിന്നിൽ അലയടിക്കുന്ന കടൽ എന്റെ കവിളുകൾക്കുള്ളിൽ നിറഞ്ഞു തുളുമ്പുന്നതുപോലെ..

രണ്ട് പരിപ്പ് വട കൂടി..

കടക്കാരൻ രണ്ട് ഡിസ്പോസിബിൾ ഗ്ലാസ്സിൽ ചായയൊഴിച്ചു മുന്നിലേക്ക് വെച്ചു.. ഒപ്പം ചെറിയ ഡിസ്പോസിബിൾ പ്ലേറ്റിൽ ചമ്മന്തിയിൽ പൊതിഞ്ഞ രണ്ട് പരിപ്പ് വടയും.. ഞാൻ കാശ് കൊടുത്ത് തിരികെ നടന്നു..

അൽപ്പം മാറി പഴയൊരു ഫൈബർ വള്ളത്തിൽ ചാരി, കടലിന്റെ അതിരുകളിലെവിടെയോ നഷ്ട്ടപ്പെട്ടുപോയ സൂര്യനെ തിരയുന്ന പകലിനെപോലെ ആഴിയിലേക്ക് നോക്കി നിൽക്കുകയായിരുന്നു അവർ..

"എന്താ ഇവിടെ മാറിനിന്നത്?"

"അതോ.. അത് എനിക്ക് ആൾക്കൂട്ടം പേടിയാണ്.."

"അതെന്തേ..?"

പകൽ മാന്യൻമാരുടെ കൂട്ടങ്ങൾ ചെന്നായ്ക്കളെപോലെയാണ്. രാത്രിമടികുത്തഴിച്ചവനും, കടം പറഞ്ഞു പോയവനുമാവും ആൾകൂട്ടത്തിൽ നമ്മളെക്കണ്ടാൽ ആദ്യം ചീറ്റുന്നത്.. അപ്പോൾ പിന്നെ പേടിക്കാതെ നിവർത്തിയില്ല

"ഉം.. ദാ ഇത് കഴിക്കൂ.."

ഞാൻ ഗ്ലാസ്സിന് മുകളിൽ പ്ലേറ്റ് വെച്ചുകൊണ്ട് അവർക്ക് നീട്ടി.. അവരത് ആഗ്രഹിച്ചിരുന്നുവെന്നു അവരുടെ വിടർന്ന കണ്ണുകൾ പറയുന്നുണ്ടായിരുന്നു..

മറുത്തൊന്നും പറയാതെ അവരത് വാങ്ങിക്കൊണ്ട് എനിക്കൊരു പുഞ്ചിരി സമ്മാനിച്ചു.. ഞാൻ തിരിച്ചും..

"എന്നോട് ഇതുവരെയും, ആരും ഇങ്ങനെയൊരു ഔദാര്യം കാണിച്ചിട്ടില്ല.."

"ഒരു കഥ തേടി നിങ്ങൾക്ക് പിന്നാലെവന്നത് ഞാനല്ലേ? അപ്പോൾ പിന്നെ ഇതൊരു ഔദാര്യമായി കാണണ്ട. സഹജീവികൾക്കും വിശപ്പുണ്ടെന്നുമനസിലാക്കാൻ കഴിയുന്ന ലോകത്തിലെ ഒരേയൊരു ജീവി മനുഷ്യനാണ്.."

അവർ എന്നെ സ്നേഹർദ്രമായ അവരുടെ നോട്ടത്തിന്റെ ആഴങ്ങളിൽ മുക്കിയെടുക്കയാണ്..

"വയനാട്ടിലെ കൊച്ചുവീട്ടിൽ പന്ത്രണ്ടാംവയസിൽ എന്റെ അച്ഛൻ മരിക്കുന്നതുവരെ ലോകത്തിലെ ഏറ്റവും ഭാഗ്യവാതിയായ മകൾ ഞാനാണെന്ന അഹങ്കാരമായിരുന്നു എനിക്ക്.. ദൈവത്തിന് അത് ഇഷ്ട്ടപ്പെട്ടു കാണില്ല. അതാവും പെട്ടെന്നൊരു നെഞ്ചുവേദന കൊടുത്ത് അച്ഛനെ ദൈവം തിരിച്ചുവിളിച്ചത്.. എന്റെ ലോകം പെട്ടെന്ന് ഇരുട്ടിലായതുപോലെ ആ വീട്ടിൽ ഞാനും അമ്മയും തനിച്ചായി.. പിന്നെ രണ്ട് വർഷത്തോളം അമ്മയുടെ ഇളയ അനിയന്റെ കൂടെ.. എനിക്ക് പതിനാറ് വയസായപ്പോഴാ അമ്മയെ അവർ മറ്റൊരു വിവാഹം കഴിപ്പിച്ച് വിട്ടത്.. അമ്മാവനെപോലെ അയാളും നല്ല സ്നേഹമുള്ള മനുഷ്യനായിരുന്നു".

"ഉം.. എന്നിട്ടും നിങ്ങളെങ്ങിനെ ഇവിടെ?"

ഞാൻ സംശയത്തോടെ അവരെ നോക്കി.. പക്ഷെ അവരെന്നെ ശ്രദ്ധിക്കാതെ ചൂടുചായ അൽപ്പം കുടിച്ചിറക്കി..

"പതിനാറ് വയസ്സുവരെ അമ്മാവനാലും, അതിനുശേഷം രണ്ടാനച്ഛനാലും നിർദ്ദയം പിച്ചിചീന്തപ്പെട്ടൊരു പെണ്ണ് പിന്നെ എവിടെയെത്തുമായിരുന്നു?."

"ങേ.."

"ഞെട്ടേണ്ട.. ചില സത്യങ്ങൾ അങ്ങിനെയാണ് പറഞ്ഞാൽ ആരും വിശ്വസിക്കണമെന്നില്ല.."

"പക്ഷെ അവരൊക്കെ വളരെ സ്നേഹമുള്ളവരായിരുന്നു വെന്ന് പറഞ്ഞിട്ട്?."

അവരുടെ വാക്കുകൾ എന്റെ തലച്ചോറിന്റെ ഭ്രമണപഥത്തെ പിളർത്തിക്കളഞ്ഞു.

"അതും സത്യമാണ്.. അവരൊക്കെ വളരെയേറെ എന്നെ സ്നേഹിച്ചിരുന്നവരാണ്. മാസമുറയുടെ വേദനപോലും നോക്കാതെ നിഷ്ക്കരുണം ഉപയോഗിച്ചുവലിച്ചെറിഞ്ഞ് അവരെന്നെ സ്നേഹിച്ചിരുന്നു.. ഒരു പെൺകുട്ടിയുടെ ശരീരത്തിൽ പ്രായോഗികമല്ലാത്ത പലതും, പല ആവർത്തി ചെയ്തും, ചെയ്യിപ്പിച്ചും അവരെന്നെ സ്നേഹിച്ചിട്ടുണ്ട്.. എഴുന്നേറ്റ് നിൽക്കാനോ, ഒന്നുറക്കെ കരയാൻ പോലുമാവാതെ തളർന്ന് പോയപ്പോഴും അവർക്കെന്റെ ശരീരത്തോട് അടങ്ങാത്ത സ്നേഹമായിരുന്നു. നാല് വർഷത്തിനിടയിൽ മൂന്ന് അബോർഷൻ നടത്തിയും, എന്റെ പിഞ്ചുപെണ്ണുടലിനെ അവര് വല്ലാതെ സ്നേഹിച്ചുകൊന്നിരുന്നു.."

"അപ്പൊ അമ്മ.. അമ്മ.. യോടെങ്കിലും എല്ലാം തുറന്ന് പറയമായിരുന്നില്ലേ.."

എന്റെ തൊണ്ടയിടറി വാക്കുകൾ ദ്രവിച്ചുപോകുന്നതുപോലെ തോന്നി..

"ഞാൻ പറയുന്നത് കേൾക്കാനുള്ള മനസ്സൊന്നും അവിടെയാർക്കും ഉണ്ടായിരുന്നില്ല.. എന്റെ അടിവയർ പിളർന്ന് പോയ വേദനയെക്കാളും അമ്മാവനും രണ്ടാനച്ഛനും പറഞ്ഞ ബാലിശമായ, മധുരമുള്ള നുണകളായിരുന്നു അവർക്ക് വലുത്.. അമ്മാവന്റെയും രണ്ടാനച്ഛന്റെയും ഒരു തുറിച്ചുനോട്ടത്തിൽ പതറിപ്പോകുന്ന വെറുമൊരു പെണ്ണ് മാത്രമായിരുന്നു എന്റെ അമ്മ.."

"എങ്കിലും സത്യം അതല്ലെന്ന് അവര് അറിഞ്ഞു കാണില്ലേ?"

"അറിഞ്ഞാലും അവർ അറിയാത്തതുപോലെയെ ജീവിക്കൂ.. രണ്ടാനച്ഛനും അയാളുടെ അനിയനും അരനാഴിക വ്യത്യാസത്തിൽ കിടപ്പറയൊരുക്കി ശീലിച്ച അവർ അതൊന്നും അറിഞ്ഞതായി ഭാവിക്കില്ലെന്നു തന്നെയാണ് എന്റെ വിശ്വാസം.. ഈ ഭൂമിയിൽ പുറംലോകമാറിയതെ മൂടിപോയ അനേകം സത്യങ്ങളുണ്ട്.. അതിലൊരെടിൽ ഞാനും ഒതുങ്ങിപോയിരിക്കാം.."

"ഒരു പക്ഷെ ഇപ്പൊ എന്നെ നാട്ടുകാർ വിളിക്കുന്ന ഈ പേര് അവർക്കായിരുന്നു ഏറ്റവും ചേരുക എന്ന് എനിക്ക് തോന്നി യിട്ടുണ്ട്.."

അവരുടെ കണ്ണുകളിൽ പെട്ടെന്ന് വലിയൊരു ജലഗോളം ഉരുണ്ടുകൂടി നിയന്ത്രണം നഷ്ട്ടപ്പെട്ട ഭൂമിയെപ്പോലെ താഴേയ്ക്ക് പതിച്ചുകൊണ്ടിരുന്നു.. എന്നിട്ടും അവർ പടിഞ്ഞാറൻ ആഴിയിലെ ശൂന്യതയിലേക്കുള്ള നോട്ടം മാറ്റിയില്ല.. എന്റെ തൊണ്ടവരണ്ടു ണങ്ങി വിലങ്ങിപോയി.. ഞാൻ ഗ്ലാസ്സിലെ തണുത്തുപോയ ചായ വേഗത്തിൽ വലിച്ചുകുടിച്ചു ഗ്ലാസ് ചുരുട്ടിയെറിഞ്ഞു..

ആകാശത്തെ കറുത്തകുടയുടെ മറവിൽ ചന്ദ്രൻ അപ്പോഴും വീർപ്പുമുട്ടുന്നുണ്ടായിരുന്നു..

വിദൂരതയിൽ നിന്നൊരു ഉൽക്ക പതിച്ചതുപോലെ ശക്തി യിൽ പെട്ടെന്ന് മഴ ആർത്തിരമ്പിയിറങ്ങി..

തീരം കവർന്ന സഞ്ചാരികളെല്ലാം അഭയാർത്ഥികളെ പോലെ പലദിക്കിലേക്ക് പലായനം ചെയ്യുകയാണ്.. പക്ഷെ അവ രും ഞാനും മാത്രം ആ മഴയുടെ നോവുകളെ ഹൃദയത്തിൽ ഏറ്റുവാങ്ങി ഒരു നിർജ്ജീവ ശിലപോലെയായി പോയിരുന്നു.. പെയ് തിറങ്ങുന്ന മഴയുടെ മൗനത്തിന് പോലും നോവുകളുണ്ടെന്ന് ഞാൻ തിരിച്ചറിയുകയായിരുന്നു..

"മഴ കുറയുമെന്ന് തോന്നുന്നില്ല. നമുക്കെവിടെയെങ്കിലും കയറി നിന്നാലോ?"

നിങ്ങൾ പൊയ്ക്കോളൂ.. ഒരുറപ്പുമില്ലാത്ത ഈ മഴയുടെ സ്വാ തന്ത്ര്യമെങ്കിലും ഞാൻ കുറച്ചു നേരത്തേക്കെങ്കിലും ഒന്നാസ്വദി ച്ചോട്ടെ.. അവരുടെ മുഖത്തെ ചായ കൂട്ടുകൾ നനഞ്ഞൊലിച്ചിറങ്ങി പോയിരിക്കുന്നു.. നാരുകൾ അടക്കി വെച്ചതുപോലെ മുഖത്തെ ചുളിവുകൾ തെളിഞ്ഞുതുടങ്ങി.. ഞാൻ അവരുടെ സ്വാതന്ത്ര്യത്തെ ഹനിക്കാതെ അടുത്ത് കണ്ട കൂൾഡ്രിങ്ക്സ് കടയുടെ നീട്ടി കെട്ടിയ ഇറയത്തേക്ക് പതിയെ മാറികൊടുത്തു.. പെട്ടെന്ന് എന്റെ മൊ ബൈൽ റിംഗ് ചെയ്തു..

ഞാ ഇന്ദു.. ഇല്ല.. ഞാൻ എത്തിയില്ല.. അന്ന് പറഞ്ഞ അവരു മായി സംസാരിക്കുകയാണ്.. ഞാൻ വിളിക്കാം..

ഞാൻ കോൾ കട്ട് ചെയ്തു വാച്ചിലേക്ക് നോക്കി സമയം പതിനൊന്നുപത്ത്.. കാൽനടക്കാരിൽ പലരും കിട്ടിയ വാഹനത്തിൽ കയറി രക്ഷപെടുകയാണ്.. നേർത്ത കമ്പി ഞാന്നിറങ്ങുംപോലെ ആകാശം മഴയുടെ ഭാരം കുറച്ചു കൊണ്ടിരുന്നു..

"സമയം ഒരുപാടായി പോകണ്ടെ?"

എന്നെ കാത്തിരുന്നു നോവാനും മാത്രം ആരുമില്ലെടോ.. നിങ്ങള് പൊയ്ക്കോ

'ഏയ്.. ഈ രാത്രി നിങ്ങളെ ഒറ്റയ്ക്ക് വിട്ടിട്ട് പോകാൻ മനസ്സ് അനുവദിക്കുന്നില്ല.. വരൂ.. നമുക്ക് എന്റെ വീട്ടിലേക്ക് പോകാം..'

"അവിടെ നിങ്ങളുടെ ഭാര്യയില്ലേ. അവരോടെന്തുപറയും?."

"അവൾ നാട്ടിലാണ്.. നാളെ വൈകിട്ടെ മടങ്ങി വരൂ.."

"ഈ ക്ഷണത്തിന് ദുരുദ്ദേശ്യമൊന്നുമില്ലെന്നു കരുതാമോ?"

"നിശ്ശേഷമില്ല.." എങ്കിലും പറഞ്ഞുനിർത്തിയ കഥയുടെ ബാക്കിയറിയണമെന്നുണ്ട്..

വർഷങ്ങൾക്ക് ശേഷം എന്നോടല്പ്പം മര്യാദകാണിച്ച ഒരു മനുഷ്യൻ നിങ്ങളാണ്.. ആ നിങ്ങളെ എനിക്ക് വിശ്വാസമാണ്.. പോകാം..

അവരെന്നെ നോക്കി നിഷ്കളങ്കമായി പുഞ്ചിരിച്ചു...

ബസന്ത് നഗർ.

ഞാൻ റോഡിലേക്ക് നടന്ന് ഓട്ടോയ്ക്ക് കൈകാണിച്ചു.. ഡ്രൈവർ അവരെ ചൂഴ്ന്നുനോക്കുന്നുണ്ടായിരുന്നു. നീരാവി ഉയരുന്ന ജലപാതയിലൂടെ ഞങ്ങളിരുവരെയും കൊണ്ട് ഓട്ടോ പായുകയാണ്..

വയനാട്ടിൽ നിന്ന് ഇവിടെയെങ്ങിനെയെത്തി?

അമ്മയും രണ്ടാനച്ഛന്റെ അനിയനും ഒന്നിച്ചുറങ്ങുന്നത് കാണേണ്ടി വന്ന പലരാത്രികളിൽ ഒന്നിൽ ഞാൻ അയാളുടെ പേഴ്സിലിരുന്ന കാശുമെടുത്ത് വീട് വിട്ടിറങ്ങി.. ബസ്സിൽ ആദ്യം കോഴിക്കോട് വന്നു.. പിന്നെ റെയിൽവേ സ്റ്റേഷനിൽ ആദ്യം കണ്ട ട്രെയിനിൽ കയറിയിരുന്നു.. എങ്ങോട്ടാണെന്നൊന്നും നോക്കിയില്ല.. എനിക്ക് അവിടെ നിന്ന് രക്ഷപെടണമെന്ന് മാത്രേമേ ഉണ്ടായിരുന്നുള്ളു.. നേരം പുലർന്നപ്പോൾ ട്രെയിൻ നിർത്തിയസ്റ്റേഷനിൽ ഇറങ്ങിയത് മാത്രേ എനിക്ക് ഓർമ്മയുള്ളൂ.. ബോധം വന്നപ്പോൾ ഞാനൊരാശുപത്രിയിലാണ്.. അപ്പോഴാണ് ഞാൻ വീണ്ടും ഗർഭിണിയാണെന്നറിയുന്നത്.. അവരുടെ കാലുപിടിച്ചുകരഞ്ഞിട്ടും എന്റെ ജീവനെ കരുതി അബോർഷൻ നടത്താൻ ഡോക്ടർ സമ്മതിച്ചില്ല.. ഒരു പതിനെട്ടുകാരിയുടെ നിസഹായവസ്ഥയിൽ ഒരോട്ടോ ഡ്രൈവർ എനിക്ക് തുണയായി.. അയാളെനിക്ക് സംരക്ഷണം നൽകി, എന്റെ എല്ലാകാര്യങ്ങളും നോക്കി ഒരുപാട് സ്നേഹിച്ചു.. ഒരുനാൾ ഞാനൊരു പെൺകുഞ്ഞിനെ പ്രസവിച്ചു.. അയാളുടെ സ്വന്തം കുഞ്ഞി

നെപ്പോലെ എന്നെയും മോളേയും അയാൾക്ക് വലിയ ഇഷ്ടമായിരുന്നു.. സഹതാപമില്ലാത്ത സ്നേഹം നൽകി എന്നെ അതിശയിപ്പിച്ച ഒരേയൊരു മനുഷ്യൻ.. പ്രസവം കഴിഞ്ഞ് അഞ്ചാംമാസം ഓട്ടോ മറിഞ്ഞു അയാളും പോയി.. ഭാഷ പോലുമാറിയാത്ത നാട്ടിൽ ഒറ്റപ്പെട്ട് പോയപ്പോഴാണ് മണിയപ്പൻ സഹായത്തിന് വരുന്നത്.. എതിർപ്പുകളെ കീഴ്പ്പെടുത്തി അന്ന് മുതൽ അയാളെന്റെ ശരീരത്തിന് വിലയിട്ട് വിൽപ്പന തുടങ്ങി..

"അപ്പൊ മോളോ?"

എന്റെ ചിന്തകളിലെ സംശയത്തിന്റെ അഗ്നി ആളിക്കത്തി.. നിർവികാരമായൊരു നിശ്വാസം അവരുടെ കണ്ഠമിടറി പുറത്തേക്ക് തെറിച്ചു.. കണ്ണീർകണം സ്ഫടികംപോലെ കൺപീലികളിൽ തിളങ്ങുന്നുണ്ടായിരുന്നു..

അഞ്ചുവയസ്സ് വരെ അവളെനിക്കൊപ്പമുണ്ടായിരുന്നു. തിരിച്ചറിവായി തുടങ്ങിയപ്പോൾ അവളൊന്തെങ്കിലും അറിഞ്ഞാലോ എന്ന പേടികൊണ്ട് ഞാനവളെ ദൂരെയുള്ള ഒരു ഓർഫണേജിൽ കൊണ്ടുപോയാക്കി..

ശബ്ദമൊന്നിടറിയതുപോലെ അവർ അൽപ്പം ഉച്ചത്തിൽ ചുമച്ചു.. നിർവികാരതയെ ഭേദിച്ച ഒരുവാൾ മുന തലപ്പ് അവരുടെ ആത്മാവിന്റെ തായ്‌വേരിൽ മുറിപ്പെടുത്തി കടന്നുപോയത് ഞാൻ തിരിച്ചറിയുന്നുണ്ടായിരുന്നു..

ഓട്ടോ ബസന്ത് നഗറിലെ ഇരുപതാംനമ്പർ വീടിന്റെ ഗേറ്റിനുമുന്നിൽ വന്നു നിന്നു..

ഞാൻ ഡ്രൈവർക്ക് കാശ് കൊടുത്ത് പുറത്തേക്കിറങ്ങി. പിന്നാലെ അവരും.. ഞങ്ങൾക്ക് നേരെ മുനവെച്ചൊരു നോട്ടമെറിഞ്ഞുകൊണ്ട് അയാൾ ഓട്ടോ വളച്ചുപോയി.. ഞാൻ വാതിൽ തുറന്ന് അവരെ അകത്തേക്ക് ക്ഷണിച്ചു.. അവർ ചുറ്റുപാടും വീക്ഷിച്ചുകൊണ്ട് മെല്ലെ എനിക്ക് പിന്നാലെ കയറി..

"നമുക്ക് എന്തെങ്കിലും കഴിച്ചാലോ?"

ഞാൻ മുറിയിൽ നിന്ന് നീളൻ ടവൽ എടുത്ത് അവർക്ക് നീട്ടി.. അവരത് സ്നേഹത്തോടെ വാങ്ങി മേലും മുഖവും തുടച്ചു..

"ഇവിടെ കാര്യമായിട്ടൊന്നും കാണില്ല.. രാത്രി ചപ്പാത്തി കഴിക്കുന്നതിൽ കുഴപ്പമൊന്നുമില്ലല്ലോ?"

എന്തുവിരോധം.. നിങ്ങൾ സ്നേഹത്തോടെ ഒരു ഗ്ലാസ്സ് പച്ചവെള്ളം തന്നാൽപോലും ഇന്നെന്റെ വിശപ്പ് മാറും.. ഞാൻ ഒന്ന് ചിരിച്ചുകൊണ്ട് അടുക്കളയിലെ ലൈറ്റിട്ട് ഫ്രിഡ്ജ് തുറന്ന് രാവിലെ

വാങ്ങിയ പാക്കറ്റ് ചപ്പാത്തിയും ബൗളിലിരുന്ന വെജിറ്റബിൾ കുറുമയും എടുത്ത് പുറത്തേക്ക് വെച്ചു..

"ഈ വീട് സ്വന്തമാണോ?"

"ഏയ് അല്ല.. ഒരു ഫ്രണ്ടിന്റെ ആണ്.."

അവരെന്നെ പിന്തുടർന്ന് അടുക്കളയിലേക്ക് വന്നു.. ഞാൻ ഗ്യാസ് കത്തിച്ചു പാൻ അടുപ്പിൽവെച്ചു ഒരു ചപ്പാത്തി എടുത്ത് മുകളിലേക്കിട്ട് ചൂടാക്കി തുടങ്ങി..

"പിന്നെ മകളെ കാണാൻ പോയില്ലേ?"

"ഉം.. ആദ്യമൊക്കെ എല്ലാ ആഴ്ചയും പോകുമായിരുന്നു.." അവൾ വളർന്നുതുടങ്ങിയതോടെ മാസത്തിലൊരിക്കലായി പോക്ക്..

"അമ്മ നഗരത്തിലെ അറിയപ്പെടുന്ന വലിയൊരു അഭിസാരികയാണെന്ന് എന്റെ കുഞ്ഞറിഞ്ഞാലോയെന്ന് ഞാൻ വല്ലാതെ പേടിച്ചിരുന്നു.. പക്ഷെ പതിനാറാംവയസ്സിൽ എങ്ങിനെയോ അവളും ആ സത്യമറിഞ്ഞു.. അതിനുശേഷം അവളെന്നെ അധികം കാണാതെയും മിണ്ടാതെയുമായി. നഗരമറിയുന്ന വേശ്യയാണ് തന്റെ അമ്മയെന്നു പറയാൻ ഏതൊരുമകൾക്കും പ്രയാസമുണ്ടാകും.. അവളുടെ നല്ലഭാവിയെ കരുതി അതോടെ അങ്ങോട്ടുള്ള എന്റെ പോക്കും കുറഞ്ഞു.. ആറ് കൊല്ലമാകുന്നു ഞാനെന്റെ മോളെ കൺനിറയെ ഒന്നു കണ്ടിട്ട്, ഒന്ന് ചേർത്ത് പിടിച്ചിട്ട്.."

"പിന്നീട് കാണാൻ ശ്രമിച്ചില്ലേ?"

"ഒളിഞ്ഞുംമറഞ്ഞും പലവട്ടം കണ്ടു.. പക്ഷെ ഒരമ്മയ്ക്ക് അതുമാത്രം പോരല്ലോ.. വയസ്സറിയിച്ച ഒരു മകൾക്ക് അമ്മയിൽ നിന്ന് കിട്ടേണ്ട സ്നേഹമോ, സാമീപ്യമോ ഒന്നുമറിയാതെ വളർന്ന ഒരുമകളാണ് ഞാൻ.. പക്ഷെ തൊട്ടരികിൽ ഉണ്ടായിരുന്നിട്ടും എന്റെ മകളോടും ഞാനും അതുതന്നെയല്ലേ ചെയ്യുന്നത് എന്നോർത്തപ്പോ പോകാൻ തോന്നിയില്ല.. അവളെന്നെ എത്ര ആട്ടി അകറ്റിയാലും ഞാനൊരിക്കലും അവളോട് അങ്ങിനെ ചെയ്യാൻ പാടില്ലായിരുന്നു.. അച്ഛനാരെന്നറിയില്ലെങ്കിലും ഞാൻ നൊന്തുപെറ്റ എന്റെ മോളല്ലേ അവൾ.."

"ഇപ്പൊ കുറ്റബോധം തോന്നുന്നുണ്ടോ?"

"കുറ്റബോധമല്ല, കരള് പിടഞ്ഞുപോകുന്ന വേദനയാണ്.. പക്ഷെ സ്വന്തം അമ്മയുടെ ഭൂതകലാമറിയാത്ത ഏതോ ഒരിടത്ത് എന്റെ മകൾ സുഖമായിരിരിക്കട്ടെ. ആ ഒരു വിശ്വാസം മതി എനിക്ക് ജീവിക്കാൻ.. നാളെ എവിടെയെങ്കിലും കിടന്ന് എന്റെ ജീവൻ പോ

യാലും, അത് കേൾക്കാൻ കഴിയാത്തത്ര ദൂരെ എവിടെയെങ്കിലും അവൾ സന്തോഷമായിരിക്കട്ടെ.. അത് മാത്രം മതി എനിക്ക്.."

അവരുടെ ഹൃദയത്തിന്റെ നാഭിയിൽ നിന്നൊരു തേങ്ങൽ ആർത്തലച്ചിറങ്ങി..

"അമ്മേ..."

പെട്ടെന്നൊരു കൈ പിന്നിലൂടെ അവരുടെ അടി വയറിനെ തഴുകി വരിഞ്ഞുമുറുകി.. അവരൊന്നു ഞെട്ടി എന്നെനോക്കി..

"എന്താ അമ്മേ ഇത് വരെയെന്നെ കാണാൻ വരാഞ്ഞെ.. "

അവൾ അവരുടെ ചുമലിൽ മുഖം ചേർത്തുപിടിച്ചു.. അവരൊന്നും മിണ്ടിയില്ല.. ഒരു സ്വപ്നത്തിലെന്നപോലെ പരിഭ്രമം അവരെ വല്ലാതെ ഉലച്ചുകളഞ്ഞിരിക്കുന്നു.. വിറയലോടെ അവർ അവളുടെ കൈ മെല്ലെ അഴിച്ചുതിരിഞ്ഞുനോക്കി..

"അമ്മയെപ്പറ്റി ആരെന്തു പറഞ്ഞാലും അമ്മയെന്റെ അമ്മയല്ലാതെ ആവോ.. ഞാൻ അമ്മയുടെ മകൾ അല്ലാതെയാവോ.. പറ.. അവർ മിണ്ടയില്ല.."

മണ്ണിനെ ചുംബിച്ചതുപോലെ ശിരസ്സ് വല്ലാതെ കുനിഞ്ഞു പോയിരുന്നു..

അവൾ അവരുടെ മുഖം കൈ കുമ്പിളിൽ കോരിയെടുത്തു.. എന്നിട്ടും അവർ അവളുടെ മുഖത്തേക്ക് നോക്കിയില്ല.. പക്ഷെ അവർ എന്നെയൊന്ന് പാളിനോക്കി..

"അമ്മ പറഞ്ഞ കഥയിലെ ആ മകളാണ് ഈ നിൽക്കുന്ന എന്റെ ഭാര്യ.."

ഞാൻ അവരെ നോക്കി വിജയിയെപോലെ ചിരിച്ചു.. അവരുടെ കവിളുകൾ ചാലുകീറി താഴേയ്ക്കൊഴുകി..

"അതേ, സമയം ഒരുപാടായി സങ്കടോം പരിഭവോമൊക്കെ പറഞ്ഞുതീർക്കാൻ ഇനിയൊരുപാട് സമയമുണ്ട്.. എനിക്കും അമ്മയ്ക്കും വല്ലാതെ വിശക്കുന്നുണ്ട്.. എന്റെ കൊച്ച് ഇതൊക്കെയൊന്ന് വേഗം ചൂടാക്കി എടുത്തെ.. അയ്യേ ആറ് കൊല്ലം കഴിഞ്ഞു സ്വന്തം മകളെയും മരുമകനെയും കാണുമ്പോൾ കരയുവാണോ വേണ്ടത്.. അമ്മയിങ്ങ് വന്നേ പറയട്ടെ."

അവരെന്ന നോക്കി വിതുമ്പലോടെ കൈകൂപ്പി.. ഞാൻ അവരെ ചേർത്തുപിടിച്ചു കസേരയിൽ ഇരുത്തി..

"ഞാനൊരു സിനിമയ്ക്ക് കഥ തേടി വന്നൊരാളല്ല.. എന്റെ ഭാര്യ പറഞ്ഞ ആദ്യത്തെ ആഗ്രഹത്തിന്റെ വേര് തേടി വന്നതാണ്.. ചെറുപ്പത്തിലേ അച്ഛനും അമ്മയും നഷ്ടപ്പെട്ടുപോയ എന്നെ വളർ

ത്തി വലുതാക്കി ഇതുവരെ എത്തിച്ചത് ഈ ഫ്ളാറ്റിന്റെ ഉടമയായ എന്റെ ഫ്രണ്ട് വിനീതിന്റെ അച്ഛനും അമ്മയുമാണ്.. അന്നേ അച്ഛൻ പറയുമായിരുന്നു വിവാഹം കഴിക്കുന്നെങ്കിൽ ജീവിതത്തിൽ ഒരു സുഖവും, സന്തോഷവും അറിഞ്ഞിട്ടില്ലാത്തൊരു പാവം പെൺകുട്ടിയെ വേണം കെട്ടാൻ എന്ന്. ആ ആഗ്രഹമാണ് അമ്മയുടെ മകളുടെ മുന്നിൽ എന്നെ എത്തിച്ചത്.. എന്റെ ജോലിയും വിവരങ്ങളുമെല്ലാം അറിഞ്ഞപ്പോൾ ആദ്യമൊന്നും സമ്മതിച്ചില്ല, അവൾക്ക് വല്ലാത്തപേടി ആയിരുന്നു.. പിന്നെ കുറച്ചുസമയമെടുത്തു അതൊന്ന് മാറ്റിയെടുക്കാൻ.. ഒടുവിൽ എന്റെ കഥ മുഴുവൻ പറഞ്ഞതിനു ശേഷമാണ് അവൾ സമ്മതം മൂളിയത്.. പക്ഷെ എത്ര ചോദിച്ചിട്ടും അവളുടെ ഉള്ളിലെ ആ പേടിയുടെ കാരണം മാത്രം എന്നോട് പറഞ്ഞില്ല.. അവസാനം ഞാൻ കൊടുത്ത ഒരൊറ്റ വാക്കിന്റെ പേരിലാണ് അവൾ ആ പേടിയുടെ കാരണം എന്നോട് പറഞ്ഞത്.. അന്ന് കൊടുത്ത ഉറപ്പും അവളുടെ ആഗ്രഹവുമാണ് അമ്മയെതേടി ഈ ഒരാഴ്ച്ചകാലം എന്നെയീ ചെന്നൈ നഗരത്തിൽ പിടിച്ചുനിർത്തിയത്..”

അവർ എല്ലാം അമ്പരന്ന് കേട്ടിരുന്നതല്ലാതെ മറുപടിയൊന്നും പറഞ്ഞില്ല.. ചപ്പാത്തിയും കറിയുമായി അവൾ ഹാളിലേക്ക് വന്നു.. ഞാൻ ഒരു പ്ലേറ്റിൽ ചപ്പാത്തിയും കറിയും വിളമ്പി അവരുടെ മുന്നിലേക്ക് വെച്ചു..

“അമ്മയെന്താ ഇങ്ങനെ ഒന്നും മിണ്ടാതിരിക്കുന്നത്.. മോളെ കണ്ടതിന്റെ ഷോക്ക് ഇത് വരെ മാറിയില്ലേ.. ദേ ഇത് കഴിക്കമ്മെ..” ചുണ്ടുകൾ വല്ലാതെ വിതുമ്പി തെറിച്ചതല്ലാതെ അവർ അപ്പോഴും ഒന്നും പറഞ്ഞില്ല..

“അമ്മേ.. എനിക്ക് വിനീതും കുടുംബവുമല്ലാതെ വേറെ ആരുമില്ലായിരുന്നു. ഇവൾക്കും.. പക്ഷെ ഇവൾക്കൊരു അമ്മയുണ്ടെന്നറിഞ്ഞപ്പോൾ ആ അമ്മ എന്റെ കൂടി അമ്മയാണെന്ന് തോന്നി..”

പെട്ടെന്ന് എന്റെ മൊബൈൽ റിംഗ് ചെയ്തു..

ഹലോ സബ്ഇൻസ്പെക്ടർ ജോർജ് ജോസഫ്.. ഇല്ലില്ല ഞാൻ ചെന്നൈയിലാണ് രണ്ടുദിവസം കഴിയും എത്താൻ. ഒക്കെ ഒക്കെ വന്നിട്ട് കാണാം.

“അയ്യോ ഇച്ചായാനെ വിളിച്ചിട്ട് കിട്ടുന്നില്ലെന്നുപറഞ്ഞ് തോമസ് സാർ ഇങ്ങോട്ട് വിളിച്ചിരുന്നു.. അമ്മയെക്കണ്ട സന്തോഷത്തിൽ ഞാനത് പറയാൻ വിട്ടു..”

“ഇത് തോമസ് സാറല്ല.. വേറെ ആരോ ആണ്..”

ഇച്ചായൻ പോലീസിലാ അമ്മേ.. ഇപ്പൊ വയനാട് സ്റ്റേഷനിലെ എസ്. ഐ. യാ..

"നീ പോയി കുറച്ചുചായ വെച്ചേ ഇന്ദു.."

ഞാൻ കോൾ കട്ട് ചെയ്തു തിരിഞ്ഞു.. അവരുടെ മുഖം വിളറി മഞ്ഞപ്പ് നിറഞ്ഞിരിക്കുന്നു..

അവൾ അടുക്കളയിലേക്ക് പോയി..

"അമ്മ പേടിക്കണ്ട കുറച്ചുമുൻപേ അമ്മ എന്നോട് പറഞ്ഞ കഥയിനി മൂന്നാമതൊരാൾ അറിയില്ല.. ഇന്നുവരെയുള്ളതെല്ലാം നമ്മൾ ഇവിടെ ഈ മണ്ണിൽ കുഴിച്ചുമൂടുകയാണ്.. പക്ഷെ അമ്മയുടെ നാട്ടിൽ അവര് ആരെങ്കിലും ജീവനോടെ ഉണ്ടെന്നറിയുന്ന ദിവസം ഒരു മരുമകനായിട്ടല്ല സ്വന്തം മകനായിട്ട് ഞാൻ അമ്മയെ അവരുടെ മുന്നിൽ കൊണ്ടുപോയി നിർത്തും.. അത് വേറൊന്നിനും വേണ്ടിയല്ല എന്റെ അമ്മ തോറ്റുപോയിട്ടില്ലെന്ന് അവരുകൂടി അറിയട്ടെ അമ്മേ"

"മക്കളെ..."

എന്റെ ഇരു കൈകളും നെഞ്ചോട് ചേർത്തുപിടിച്ചുകൊണ്ട് അവർ പൊട്ടിക്കരഞ്ഞു.. ഞാൻ അവരെയും, അല്ല എന്റെ അമ്മയെയും നെഞ്ചോട് ചേർത്തുപിടിച്ചു.. ചായയുമായി വന്ന അവളുടെ കണ്ണുകളും സന്തോഷംകൊണ്ട് കലങ്ങിയൊഴുകുന്നുണ്ടായിരുന്നു.

ഇനി കുറച്ചുദിവസം മോള് അമ്മയുടെ കൂടെ കിടന്നാ മതി..

അതിപ്പോ ഈ സാറ് പറഞ്ഞിട്ട് വേണ്ടാ..

ഒരുചിരിയോടെ ഞാൻ അമ്മയോടൊപ്പം അവളെയും നെഞ്ചോടുചേർത്ത് പിടിച്ചു..

പുറത്ത് മഴയുടെ കനംകുറഞ്ഞ തന്ത്രികളിൽ കാറ്റ് പിന്നെയും ശ്രുതിമീട്ടി തുടങ്ങി.. ഉള്ളിലെരിയുന്ന നോവിന്റെ പിടച്ചിലിലും എന്റെ അമ്മയുടെ ആത്മാവിലേക്ക് അത് തഴുകിയിറങ്ങുന്നുന്നത് പതിയെ ഞാൻ തൊട്ടറിയുന്നുണ്ടായിരുന്നു..

വിനോദ് ഭഗവതിനട

രാമനിലയത്തിലെ വിരുന്നുകാരി

മുൻവശത്തെ ഡോർതുറന്നാൽ കടൽ കാണാം അധികം ദൂരെയല്ലാതെ. സുഖ ശീതളമായ കടൽക്കാറ്റ് മനസ്സിനെയും ശരീരത്തെയും തരളിതമാക്കിയ എത്രയോസായന്തനങ്ങൾ. വലതു വശത്ത് വിജനമായ തെങ്ങുംപറമ്പ്. ഇടതുവശത്ത് ഒരു വിളിപ്പാടകലെ ലക്ഷ്മണേട്ടന്റെ വീട്. ഒരു സമയത്ത് ഹരികൃഷ്ണനും സുഹൃത്തുക്കളും ഒത്തുകൂടാറുള്ളത് ആ കെട്ടിടത്തിലാണ്. പ്രധാനമായും സാഹിത്യചർച്ചകളും സിനിമാചർച്ചകളുമാണ് അവിടെ നടക്കുന്നത്. എല്ലാവൈകുന്നേരങ്ങളിലും അവരവിടെ എത്തും. ഒരേമനസ്സും ഏകദേശം ഒരേ ജീവിത സാഹചര്യങ്ങളുമുള്ള, നാല് സുഹൃത്തുക്കൾ.

അവിടേക്ക് പോകുന്ന വഴിക്ക് മരീസിങ്വ്യാപാരിയുടെ പലചരക്ക് കടയുണ്ട് അവിടെനിന്ന് അവർ ഒരു കെട്ട് തീർപ്പുബീഡി വാങ്ങും. അതിനുള്ളകാശേ അന്ന് കയ്യിലുണ്ടാവൂ. മരീസിങ് വ്യാപാരിയുടെ പ്രധാനതൊഴിലും നേരംപോക്കും ബീഡിതീർപ്പാണ്. ഒരു കാല് മറ്റേകാലിന് മുകളിൽ കയറ്റിവച്ച്, അതിനുപുറത്ത് മുറവുംവച്ച്, ഒരു മെഷീൻ പടച്ചുവിടുന്നതുപോലെ ബീഡികൾ നിർമ്മിച്ചുതള്ളുന്നത് ഒരു രസകരമായ കാഴ്ചതന്നെയാണ്.

താളാത്മകമായ ആ ചലനങ്ങൾക്കിടയിൽ ആയിരം ചോദ്യങ്ങൾ ചോദിക്കും .

എന്തരൊക്കെ ഒണ്ട് പിള്ളേ വിശേഷങ്ങൾ..

അച്ഛനും അമ്മയ്ക്കുമൊക്കെ സുഖം തന്നേ.. എന്നു തുടങ്ങി, ജോലി ഒന്നും ആയില്ല ഇല്ലിയോ എന്നുവരെ.
ആ ചോദ്യം കഴിഞ്ഞാൽ പിന്നെ കുറേ ഉപദേശങ്ങളാണ്, ഇങ്ങനെ കളിച്ചുനടന്നാൽ മതിയോ.. സിനിമയൊന്നും നിങ്ങളെക്കൊണ്ട് പറ്റൂല്ല, വല്ല തൊഴിലുംപഠിച്ച് ജീവിക്കാൻ നോക്ക്. മരീസിങ്ങിന് അവിടെ വരുന്ന എല്ലാവരും സ്വന്തം മക്കളെപോലെയാണ്. എല്ലാവരെയും ഉപദേശിക്കും.

ഒരുദിവസം ആരോ അയാളോട് ചോദിച്ചു ശരിക്കും നിങ്ങടെ പേരെന്താ.. ഒരു പേരിലെന്തിരിക്കുന്നു മക്കളെ, മനുഷ്യർ തമ്മിൽ സ്നേഹമുണ്ടെങ്കിൽ പേരിന്റെയൊന്നും ആവശ്യമില്ല. ഇതായിരുന്നു അദ്ദേഹത്തിന്റെ മറുപടി.

പണ്ട് ആരോ പഞ്ചസാരയിട്ട് സൂക്ഷിച്ചിരുന്ന ഹോർലിക്സ് കുപ്പിയുടെ അടപ്പ് ആഷ്ട്രേയാക്കി, അവർ വളഞ്ഞിരുന്ന് ബീഡി വലിക്കും. അവരവരുടെ മനസിലുള്ള സിനിമാസങ്കൽപ്പങ്ങൾ കുടഞ്ഞിടാനുള്ള ഒരു വേദിയായിമാറും അത്. അതിനിടയിൽ ചില കഥാസന്ദർഭങ്ങൾ ഉരുത്തിരിഞ്ഞുവന്നാലായി.. പിന്നെ അതിനെ ചുറ്റിപ്പറ്റിയുള്ള ചർച്ചകൾ, തർക്കങ്ങൾ, ഒന്നുംപറയണ്ട. മറ്റൊരു പത്മരാജനോ, ഭരതനോ, എം.ടി.വാസുദേവൻനായരോ ആകാനുള്ള ത്വരയാണ് എല്ലാവർക്കും.

ഈ ബഹളത്തിനിടയിലും അവർ കാതോർക്കുന്ന ഒരു ശബ്ദമുണ്ട്, ചേട്ടാ.. എന്നുള്ള കാവേരിയുടെ വിളി. കൈയ്യിലെ തൂക്കുപാത്രത്തിൽ അവർക്കുള്ള കട്ടൻചായയുമായി അവൾവരും. ലക്ഷ്മണേട്ടന്റെമോളാ, കാവേരി എന്ന പത്തുവയസ്സുകാരി. നാൽവർ സംഘം എത്തിയെന്നറിഞ്ഞ് രമണിച്ചേച്ചി കൊടുത്തുവിടുന്നതാണ് കട്ടൻചായ. പിന്നെ അവർ ചായകുടിച്ച് തീരുന്നതുവരെ അവളുടെ കളിയും ചിരിയും തമാശകളും. നേരംപോകുന്നതറിയില്ല. സുരേഷിനാണെങ്കിൽ അവളെ കളിയാക്കലാണ് പ്രധാന വിനോദം.

ഒരിക്കൽ അവളുടെ ഉടുപ്പിന് പിറകിൽ ടോയ്‌ലറ്റ് എന്നെഴുതിയ സ്റ്റിക്കർ ഒട്ടിച്ചതിന്റെ പേരിൽ എന്തൊക്കെ പുകിലായിരുന്നു, എത്രനാളാ അവൾ പിണങ്ങിയിരുന്നത്. എല്ലാം ദീപ്തമായ ഓർമ്മകൾ. ഹരികൃഷ്ണൻ ഒന്നു നെടുവീർപ്പിട്ടു.

ഹരിയുടെകാർ മരീസിങ് വ്യാപാരിയുടെ കടയുടെമുമ്പിൽ ചെന്നുനിന്നു. പഴയകടയല്ല പുതുക്കിപ്പണിതിരിക്കുന്നു. കറുത്തു കുറുകിയ മൊട്ടത്തലയനായ മരീസിങ്ങിന് പകരം വെളുത്തുസുന്ദരിയായ ഒരുസ്ത്രീ മാസ്ക്കും വെച്ചിരിക്കുന്നു. ഒരുകയറുകൊണ്ട്

റോഡും കടയും തമ്മിൽ വേർതിരിച്ചിട്ടുണ്ട്. മിഠായികുപ്പികളുടെയും മുറുക്കാൻ പാത്രത്തിന്റെയും സ്ഥാനത്ത്, നൈറ്റികളും ചുരിദാറുകളും തൂങ്ങുന്നു. സൂചിയും നൂലും അവളുടെ കൈയ്യിലുണ്ട് എന്തോ തുന്നുകയാണവൾ, ശബ്ദംകേട്ട് അവൾ തലഉയർത്തി നോക്കി. എന്തുവേണം സർ.. അവൾ ചോദിച്ചു. ഹരി പറഞ്ഞു.. ഒന്നും വേണ്ട.. ഇവിടെ മരീസിങ് വ്യാപാരിയുടെ കടയായിരുന്നല്ലോ.. അദ്ദേഹം.. ചോദ്യം തീരുംമുമ്പേ മറുപടി വന്നു.

അച്ഛൻപോയിട്ട് നാലഞ്ചുകൊല്ലമായി... ഹരി ഒരുനിമിഷം മൗനം പാലിച്ചു, പിന്നെ ചോദിച്ചു "കുട്ടി അദ്ദേഹത്തിന്റെ...?"

"മരുമകളാണ്.."

"സോറി ഞാൻകുറച്ചുകാലം നാട്ടിലില്ലായിരുന്നു അതാ ഇതൊന്നുമറിയാതെ പോയത്."

ഹരി കാറിൽ കയറി. അയാളുടെ ഓർമ്മയുടെ ചെപ്പിൽ മരീസിങ്ങിന്റെ വാത്സല്യം തുളുമ്പുന്ന മുഖം തെളിഞ്ഞു. ആദ്യമായി താൻ ദുബായിലേക്ക് പോകുമ്പോൾ അവസാനം യാത്രപറഞ്ഞത് അദ്ദേഹത്തോടായിരുന്നു..

നന്നായി വാ മക്കളേ... എന്നുപറഞ്ഞായിരുന്നു അനുഗ്രഹിച്ചത്. ചുരുങ്ങിയകാലത്തിനുള്ളിൽ എത്രയെത്ര പരിചിതമുഖങ്ങൾ കാലയവനികയ്ക്കുള്ളിൽ മറഞ്ഞുപോയി.

ലക്ഷ്മണേട്ടന്റെ മതിലിനുസമീപം ഹരിയുടെ കാർ എത്തി. അവിടെ ഒരുപഴയഗേറ്റ് ഉണ്ടായിരുന്നു, ഇപ്പോൾ അത് കാണാനില്ല. മതിൽകെട്ടി അടച്ചിരിക്കുന്നു, മതിലിനു മുകളിലൂടെ എത്തിനോക്കി. ആരെയും കാണുന്നില്ല. ഒന്ന് ചുമച്ചു നോക്കി, അനക്കമില്ല, പിന്നെ ഉറക്കെ ചോദിച്ചു..

"ആരുമില്ലേ ഇവിടെ..."

അകത്തുനിന്ന് ഒരു വയസ്സന്റെശബ്ദം വന്നു..

"രാമനിലയത്തിൽ താമസിക്കാൻ വന്ന സാർ ആണോ.."

ഹരി പറഞ്ഞു.. "അതെ.."

"സാറ് വരുമെന്നറിഞ്ഞ് തുറന്നിട്ടിരിക്കുകയാണ്. ചെന്നോളൂ.." എനിക്കറിയാം അത് ലക്ഷ്മണേട്ടന്റെ ശബ്ദമാണ്. എത്രയോ വർഷങ്ങൾക്കുശേഷം ഞാൻ വന്നിരിക്കുകയാണ് എന്റെ മുഖമൊന്നു കാണാൻ അദ്ദേഹത്തിന് കൊതിയില്ലേ. കൊതികാണുമായിരിക്കും. പക്ഷേ ഭയം, ഞാൻ വന്നിരിക്കുന്നത് വിദേശത്തുനിന്നല്ലേ. പ്രാണനപ്പുറം മറ്റെന്തിനെങ്കിലും വിലകൽപ്പിക്കാൻ പറ്റുവോ ഈ സമയത്ത്. പതിനാലുദിവസം കഴിഞ്ഞ് തിരിച്ചുപോകുമ്പോൾ ലക്ഷ്മണേട്ടനെ നേരിട്ട് കാണണം. ഹരി സ്വയം പറഞ്ഞു.

പതിയെ തള്ളിയതേയുള്ളു, രാമനിലയത്തിന്റെ വാതിലുകൾ മലർക്കെതുറന്നു. പഴയമട്ടുംമാതിരിയുമൊന്നുമല്ല, ചില അടുക്കും ചിട്ടയും വന്നിട്ടുണ്ട് പിന്നെ അതിഥിക്കായി കരുതിവെച്ച ചില ഒരുക്കങ്ങളും. പെട്ടെന്ന് ഫോൺ ബെല്ലടിച്ചു, നാസറാണ്...

"എടാ നീ എത്തിയോ.."

"ദാ ഇപ്പോവന്നു കയറിയതേയുള്ളൂ..."

"നിനക്കുവേണ്ടിയുള്ള എല്ലാ സന്നാഹങ്ങളും അവിടെ ഒരുക്കിയിട്ടുണ്ട്.."

"എന്തിനാടാ ഇതൊക്കെ.." ഹരി ചോദിച്ചു.. അവൻ പറഞ്ഞു,

നീ സുഖവാസത്തിനുവന്നതല്ല. ക്വാറന്റൈനാണ്, ക്വാറന്റൈൻ.. അവിടെ നിന്നെ സഹായിക്കാനും, കൂട്ടുകിടക്കാനുമൊന്നും ആരുംവരില്ല... പിന്നെ എല്ലാകാര്യങ്ങളും സ്വയംചെയ്യുമ്പോൾ നേരവും പോയികിട്ടും. നിന്റെ ഏകാന്തവാസത്തിന്റെ കാലാവധി കഴിയുമ്പോൾ, ഞാൻവരാം. അവൻ കോൾ കട്ട് ചെയ്തു... ജീവിതത്തിൽ ആകെയുള്ള സമ്പാദ്യം ഇങ്ങനത്തെ ചില കൂട്ടുകാരാ. എന്തിനും കൂടെ നിൽക്കും.

ഹരി... ആ വീടാകെ ഒന്ന്ചുറ്റിനടന്നുകണ്ടു. പ്രതാപം മങ്ങിത്തുടങ്ങിയ, ഒരുപാട് കെട്ടുകാഴ്ചകളുള്ള ഒരുതറവാട്. വിശാലമായ മുറികൾ. മുറികളോളംതന്നെ വലിപ്പമുണ്ട് അതിന്റെ ശൗച്യാലയങ്ങൾക്കും. ഒരുകൂട്ടംകുലസ്ത്രീകൾക്ക് ഒരുമിച്ചുനിന്ന് പെരുമാറാൻ പാകത്തിനുള്ള അടുക്കള. എല്ലാംകൂടി, അതൊരുരാജകൊട്ടാരത്തെ അനുസ്മരിപ്പിച്ചു. പുറത്തുനിന്ന് നോക്കിയാലോ, അതിമനോഹരമായ ദൃശ്യഭംഗി. എന്നാൽ അന്നും ഇന്നും എല്ലാവരുടെയും മനസ്സിലുള്ള ചോദ്യമിതാണ്, എന്തുകൊണ്ടാണ് ഇവിടെ ആരും താമസിക്കാത്തത്... സ്വത്തുക്കളെല്ലാം ഭാഗം വെച്ചപ്പോൾ, പഴയകാരണവർ, ഇതുപ്രത്യേകമായി ഒരാൾക്ക് കൊടുക്കാതെ, ഒരുഫാമിലി ട്രസ്റ്റിന് എഴുതിവെച്ചുപോലും. അങ്ങനെ, എല്ലാവരും അവരവരുടെ വഴിക്കുപോയപ്പോൾ, തറവാട് നോക്കാൻ ആളില്ലാതായി. പൊതുവേയുള്ള ഒരുത്തരം ഇതാണ്. ശരിക്കുമുള്ള കാരണമെന്താണെന്നറിയാവുന്നവർ ജീവിച്ചിരിപ്പുണ്ടോ എന്തോ. ഏതായാലും ഇപ്പോഴും ഗതകാലസ്മരണകൾ അയവിറക്കി, ആ സൗധം തലയെടുപ്പോടെ അങ്ങനെ നിലകൊള്ളുന്നു.

നല്ലക്ഷീണം മനസ്സിനൊരു സുഖം തോന്നുന്നില്ല ആകെ ഒരു മൂഡ്ഓഫ്, ഹരികൃഷ്ണൻ ഒന്നുകുളിച്ചു. നല്ലവിശപ്പ് അടുക്കളയിൽ കയറി ചായ ഉണ്ടാക്കി, ജാം പുരട്ടി രണ്ട് സ്ലൈസ് ബ്രെഡ് കഴിച്ചു. വെറുതെ ഒന്നുകിടന്നു. എപ്പോഴാണ് ഉറങ്ങിയതെന്നറിയില്ല. ഒരു ആരവം കേട്ടാണ് ഉണർന്നത്, ഓടിച്ചെന്നു നോക്കുമ്പോൾ കട

ൽക്കരയിൽ നിന്നാണ്. കുറെ ആൾക്കാർ ചേർന്ന് കമ്പവല വലിച്ചു കയറ്റുന്നു. അതിന്റെ ബഹളമാണ്. അങ്ങോട്ടേക്ക് ഓടി പോകാനും അവർക്കൊപ്പം കൂടാനും ഹരിയുടെ മനസ്സ് വെമ്പി. പക്ഷേ കഴിയി ല്ലല്ലോ.

അന്ന് അതൊക്കെ ഒരുരസമായിരുന്നു. തർക്കിച്ചും സൊറ പറഞ്ഞും കഥകളുണ്ടാക്കിയും ഭാവിയിലെ സിനിമാസ്വപ്നങ്ങൾ അയവിറക്കിയും മടുക്കുമ്പോൾ അവർ നാലുപേരും കടൽക്കരയി ലൂടെ നടക്കും. അന്നും കമ്പവലയുണ്ട്. ഇതിനേക്കാൾ പത്തിരട്ടി ആളുകളും. അതിന്റെ കൂട്ടത്തിൽ അവരും കൂടും. അങ്ങനെ കൂടു ന്നത് അവർക്കും ഇഷ്ടമാണ്.

കൂടുതൽ ഉത്സാഹത്തോടെ അവർ വല വലിക്കും. ഒടുവിൽ നിറഞ്ഞ വലകൾ കരയിലേക്ക് വീഴുമ്പോൾ സ്നേഹസമ്മാനമായി ഇഷ്ടമുള്ള മീൻ അവർക്കെടുക്കാം. പിടയുന്ന മീനുകൾ വാലിൽ തൂക്കി, അവർ ലക്ഷ്മണേട്ടന്റെ വീട്ടിൽ വരും. രമണിചേച്ചി അപ്പോ തന്നെ അത് കറിവെച്ച്, കപ്പ ഇളക്കിയതും കൂട്ടി എല്ലാവരും ഒരുമി ച്ചിരുന്ന് കഴിക്കും. അന്നൊക്കെ ലക്ഷ്മണേട്ടന്റെ കയ്യിൽ നല്ല റം ഉ ണ്ടാകും ത്രിബിൾഎക്സ്. പട്ടാളത്തീന്ന് വരുന്ന സുഹൃത്തുക്കൾ കൊടുക്കുന്നതാണ്. അതിൽനിന്ന് ഓരോന്ന് കഴിച്ച്, മീൻകറിയും കപ്പയുമൊക്കെയായിട്ടുള്ള ആ ഒത്തുകൂടൽ, ഓർത്തപ്പോ ഹരിയുടെ നാവിൽ വെള്ളമൂറി.

നേരം ഇരുട്ടിത്തുടങ്ങി വിളക്കുകത്തിച്ച് പ്രാർത്ഥിക്കുന്ന ഒരു ശീലമുണ്ട് ഹരിക്ക്. ദുബായിലെത്തിയശേഷം തുടങ്ങിയതാണ്. ഇനിയിപ്പോ മുടക്കണ്ട ചെയ്തുകളയാം. ഹരി തീരുമാനിച്ചു.

അങ്ങനെ വിരസമായ രണ്ടുദിവസങ്ങൾ കടന്നുപോയി ഒന്നും ചെയ്യാനില്ല, കുറേ ഫോൺ കോൾസ്. ഔപചാരികമായ ചില ക്ഷേമാന്വേഷണങ്ങൾ, കഴിഞ്ഞു. പിന്നെ കുറേനേരം സോ ഷ്യൽമീഡിയയിൽ പരതും, എന്തിനുവേണ്ടിയാണ് എല്ലാവരും ഈ പരതുന്നതെന്ന് പരതുന്നവർക്കും അറിയില്ല കാണുന്നവർക്കും അറി യില്ല. പക്ഷേ പലതും അതൊരു ചടങ്ങാണ്.

എല്ലാം കഴിയുമ്പോൾ പിന്നെ ഹരിയും ആ വലിയവീടും അതിനുള്ളിലെ പഴകിയമണവും മാത്രം. പതിയെപ്പതിയെ ഹരി ആ സാഹചര്യവുമായി ഇണങ്ങിച്ചേർന്നു. ഹരിയ്ക്ക് വേണ്ടി ഒരുക്കിയ ആ മുറി ഒഴികെ, ബാക്കിയെല്ലായിടവും ഒരു പാഴടഞ്ഞ പ്രതീതിയാ

യിരുന്നു. ഇപ്പോ, തന്റെ ഏകാന്തതയിൽ, ഹരിക്ക് മടുപ്പ് തോന്നുന്ന തേയില്ല. അവിടുത്തെ തൂണും തുരുമ്പും ഹരിയുടെ കൂട്ടുകാരായി. അയാൾ എല്ലാത്തിനോടും, സംസാരിക്കും, ചിലപ്പോ മനസ്സിൽ തോന്നുന്നതൊക്കെ ഉറക്കെ വിളിച്ചു പറയും. അതെല്ലാം കാതോർത്തു കേൾക്കാൻ ചുറ്റുമുള്ള കൽമതിലിനും വാതിലിനും ജനാലകൾക്കും കട്ടിളയ്ക്കുമൊക്കെ ജീവനുള്ളതുപോലെ അയാൾക്ക് തോന്നി.

അങ്ങനെ പരതി നടക്കുമ്പോൾ ഒരു മുറിയിലെ, വലിയൊരു പത്തായത്തിനുമുകളിൽ കുറേ ഫോട്ടോകൾ കമിഴ്ത്തിവച്ചിരിക്കുന്നത് കണ്ടു. അതെല്ലാം എടുത്തുനോക്കാൻ വെറുതെ ഒരു കൗതുകം. ചിതലരിച്ചും ജീർണിച്ചും തുടങ്ങിയ കുറേചിത്രങ്ങൾക്കിടയിൽനിന്ന് പൊടിപിടിച്ച ഒരു ഫോട്ടോ ഹരിക്ക് കിട്ടി. സുന്ദരിയായ ഒരു പെൺകുട്ടിയുടെ ചിത്രം. ഒരു നർത്തകിയുടെ വേഷമാണ് അവൾക്ക്. വാലിട്ടെഴുതിയ കരിങ്കൂവളമിഴികൾ താഴേക്ക് വീണു പോകുമോ എന്നുതോന്നിപ്പോകും, തുളുമ്പിനിൽക്കുന്ന ചുണ്ടുകൾ, വടിവൊത്ത മൂക്ക്, ചെവികൾക്ക് മാത്രം അല്പം വലിപ്പം. ഓർമ്മയുടെ വിദൂരതയിലെവിടെയോ അവളെക്കണ്ടതുപോലെ ഒരു തോന്നൽ. നോക്കിയിരുന്നു പോകും. അയാൾ ആ ചിത്രം കൊണ്ടുപോന്നു. തുടച്ചുഭംഗിയാക്കി തന്റെ മുറിയിൽ ആണിയടിച്ചു തൂക്കി. ഒരു കൂട്ടായല്ലോ, എന്തെങ്കിലുമൊക്കെ മിണ്ടിയും പറഞ്ഞും ഇരിക്കാമല്ലോ എന്നയാൾ വെറുതെ ചിന്തിച്ചു.

രാവിലെ എണീക്കുമ്പോൾ ഹരി ആ ഫോട്ടോയിൽ നോക്കി ഗുഡ്മോർണിംഗ് പറയും. കിടക്കാൻ നേരം ഗുഡ്നൈറ്റ് പറയും. ചിലപ്പോൾ അവൾ ചിരിക്കുന്നതായി അയാൾക്ക് തോന്നും. മറ്റു ചിലപ്പോൾ ആ കണ്ണുകൾ നിറഞ്ഞിരിക്കുന്നതായും. ഓരോദിവസങ്ങൾ കൂടുമ്പോഴും ആ ചിത്രത്തിന് ഒരുതുടിപ്പ്, അനുഭവപ്പെട്ടുകൊണ്ടിരുന്നു.

ആരുടെയോ സാന്നിധ്യം അവിടെ നിറഞ്ഞുനിൽക്കുന്നതുപോലെ. ഒരു വല്ലാത്ത അടുപ്പം ഹരിക്ക് അവളോടുതോന്നി. അയാൾ ചോദിച്ചു, നീ ആരാ.. അവൾ ഒന്നും മിണ്ടിയില്ല. പക്ഷേ എന്തോ പറയാൻ ആ ചുണ്ടുകൾ കൊതിക്കുന്നതായി അയാൾക്ക് തോന്നി. നീ എന്തൊരു സുന്ദരിയാ, നിന്നെ നോക്കിക്കൊണ്ടിരുന്നാൽ കണ്ണെടുക്കാൻ തോന്നില്ല.

അതുകേട്ട് അവൾ അല്പം നാണിച്ചോ എന്നൊരു സംശയം. നീ എന്റെ കൂടെ പോരുന്നോ... അയാൾ ചോദിച്ചു. ആ കണ്ണു

കളിൽ തീവ്രമായ ഒരു ആർദ്രത നിഴലിക്കുന്നത് അയാൾ കണ്ടു. അത് വെറുമൊരു ചിത്രമല്ല മജ്ജയും മാംസവും ഉള്ള ഒരു പെൺകുട്ടിയാണെന്ന് അയാൾ സങ്കൽപ്പിച്ചു.

നീ ഇപ്പോ എന്റെ മുമ്പിൽ വന്നെങ്കിൽ കെട്ടിപ്പിടിച്ച് ഒരു ഉമ്മ തന്നേനെ. അത് കേട്ടപ്പോൾ നാണംകൊണ്ട് ആ കവിളുകൾ ചുവക്കുന്നത് അയാൾ കണ്ടു.

പെട്ടെന്ന് കതകിൽ ഒരു മുട്ട് കേട്ടു. അയാൾ ഒന്ന് ഞെട്ടി. നിർത്താതെയുള്ള മുട്ട് തുടരുന്നു. ഇവിടെ ഇപ്പൊ ആരുവരാനാ, ക്വാറന്റൈനിൽ കഴിയുന്ന എനിക്ക് അതിഥിയോ. വീണ്ടും കതകിൽ മുട്ട്, സംശയത്തോടെ അയാൾ എണീറ്റുചെന്ന് വാതിൽ തുറന്നു. കാലടിയിൽ നിന്ന് മണ്ണ് ഒലിച്ചുപോകുന്നതായി ഹരിക്ക് തോന്നി തന്റെ ഭാരമെല്ലാം നഷ്ടപ്പെട്ട് ശൂന്യതയിൽ ഉയർന്നു പോകുന്നതു പോലെ. താൻ ആരോടാണോ ഇത്രയും നേരം സല്ലപിച്ചുകൊണ്ടിരുന്നത് അവളിതാ മുന്നിൽ നിൽക്കുന്നു.

"പേടിച്ചു പോയോ.."

ആ ചോദ്യംകേട്ട് ഹരി സ്വബോധത്തിലേക്ക് തിരിച്ചുവന്നു. അയാൾ മടിച്ചു മടിച്ചു ചോദിച്ചു..

"ആരാ മനസ്സിലായില്ല..."

"എന്നെ മനസ്സിലായില്ലേ ഞാൻ കാവേരിയാ.."

"കാവേരിയൊ.."? അയാൾക്ക് അത്ഭുതമായി

"അതെ, പണ്ടൊക്കെ ചേട്ടൻ ഇവിടെ വരുമ്പോൾ കട്ടൻ ചായ കൊണ്ടുതന്നിരുന്നത് ഞാനല്ലേ."

"മറന്നുപോയോ.."

"മറന്നിട്ടില്ല പക്ഷേ..."' ഹരി ഒന്നാലോചിച്ചു. എന്നിട്ട് പറഞ്ഞു..

"നീ ആകെ മാറിയല്ലോ, വളർന്ന് ഒരു സുന്ദരിക്കുട്ടിയായയല്ലോ.."

അതുകേട്ട് അവൾ ചിരിച്ചു കുപ്പിവള തറയിൽവീണു ചിതറുന്ന ശബ്ദം. അവളുടെ സാന്നിധ്യം അയാളിൽ വല്ലാത്തൊരു അനുഭൂതിയുളവാക്കി. എന്തോ ഒരു മാസ്മരികശക്തിയുണ്ടായിരുന്നു അവളുടെ ചിരിക്ക്.

ഞാൻ അകത്തേക്ക് ക്ഷണിക്കുന്നില്ല.. കാരണം ഞാനിവിടെ ക്വാറന്റൈനിൽ കഴിയുകയാണ്..

നിയമപരമായി കുറച്ചുദിവസം കൂടി ഞാനിങ്ങനെ തനിച്ച് കഴിയണം.

അത് നിയമപരമായിട്ടല്ലേ.. നമുക്ക് നിയമം തെറ്റിക്കാം. ഞാനകത്തേക്ക് വരികയാണ്.

ഒരു സങ്കോചവുമില്ലാതെ അവൾ അകത്തേക്കുവന്നു. വന്ന പാടേ അവളുടെ ഫോട്ടോയിൽ കുറെ നേരം നോക്കിനിന്നു. ഹരി അടുത്തേക്ക് ചെന്നു.

"എന്താ നോക്കുന്നത്.."

"ഭഗവതിയമ്പലത്തിലെ ഉത്സവത്തിനായിരുന്നു എന്റെ അരങ്ങേറ്റം, അന്നെടുത്തഫോട്ടോയാ,"

"നന്നായിട്ടുണ്ട് അല്ലെ.."

ഹരി ഒന്നു മൂളി..

ഇതെന്റെ വീട്ടിലിരുന്നതാ, വീട് പെയിന്റടിക്കുന്ന സമയത്ത് ഇതെല്ലാം കൂടി അച്ഛൻ ഇവിടെ കൊണ്ടുവച്ചു. അങ്ങനെയാ ഇതിവിടെപ്പെട്ടത്. ഇത് ആ പത്തായപ്പുരയിൽ പൊടിപിടിച്ച് കിടക്കുകയായിരുന്നു. ഞാനാണ് തുടച്ചുവൃത്തിയാക്കി ഇവിടെകൊണ്ടു തൂക്കിയത്.

"നന്ദിയുണ്ട് ഒരുപാട് നന്ദിയുണ്ട്.." അത് പറയുമ്പോൾ അവളൊന്ന് വിതുമ്പിയോ എന്ന് ഹരിക്ക് തോന്നി.

"നേരം ഒരുപാടായി ഞാൻ പോട്ടെ ഇനിയും വരാം.." അവൾ പറഞ്ഞു..

"ഞാൻ വന്നിട്ട് മൂന്നാല് ദിവസമായല്ലോ ഇതുവരെയെന്താ വരാതിരുന്നേ.."

"ഞാൻ ഇപ്പഴാഅറിഞ്ഞത്.. അറിഞ്ഞ ഉടനെ ഇങ്ങോട്ട് വരികയായിരുന്നു."

"അച്ഛൻ പറഞ്ഞില്ലേ ഞാൻ വന്ന വിവരം..."

"ആരോ വന്നെന്ന് പറഞ്ഞു അത് ചേട്ടനാണെന്ന് ഇന്നാ പറഞ്ഞത്.." നാളെ കാണാമേ... എന്നുപറഞ്ഞ് അവൾ ഓടിപ്പോയി..

ഹരിയുടെ ആ രാത്രി അയാൾക്ക് ഉറക്കമില്ലാത്തതായി. കാവേരിയെക്കുറിച്ച് മാത്രമായി അയാളുടെ ചിന്ത. എന്തൊരുമാറ്റമാണ് അവൾക്ക് സംഭവിച്ചിരിക്കുന്നത്. അന്നത്തെ കൊലുന്നനെയുള്ള പത്തുവയസ്സുകാരിയിൽനിന്ന് ഇന്നത്തെ സൗന്ദര്യധാമത്തിലേക്കുള്ള അവളുടെമാറ്റം ഹരിയെ അത്ഭുതപ്പെടുത്തി. അന്ന് സുരേഷിനോടായിരുന്നു അവൾക്ക് അടുപ്പം കൂടുതൽ അവരുതമ്മിലായിരുന്നു ചിരിയും കളിയും തമാശകളും ഒക്കെ. അന്ന് താനവളെ കൂടുതൽ ശ്രദ്ധിക്കാതിരുന്നതിൽ ഹരിക്ക് നഷ്ടബോധം തോന്നി.

തിരിഞ്ഞും മറിഞ്ഞും കിടന്നു, ഉറക്കം വരുന്നില്ല. മനസ്സു നിറയെ അവൾ മാത്രം. ആരോ വിളിച്ചുണർത്തിയതുപോലെ ഞെട്ടിയുണർന്നു. ചുമരിലെ പഴയഘടികാരത്തിൽ സമയം 9 30. എപ്പോഴാ ഉറങ്ങിയതെന്ന് നിശ്ചയമില്ല. പെട്ടെന്ന് ഹരിയുടെ ശ്രദ്ധ മറ്റൊരിടത്തേക്ക് പതിഞ്ഞു. ചുമരിൽ തൂക്കിയ തന്റെ ചിത്രത്തിലേക്ക് നോക്കിക്കൊണ്ടുനിൽക്കുകയാണ് കാവേരി. എങ്ങനെയാണ് ഇവൾ അകത്തേക്ക് കയറിയത്. ഹരി ചിന്തിച്ചു, അപ്പോഴേക്കും മറുപടി വന്നു, "കതക് തുറന്നിട്ടാണോ കിടന്നുറങ്ങുന്നത്.."

"കതകടച്ചില്ലേ.. ചിലപ്പോ ഞാൻ മറന്നുപോയതായിരിക്കും. നീ എപ്പോ വന്നു," അയാൾ ചോദിച്ചു.

കിളിക്കൊഞ്ചൽപോലെ അവളുടെ മറുപടി വന്നു.

"ഞാൻ വന്നിട്ട് കുറേ നേരമായി ചേട്ടനുള്ള ഭക്ഷണം കൊണ്ടുവന്നതാ കുളിച്ചിട്ടു വാ.."

അപ്പോഴേക്കും ഞാൻ ഇവിടെയൊക്കെ വൃത്തിയാക്കാം .

ഹരിയുടെ ക്ഷീണമെല്ലാം പമ്പ കടന്നു അയാൾക്ക് എന്തോ ഒരു എനർജി കിട്ടിയതുപോലെ അവളുടെ സാന്നിധ്യം ഹരിയുടെ മനസ്സ് അത്രയ്ക്ക് ആഗ്രഹിച്ചിരുന്നതുപോലെ.

കുളിയൊക്കെക്കഴിഞ്ഞ് ഹരി വന്നപ്പോൾ അയാൾക്ക് ഏറ്റവും ഇഷ്ടപ്പെട്ട ദോശയും ചമ്മന്തിയും വിളമ്പി അവൾ കാത്തിരിക്കുന്നു. വിദേശത്ത് പോയശേഷം വിരളമായേ ഇതൊക്കെ കിട്ടാറുള്ളൂ. തിരക്കൊഴിഞ്ഞിട്ട് വേണ്ടേ ഇതൊക്കെ ഉണ്ടാക്കിക്കഴിക്കാൻ. ഒരു കഷണം ദോശ മുറിച്ച് ചമ്മന്തിയിൽമുക്കി വായിലേക്കു വെച്ചു. ടേസ്റ്റ് കാരണം ഹരിയുടെ കണ്ണുനിറഞ്ഞു.

മേലാകെ കോൾമയിർ കൊണ്ടു. അയാൾ അവളെ നോക്കി നന്ദിയോടെ ചിരിച്ചു. കഴിച്ചോളൂ എന്ന് അവൾ കണ്ണുകൊണ്ടുപറഞ്ഞു. ഹരി ആർത്തിയോടെ മുഴുവനും അകത്താക്കി.

"എനിക്ക് ദോശയും ചമ്മന്തിയും ഇഷ്ടമാണെന്ന് നിനക്ക് എങ്ങനെ മനസ്സിലായി..." ഹരി ചോദിച്ചു

"അത് പണ്ടെങ്ങോ ചേട്ടൻ പറഞ്ഞതുപോലെ എനിക്കൊരു ഓർമ്മ. അതുവെച്ച് ഞാൻ ഉണ്ടാക്കിയതാ.. ഇഷ്ടപ്പെട്ടോ.."

"പിന്നേ... അതല്ലേ ഞാൻ ഇത്രയും കഴിച്ചത്.." അവളുടെ മുഖത്ത് ഒരു തൃപ്തി നിഴലിക്കുന്നത് ഹരി കണ്ടു.

പിന്നെ ഓരോ ദിവസവും അവൾക്ക് വേണ്ടിയുള്ള കാത്തിരിപ്പായി. അവൾ വന്നാലോ, തിരികെ പോകരുതേ എന്നായിഅയാളുടെ പ്രാർത്ഥന. അങ്ങനെ അങ്ങനെ അവൾ ഹരിയുടെ ആരോ

ആയിമാറി. അപ്പോഴാണ് അയാൾ അക്കാര്യം ശ്രദ്ധിച്ചത്. അവളുടെ കലപിലസംസാരം ആസ്വദിക്കുന്നതല്ലാതെ, അവളെകുറിച്ച് ഒന്നും ഇതുവരെ ചോദിച്ചിട്ടില്ല. ഇനി അവൾ വരുമ്പോൾ ചോദിക്കാനുള്ള കുറേ ചോദ്യങ്ങൾ അയാൾ മനസ്സിൽ കരുതിവെച്ചു. നീ ഏതുവരെ പഠിച്ചു. എന്തേ, വിവാഹം കഴിക്കാത്തത്. അതോ ഇനി വിവാഹം കഴിഞ്ഞോ... പക്ഷേ അവൾ വരുമ്പോൾ ഈ ചോദ്യങ്ങളെല്ലാം ഹരി മറന്നുപോകും. അങ്ങനെ സ്വയം മറന്നുപോകുന്ന അവസ്ഥയാണല്ലോ അയാൾക്കവളുടെ സാമീപ്യം.

അങ്ങനെ ദിവസങ്ങൾ പോയതറിഞ്ഞില്ല ഹരിയും കാവേരിയും പിന്നെ ഭീമാകാരമായ ആ സൗധവും. അവർ മറ്റൊരു ലോകത്തായിരുന്നു. മുത്തശ്ശിക്കഥയിലെ അത്ഭുതമാന്ത്രികകൊട്ടാരവും അവിടത്തെ രാജകുമാരിയും. ആ ദിവസങ്ങൾ അയാൾ ഏറെ ആസ്വദിച്ചു.

നാസറിന്റെ കോൾ വന്നപ്പോഴാണ് പതിനാലുദിവസങ്ങൾ കഴിഞ്ഞുപോയെന്ന് ഹരി തിരിച്ചറിയുന്നത്. അയാൾക്ക് ആകെ നിരാശയായി, അനിവാര്യമായ തിരിച്ചുപോക്ക് ഇങ്ങെത്തിക്കഴിഞ്ഞു. ഇനിയും ഒരു പതിനാലുദിവസങ്ങൾ കൂടി കിട്ടിയിരുന്നെങ്കിലെന്ന് അയാൾ കൊതിച്ചു.

ഞാൻ ഉടനെ എത്തും നീ എല്ലാം പായ്ക്ക് ചെയ്തു വയ്ക്ക്, നാസർ കോൾ കട്ട് ചെയ്തു...

ഹരി പുറത്തേക്കിറങ്ങി. ലക്ഷ്മണേട്ടന്റെ വീട്ടിലേക്ക് നോക്കി. അവിടെ എവിടെയെങ്കിലും കാവേരിയുടെ തലവെട്ടം കാണുന്നുണ്ടോയെന്ന്. ഉറക്കെ വിളിച്ചാലോ എന്നുതോന്നി, പിന്നെ വേണ്ടെന്നു വച്ചു. എന്തായാലും വരട്ടെ, വരേണ്ട സമയം ആകുന്നതേയുള്ളൂ.

വൈകാതെ നാസറെത്തി,

“നീ റെഡിയായോ..”

“ങാ..”

“എന്നാൽ പോകാം..”

“പോകാം..”

അപ്പോഴും കാവേരിയെക്കണ്ടില്ലല്ലോ എന്ന ചിന്തയായിരുന്നു ഹരിക്ക്. വീട്ടിൽ ചെന്ന് യാത്രപറയാം, എന്നാലും തനിച്ചുകിട്ടിയിരുന്നെങ്കിൽ മുഖത്തോട് മുഖം നോക്കി യാത്രപറയുമ്പോൾ ആ മുഖത്തുണ്ടാകുന്ന ഭാവമാറ്റത്തിൽനിന്ന്, തന്നോടുള്ള ഇഷ്ട

ത്തിന്റെ തീവ്രത, തനിക്ക് വായിച്ചെടുക്കാൻ പറ്റുമായിരുന്നു. അവ ൾക്ക് തന്നോട് എന്തെങ്കിലും പറയാനുണ്ടെങ്കിൽ അതുകേൾക്കാതെ പോയി എന്നൊരു വിഷമം, പിന്നീട് ഉണ്ടാകാൻ പാടില്ലല്ലോ.

"നീ ആരെയാ ഈ നോക്കുന്നത്..." നാസറിന്റെ ചോദ്യം കേട്ട് ഹരി ചിന്തയിൽ നിന്നുണർന്നു.

"ഏയ്.. ആരുമില്ല.. നമുക്ക് പോകാം.."

അവർ ഇറങ്ങി, ഹരിയുടെ ബാഗ് നാസർ എടുത്തു. കാവേ രിയുടെഫോട്ടോ അവിടെ ഉപേക്ഷിച്ചുപോകാൻ ഹരിക്ക് മനസ്സ് വന്നില്ല. നന്നായി പൊതിഞ്ഞ് അയാൾ അതും കൈയ്യിലെടുത്തു.

"എന്താടാ ഇത്.." നാസർ ചോദിച്ചു..

""ഒരു ഫോട്ടോയാ.." ഹരി പറഞ്ഞു..

പിന്നെ അയാൾ ഒന്നും ചോദിച്ചില്ല..

ലക്ഷ്മണേട്ടന്റെ വീട്ടിൽ കയറി യാത്രപറഞ്ഞിട്ട് പോകാം.. ഹരി പറഞ്ഞു..

"പിന്നെന്താ നീ വാ.."

അവർ പ്രധാന വഴിയിൽ നിന്നും മാറി മതിലിന് സമീപത്തു കൂടെ അപ്പുറത്തേക്ക് നടന്നു. അവിടെയാണ് പുതിയ പ്രവേശന കവാടം.

അവർ ഗേറ്റ് തുറക്കുമ്പോൾ, മുറ്റത്ത് ഒരു പായയിൽ കുറെ മുളക് ഉണക്കാൻ ഇട്ടിരിക്കുന്നു. അതിന്റെസമീപത്തായി നന്നേ മെല്ലിച്ച്, കുണ്ടിൽതാണുപോയ കണ്ണുകളുമായി ഒരു സ്ത്രീരൂപം.

"അത് രമണിചേച്ചിയല്ലേ.." ഹരി ചോദിച്ചു.. നാസർ പറഞ്ഞു..

"അതെ..."

എപ്പോഴും ചിരിച്ചുകളിച്ച് ഓടിനടന്ന് വീട്ടുകാര്യങ്ങൾ നോ ക്കുന്ന, ആ സുന്ദരിയായ, ഊർജ്ജസ്വലയായ, രമണിച്ചേച്ചിയെ ഹരി യോർത്തു.

"ആരാ..." അവർ മുഖമുയർത്തി ചോദിച്ചു.

ആ പഴയ രമണിചേച്ചിയെ തിരിച്ചറിയാൻ ആ ശബ്ദത്തി ലൂടെ മാത്രമേ കഴിയൂ.

"എന്നെ മനസ്സിലായില്ലേ... ഞാൻ ഹരിയാ.. ഹരികൃഷ്ണൻ. പണ്ടെപ്പോഴും ഇവിടെവരാറുള്ള..." ഹരി പറഞ്ഞു..

"ഓ അപ്പൊ നീയാണോ രാമനിലയത്തിൽ താമസിക്കാൻ വന്നത്.." അവശതയോടെ അവർ ചോദിച്ചു..

"അതേ.." ഹരി പറഞ്ഞു..

“വാ.. അകത്തേക്ക് വാ..” വളരെ കഷ്ടപ്പെട്ട് എണീറ്റ് അവർ അകത്തേക്ക് നടന്നു.

തന്നെ തിരിച്ചറിയുമ്പോൾ രമണിചേച്ചിയുടെ മുഖത്തുണ്ടാകുമെന്ന് ഹരി പ്രതീക്ഷിച്ച അതിശയഭാവമൊന്നുമുണ്ടായില്ല. ജീവിതം ആകെ മടുത്തതുപോലെ, യാന്ത്രികമായ ചലനങ്ങൾ.

അവർ അകത്തു കയറി ഇരുന്നു. “ലക്ഷ്മണേട്ടനെന്തിയേ...” ഹരി ചോദിച്ചു.

“ഞാൻ വിളിക്കാം..” ചേച്ചി അകത്തേക്ക് പോയി.

“എന്താടാ ഇവർക്കൊക്കെ സംഭവിച്ചത്......” ഹരി ചോദിച്ചു..

നാസർ.. അതിനുത്തരം പറയാൻ തുടങ്ങിയതും അകത്തു നിന്ന് ആരോ വരുന്നത് കണ്ടു.

പുറത്തേക്ക് വന്നത് ഒരു വൃദ്ധനാണോ ഒരു രോഗിയാണോ എന്നറിയില്ല. രമണിച്ചേച്ചി അദ്ദേഹത്തെ ചാരുകസേരയിൽ കൊണ്ടിരുത്തി. രണ്ടുപേരെയും ഹരി മാറി മാറി നോക്കി.

ജീവിച്ചിരിക്കുന്ന രണ്ടുശരീരങ്ങൾ. എന്തു പറയണമെന്നും എവിടെ തുടങ്ങണമെന്നും ഒരുപിടിയും കിട്ടുന്നില്ല. ആകെ ഒരു നിശബ്ദത, നാസർ പതിയെ ഹരിയോട് പറഞ്ഞു..

“നമുക്ക് പോകാം..”

നിക്ക് എന്ന് ഹരി ആംഗ്യം കാണിച്ചു. എന്നിട്ട് വൃദ്ധനെ നോക്കി ചോദിച്ചു.

“കാവേരിയെ ഒന്ന് വിളിക്കാമോ..”

ഒരു പൊട്ടിക്കരച്ചിലായിരുന്നു ആ വൃദ്ധനിൽ നിന്നും ഉയർന്നത്. രമണിചേച്ചി കരച്ചിലടക്കി അകത്തേക്കുപോയി. നാസർ ഹരിയുടെ കയ്യിൽ അമർത്തിപ്പിടിച്ചു. ഹരി അവനെ നോക്കി. അവൻ കാണിച്ച ഭാഗത്തേക്ക് ഹരിയുടെ കണ്ണുകൾ ചെന്നെത്തി. അവിടെ ചുമരിൽ മാലയിട്ട് വച്ചിരിക്കുന്ന കാവേരിയുടെ ചിത്രം ഹരികണ്ടു. ഇടിവെട്ടേറ്റതുപോലെ ഹരി സ്തബ്ദനായി ഇരുന്നുപോയി... അപ്പോൾ, ഞാനിത്രയും ദിവസം കളിച്ചതും ചിരിച്ചതും തമാശ പറഞ്ഞതും സൗഹൃദം പങ്കുവച്ചതും ആരോടായിരുന്നു. ഹരിയുടെ ശരീരം വിറയ്ക്കാൻ തുടങ്ങി. തൊണ്ടവരളുന്നതുപോലെ അയാൾക്ക് തോന്നി. വല്ലാത്തൊരു ഉൾക്കിടിലം അയാൾക്കനുഭവപ്പെട്ടു. നാസർ ശക്തമായി അവന്റെ കാലിൽ പിച്ചിയപ്പോഴാണ്. ഹരിക്ക് പരിസരബോധം ഉണ്ടായത്. “എപ്പോഴായിരുന്നു.... എങ്ങനെയായിരുന്നു...” അയാൾ ചോദിച്ചു. “അതൊക്കെ ഞാൻ പിന്നെ പറയാം.. ഇപ്പൊ നീ വാ...” നാസർ പറഞ്ഞു.

അവർ എണീറ്റു.

ഹരി പതിയെ ആ വൃദ്ധന്റെ അടുത്തേക്ക് ചെന്നു. അയാളുടെ കൈയ്യിൽ ഉണ്ടായിരുന്ന ഫോട്ടോ അദ്ദേഹത്തിന് നേരെ നീട്ടി.

കാവേരിയുടെ ഫോട്ടോയാ അവിടത്തെ പത്തായപ്പുരയിൽ പൊടിപിടിച്ചു കിടന്നതാ. ഇതിവിടെ ഇരിക്കട്ടെ...

പെട്ടെന്ന് ലക്ഷ്മണേട്ടൻ പൊട്ടിത്തെറിച്ചു.

നിന്നോട് ആരാ പറഞ്ഞത് ഇത് എടുത്തോണ്ടുവരാൻ. ഞാൻ ഇത് കൊണ്ട് കളഞ്ഞതാ അവളുടെ ഉപദ്രവം സഹിക്കാൻ വയ്യാതെ.

“ഈ ഫോട്ടോ ഇരിക്കുന്നിടത്ത് അവൾ വരും.. അവൾ വരും... ഇതൊരു ബാധ്യതയാണ്.. കൊണ്ടുപോ.. കൊണ്ടുപോ.. എവിടെയെങ്കിലും കൊണ്ടുകളയ്...” പിറുപിറുത്തുകൊണ്ട് അയാൾ അകത്തേക്ക് കയറിപ്പോയി.

അവർ പുറത്തേക്കിറങ്ങി. അധികം അകലെയല്ലാതെ രാമനിലയം കാണാം ഹരി കുറച്ചുസമയം അവിടെ നോക്കിനിന്നു.

“എന്താടാ അവൾക്ക് സംഭവിച്ചത്...” ഹരി ചോദിച്ചു..

“അരങ്ങേറ്റത്തിന്റന്ന് ലക്ഷ്മണേട്ടന്റെ കാലിൽ തൊട്ട് അനുഗ്രഹം വാങ്ങിച്ചുകൊണ്ട് സ്റ്റേജിലേക്ക് കയറിയതാ പിന്നെ അവളെ ആരും കിട്ടില്ല. നൃത്തം കഴിഞ്ഞ് കർട്ടൻ വീണു. കാവേരിയെ മാത്രം കാണാനില്ല. മൂന്നാലുദിവസം കഴിഞ്ഞപ്പോൾ. കൈതക്കാട്ടിലെ ചെളിക്കുണ്ടിൽനിന്ന് ബോഡി കിട്ടി. അന്വേഷണമൊക്കെ നടക്കുന്നുണ്ട്. ഇതുവരെ ഒരു തുമ്പും കിട്ടിയില്ല...” നാസർ പറഞ്ഞു. ശരിക്കും എന്തായിരിക്കും സംഭവിച്ചത്. എങ്ങനെയാണ് അവൾ മരിച്ചത്. ആരായിരിക്കും അതിനുപിന്നിൽ. ഹരിയുടെ ചിന്തകൾ ആ വഴിക്ക് സഞ്ചരിക്കാൻ തുടങ്ങി.

“നീ ആ ഫോട്ടോ അവിടെ കൊണ്ടുവച്ചിട്ട് വാ...” നാസർ പറഞ്ഞു. ഒരു നിമിഷത്തെ ആലോചനയ്ക്ക് ശേഷം ഹരി പറഞ്ഞു, വേണ്ട അവിടെ കൊണ്ടിട്ടാൽ പൊടിപിടിച്ച്, ജീർണിച്ച് നശിക്കും നല്ലപടമല്ലേ എന്റെ കൈയ്യിൽ ഇരിക്കട്ടെ..

ലക്ഷ്മണേട്ടൻ പറഞ്ഞത് കേട്ടല്ലോ.. അവൾ കൂടെ വരും.. നാസർ ചിരിച്ചുകൊണ്ടുപറഞ്ഞു.

സാരമില്ല പോന്നോട്ടെ ഞാനും ഒറ്റയ്ക്കല്ലേ.. ഹരിയും തമാശയായി പറഞ്ഞു.. ചിരിച്ചുകൊണ്ട് അവർ നടന്നു.

കാവേരിയോട് ചോദിക്കാൻ മറന്നുപോയ ചോദ്യങ്ങളുടെ സ്ഥാനത്ത് പുതിയ ചിലചോദ്യങ്ങളും കരുതിവെച്ച് അവളുടെ ഫോട്ടോയുമായി ഹരി കാറിലേക്ക് കയറി.. അവൾ അയാളെത്തേടി ഇനിയും വരുമെന്ന് അയാൾക്ക് ഉറപ്പുണ്ടായിരുന്നു..

അവിനാഷ് രാജാ

നായിക

പതിവുപോലെ രാവിലെ ആറുമണിക്കുള്ള അലാറം അടിച്ചു. അലാറംകേട്ട് ഞാൻ പതിയെ ഉണർന്നു. അപ്പോഴും എന്റെകൂടെ റൂമിലുള്ള കണ്ണൻ നല്ല ഉറക്കത്തിൽ ആണ്. ഞാനും കണ്ണനും ഇപ്പോൾ ഒരു പുതിയ സിനിമയുടെ ചാർറ്റിങ്ങിനു എറണാകുളത്തു ഒരു ഹോട്ടൽ മുറിയിൽ ആണ്. ഞാൻ മെല്ലെ ഉറക്കച്ചടവോടെ എഴുന്നേറ്റു ജനാലക്കരുകിലേക്ക് ചെന്നു. പതിയെ ജനൽപാളി തുറ ന്ന് പുറത്തേക്ക് നോക്കി. ഹോട്ടൽ ചുറ്റുപാടിനെ മൂടിപുതച്ചു കിടക്കുന്ന മകരമഞ്ഞിനെ ഞാൻ കൊതിയോടെ നോക്കിനിന്നു. ചുറ്റുവട്ടത്തെ വീടുകളിൽ ആളുകൾ ദൈനംദിനം ജോലികളിൽ ഏർപ്പെട്ടു തുടങ്ങിയിരിക്കുന്നു. പക്ഷെ മകരമഞ്ഞു കൊണ്ട് അവരുടെ മുഖങ്ങൾ തെളിഞ്ഞുകാണാൻ പറ്റിയിരുന്നില്ല. എങ്കിലും ഞാൻ ശ്രദ്ധയോടെ അവരെ നോക്കി തന്നെ നിന്നു.

പെട്ടെന്ന് കോളിംഗ്ബെൽ അടിക്കുന്ന സൗണ്ട് കേട്ടു. ആരാണ് ഈ രാവിലെ തന്നെ എന്റെ സുന്ദരമായ കാഴ്ചയെ തടസപ്പെടുത്തിക്കൊണ്ട് വന്നതെന്ന് ആലോചിച്ചു ഞാൻ ചെന്ന് ഡോർ തുറന്നു. അപ്പോൾ പ്രൊഡക്ഷൻ എക്സിക്യൂട്ടീവ് സുധീഷ് ചിരിയോടെ ഗുഡ്മോർണിംഗ് പറഞ്ഞുകൊണ്ട് റൂമിനുപുറത്തു നിൽക്കുന്നു. ഞാനും തിരിച്ചു അത്ര ചിരിയോടെ അല്ലെങ്കിലും ഒരു ഗുഡ്മോർണിംഗ് പറഞ്ഞുകൊണ്ട് എന്താ രാവിലെ തന്നെ എന്നു

ചോദിച്ചു. അപ്പോൾ സുധീഷ് വലിയ ഉത്സാഹത്തോടെ പറഞ്ഞു നായിക ആകാൻ ഒരുകുട്ടി വരും. ഞാൻ ചോദിച്ചു ന്യൂഫെയ്സ് ആണോ. അതിനുത്തരമായി സുധീഷ് പറഞ്ഞു, അല്ല, ഒരു ചെറിയ സിനിമയിൽ നായികയായി അഭിനയിച്ചിട്ടുണ്ട്. സിനിമയുടെ പേര് അവനറിയില്ല. പത്തുമണിക്ക് അവർ എത്തും, അപ്പോളേക്കും റെഡിയാകണേ എന്നുപറയാൻ ആണ് അവൻ വന്നത്. അത്രയും പറഞ്ഞ് സുധീഷ് അവന്റെ റൂമിലേക്ക് പോയി. ഞാൻ ഉടനെ തന്നെ ഡോർ അടച്ചിട്ടു കണ്ണനെ തട്ടിവിളിച്ചു. “ഡാ...” പെട്ടന്ന് റെഡിയാക്, ഒരുകുട്ടി നായികയാകാൻ വരുന്നുണ്ട്, അതു പറയാൻ സുധീഷ് ഇപ്പോൾ വന്നു എന്നും ഞാൻ പറഞ്ഞു. വളരെ സന്തോഷത്തോടെ കണ്ണൻ ചാടി എഴുന്നേറ്റ് ചോദിച്ചു, എവിടെയുള്ള കുട്ടിയാണ്? പേര് എന്താണ്? ഞാൻ പറഞ്ഞു ഇതൊന്നും എനിക്കറിയില്ല. ഏതായാലും പത്തുമണിക്ക് ആ കുട്ടി എത്തുമെല്ലോ, അപ്പോൾ അറിയേണ്ടതെല്ലാം നേരിട്ട് ചോദിച്ചോ... അവനു ഞാൻ പറഞ്ഞത് ഇഷ്ടപ്പെട്ടില്ലായെന്ന് മനസ്സിലായി. എങ്കിലും ഞാൻ അത് കാര്യമാക്കാതെ വാഷ്റൂമിലേക്കു കയറി.

ക്യാമറ സ്റ്റാർട്ട്, ആക്ഷൻ എന്ന് മുഴങ്ങി, നായികയായി വന്ന കുട്ടി സ്ക്രീൻ ടെസ്റ്റിന് വേണ്ടി പെർഫോം ചെയ്യുകയാണ്. ഒരു സിനിമയിൽ നായിക ആയെങ്കിലും ആരും ആ സിനിമ കാണാത്തതുകൊണ്ടാണ് ഒരു സ്ക്രീൻടെസ്റ്റ് നടത്തിയത്. അവളെ ഞാൻ പരിചയപ്പെട്ടു. പേര് ഗായത്രി, എറണാകുളത്തു തന്നെ ആണ് വീട്, അങ്ങനെ കുറെനേരം ഞങ്ങൾ സംസാരിച്ചു, മകളെക്കുറിച്ച് ഡയറക്ടർ എന്ത് പറഞ്ഞു, ഫിക്സ് ചെയ്തോ, എന്നൊക്കെ അമ്മയും മകളും വലിയ ആവേശത്തോടെ എന്നോടുചോദിച്ചു. ഫൈനൽ ഡിസ്കഷൻ കഴിഞ്ഞ് പറയാമെന്നു പറഞ്ഞു. അപ്പോൾ അവളുടെ അമ്മ എന്റെ ഫോൺ നമ്പർ വാങ്ങി. ആ കുട്ടിയും അമ്മയും യാത്ര പറഞ്ഞിറങ്ങി. അതിനുശേഷം ഞങ്ങൾ ലൊക്കേഷൻ നോക്കാൻ വേണ്ടി ഡൈറക്ഷൻ ടീം പുറത്തേക്കിറങ്ങി.

അടുത്ത ദിവസം ഗായത്രിയെ നായികയാക്കാൻ തീരുമാനിച്ചു. അരമണിക്കൂർ കഴിഞ്ഞ് എനിക്ക് ഗായത്രിയുടെ ഫോൺ വന്നു. സുധീഷ് എന്ന ആൾ വിളിച്ചു, എന്നെ നായികയായി ഫിക്സ് ചെയ്തു എന്നുപറഞ്ഞു. സത്യം ആണല്ലോ എന്ന് അറിയാൻ എന്നെ വിളിച്ചതാണ്. സത്യം ആണെന്ന് ഞാനും കൂടി പറഞ്ഞതോടെ ആ കുട്ടി വളരെ ആവേശത്തിലായി. ഷൂട്ടിംഗ് ഡേറ്റ് ഫിക്സ് ആയി, അതുവരെയുള്ള ദിവസങ്ങളിൽ ഗായത്രിയും അമ്മയും

എന്നെ ഇടക്കിടക്ക് വിളിക്കും. ഷൂട്ടിംഗ് ഡേറ്റും മറ്റുവിശേങ്ങളുമൊക്കെ തിരക്കും. നായിക ആയതിനുശേഷം ഇടക്കിടക്ക് അമ്പലങ്ങളിൽപോയി സിനിമ ഹിറ്റ് ആകാൻ വേണ്ടി പ്രാർത്ഥിക്കും, അമ്പലങ്ങളിൽ വഴിപാട് കഴിച്ചതിന്റെ വിവരങ്ങൾ എന്നെ വിളിച്ചു പറയും. ചില സാങ്കേതിക തടസ്സം കാരണം ഷൂട്ടിംഗ്ഡേറ്റ് ഒന്ന് മാറി. അടുത്തദിവസം തന്നെ എന്നെ അവൾ വിളിച്ചു, ഡേറ്റ് മാറി അല്ലേ, അടുത്ത ഫിക്സ് ചെയ്ത ഡേറ്റിൽ തന്നെ ഷൂട്ട് നടക്കാൻ വേണ്ടി ഞങ്ങൾ ഇന്ന് അമ്പലത്തിൽപോയി പ്രാർത്ഥിച്ചു, വഴിപാടും കഴിച്ചു. അതിന്റെ പ്രസാദം എല്ലാവർക്കുംവേണ്ടി കൊണ്ടുവരട്ടെ എന്ന് ചോദിച്ചു. ഞാൻ ചിരിച്ചുകൊണ്ടു പറഞ്ഞു,

ഏയ്... അതൊന്നും വേണ്ട, ഞാൻ ഗായത്രിയുടെ ആവേശത്തേക്കുറിച്ച് കണ്ണനോട് പറഞ്ഞു, അവനും അതിശയം തോന്നി. അങ്ങനെ ചർച്ചകൾ പുരോഗമിക്കുന്നതിന്റെ ഭാഗമായി നായിക ആരും അറിയാത്ത കുട്ടി ആണ്, കുറച്ചുകൂടി മാർക്കറ്റുള്ള ഒരു ആർട്ടിസ്റ്റിനെ നായിക ആക്കിയാലോ എന്ന് ചർച്ചകൾ വന്നു. ഇത് അറിഞ്ഞപ്പോൾ എനിക്ക് ആദ്യം വിഷമം തോന്നി. ഗായത്രി വളരെ പ്രതീക്ഷയോടെ ഇരിക്കുകയാണ്. പക്ഷെ സിനിമയുടെ വിജയത്തിന് മാർക്കറ്റ്വാല്യൂ ഉള്ള നായിക വരുന്നതാണ് ശെരിയെന്നു എനിക്കും തോന്നി. അങ്ങനെ എല്ലാസിനിമയിലും സംഭവിക്കുന്നതുപോലെ അതിലും സംഭവിച്ചു. ഗായത്രിയെമാറ്റി മാർക്കറ്റ്വാല്യൂ ഉള്ള നായികവന്നു.

എക്സിക്യൂട്ടീവ് സുധീഷിനോട് ഡയറക്ടർ പറഞ്ഞു, ഗായത്രിയെ വിളിച്ച് ആ കുട്ടിയെ മാറ്റിയകാര്യം പറയാൻ പറഞ്ഞു. അതിനെക്കുറിച്ചു സുധീഷുമായി സംസാരിച്ചപ്പോഴാണ് എനിക്ക് മനസിലാകുന്നത് എന്നെ വിളിക്കുന്നതുപോലെ നിരന്തരം ഗായത്രി സുധീഷിനെയും വിളിക്കുമായിരുന്നു. അവനും ആ കുട്ടിയോട് മാറ്റി എന്നു പറയാൻ വിഷമം. എന്നോട് ചോദിച്ചു ചേട്ടൻ ആ കുട്ടിയോട് ഒന്ന് വിളിച്ചുപറയുമോ എന്ന്. പക്ഷെ എനിക്ക് അതിനുധൈര്യം കിട്ടിയില്ല. അടുത്തദിവസം എനിക്ക് ആ കുട്ടിയുടെ ഫോൺ വന്നു. ഞാൻ ആദ്യം എടുത്തില്ല, വീണ്ടും ഫോൺ അടിച്ചു, ഞാൻ എടുത്തു, മറുവശത്തു നിന്നും അവൾ വലിയ ആവേശത്തിൽ തന്നെ സംസാരിക്കുന്നതുകേട്ടപ്പോൾ എനിക്ക് മനസിലായി സുധീഷ് ഇതുവരെ അവളെ വിളിച്ചു മാറ്റിയ കാര്യം പറഞ്ഞില്ല എന്നുള്ളത്. അങ്ങനെ കുറെ ദിവസം കഴിഞ്ഞിട്ടും സുധീഷ് ആ

കുട്ടിയെ കാര്യം അറിയിച്ചില്ല. ഈ ദിവസങ്ങളിൽ എല്ലാം ക്ഷേത്ര ദർശനവും പ്രാർത്ഥനയുമായി പ്രതീക്ഷയോടെ ഗായത്രിയും മുന്നോട്ടുപോയി.

അങ്ങനെ കാസ്റ്റിംഗ് എല്ലാം ഏകദേശം കഴിഞ്ഞു. നായികയുടെ കൂട്ടുകാരി കഥാപാത്രം ഇതുവരെ ഫിക്സ് ആയില്ല, സുധീഷ് എന്നോടുപറഞ്ഞു, ചേട്ടാ... ഗായത്രിയെ കൂട്ടുകാരി ആക്കിയാലോ.... ആ കുട്ടി സമ്മതിക്കുമോ എന്ന് എനിക്ക് സംശയം ഉണ്ടായിരുന്നു. അങ്ങനെ ഞങ്ങൾ ആദ്യം ഡയറക്ടറുമായി സംസാരിച്ചു. ആ കുട്ടി സമ്മതിക്കുന്നെങ്കിൽ ഓക്കെ എന്നുപറഞ്ഞു. സുധീഷ് ആ കുട്ടിയെ വിളിച്ചു കാര്യംപറഞ്ഞു. അരമണിക്കൂർ കഴിഞ്ഞു എനിക്ക് ഗായത്രിയുടെ ഫോൺവന്നു. ഞാൻ മടിയോടെയാണെങ്കിലും എടുത്തു. ഗായത്രി ചോദിച്ചു, "ചേട്ടാ.. രണ്ടുഹീറോയിൻ ഉണ്ടോ...." എന്റെ കഥാപാത്രത്തിനാണോ അതോ മറ്റേ നായികയ്ക്കാണോ ഇംപോർട്ടൻസ്....... ഞാൻ പെട്ടന്ന് കൺഫ്യൂഷൻ ആയി. രണ്ടു നായികയോ എന്ന് ചിന്തിച്ചു... ഇപ്പോൾ ബിസി ആണ്, കുറച്ചു കഴിഞ്ഞു വിളിക്കാം എന്നുപറഞ്ഞു ഞാൻ ഫോൺ കട്ട് ചെയ്തു. ഉടനെ തന്നെ ഞാൻ സുധീഷിനെവിളിച്ചു. അപ്പോൾ അവൻ പറഞ്ഞു ചേട്ടാ.. എങ്ങനെയാണ് നായികയായി ഫിക്സ് ചെയ്ത കുട്ടിയോട് കൂട്ടുകാരിയായി അഭിനയിക്കാൻ പറയുന്നത്. അതുകൊണ്ട് ഞാൻ പറഞ്ഞു രണ്ടുനായിക ഉണ്ട്, അതിലൊന്നാണ് എന്ന്. ഞാൻ ചോദിച്ചു, സുധീഷേ... നീ തന്നെയല്ലേ കൂട്ടുകാരി ആക്കാമെന്ന് പറഞ്ഞത്. ഇത് പ്രശ്നം ആകില്ലേ. ഷൂട്ടിംഗിന് അവൾ വരുമ്പോൾ ഞാൻ പറഞ്ഞു ശരിയാക്കാമെന്നു അവൻ പറഞ്ഞു. എങ്കിലും എനിക്ക് അതിനോടുയോജിക്കാൻ പറ്റിയില്ല. ഞാൻ ആ കുട്ടിയോട് തുറന്നു പറഞ്ഞാൽ ആ കുട്ടിചിലപ്പോൾ പിന്മാറും, ഞാൻ പറഞ്ഞതുകൊണ്ടാണ് ആ കുട്ടി മാറിയെന്നുള്ളപഴി എനിക്ക് കേൾക്കേണ്ടി വരും... അങ്ങനെ രണ്ടാംനായിക എന്നുള്ള പ്രതീക്ഷയോടെ ഗായത്രി ഇടയ്ക്ക് എനിക്ക് ഫോൺ ചെയ്തിരുന്നു, ഒരുവിധത്തിൽ ഞാൻ അഡ്ജസ്റ്റ് ചെയ്തു പറഞ്ഞു പറഞ്ഞു ഷൂട്ടിംഗ് തുടങ്ങി. ആദ്യത്തെ തിരകഥയിൽ നിന്നും കുറച്ചു മാറ്റങ്ങൾവന്നു തുടങ്ങി. ഗായത്രി ജോയിൻ ചെയ്തു കുറെദിവസം കഴിഞ്ഞപ്പോൾ shotന് വിളിക്കാൻ പോയ സഹസംവിധായകൻ വന്നു പറഞ്ഞു ആ കുട്ടി ഇതുവരെ ഡ്രസ്സ് മാറിയില്ല, ഭയങ്കര കരച്ചിൽ ആണ്. ഞാൻ റൂമിൽ ചെന്ന് കാര്യംതിരക്കിയപ്പോൾ അറിഞ്ഞത്, മേക്കപ്പ് അസിസ്റ്റന്റ് പറഞ്ഞു ഇതിൽ രണ്ടു നായിക ഇല്ല, എന്റേത് കൂട്ടുകാരിയുടെ

ക്യാരക്റ്റർ ആണെന്ന്.... സത്യം ആണോ എന്ന് എന്നോട് ചോദിച്ചു കൊണ്ട് അമ്മയും മകളും ഭയങ്കരകരച്ചിൽ.,. സത്യം പറയാമായിരുന്നില്ലേയെന്ന് എന്നോട് ചോദിച്ചു, എനിക്കുത്തരം മുട്ടിനിൽക്കേണ്ടി വന്നു. സുധീഷിനെ വിളിച്ചപ്പോൾ അവൻ ആസമയം മുങ്ങി. അവൾ അഭിനയിക്കാതെ പോകും എന്നായി. സുധീഷ് ആണ് തെറ്റിദ്ധരിപ്പിച്ചതെന്ന് ആ കുട്ടിയുടെ അമ്മ പറഞ്ഞു. അതുകൊണ്ട് തല്ക്കാലം എനിക്ക് ആശ്വാസം കിട്ടിയെങ്കിലും എനിക്ക് വലിയ വിഷമംതോന്നി. ആ കുട്ടി അഭിനയിക്കാതെ പോയാൽ അതുവരെ ചെയ്ത സീൻ റീ ഷൂട്ട് ചെയ്യണം. ഷൂട്ടിംഗ് നിർത്തി വെച്ച അവസ്ഥ, റൈറ്റർ ഇടപെട്ടു പറഞ്ഞു കൂട്ടുകാരി ആണെങ്കിലും കുറച്ചു കൂടെ ഇംപോർട്ടൻസ് കൂട്ടാം.... നാലഞ്ച് സീൻ കൂടി ആഡ് ചെയ്യാം... അപ്പോഴും അമ്മ അഭിനയിക്കില്ല എന്നനിലപാടിൽ തന്നെ നിന്നു. പത്തുമിനിറ്റ് കഴിഞ്ഞപ്പോൾ ഗായത്രി ബോൾഡായിട്ട് പറഞ്ഞു ഞാൻ ചെയ്യാം. കൂട്ടുകാരിയാണെങ്കിലും ഇംപോർട്ടൻസ് ഉണ്ടല്ലോ.. അതുതന്നയല്ല, ചെറിയ കഥാപാത്രം ആണെങ്കിലും ഒരു സിനിമയിൽ ഭാഗകമാകുന്നത് തന്നെ വലിയ കാര്യം അല്ലേ. സിനിമ എനിക്ക് അത്രയ്ക്ക് പാഷൻ ആണ്.... അങ്ങനെ മഞ്ഞുരുകിതീർന്ന് അവൾ വീണ്ടും അഭിനയിച്ചു തുടങ്ങി.

ഷൂട്ടിംഗ് പുരോഗമിക്കുന്നതിനിടയിൽ തന്നെ തിരക്കഥയിലെ മാറ്റങ്ങൾ കാരണം ഗായത്രിക്ക് ആദ്യം ഒന്ന് രണ്ടു സീൻകൂട്ടി എഴുതി, പിന്നീട് കഥ ഘടനയിൽ ചിലമാറ്റങ്ങൾ വന്നപ്പോൾ ഒന്നു രണ്ടു സീൻ ക്യാൻസൽ ആവുകയും ചെയ്തു. പിന്നീട് ഗായത്രിയും അമ്മയും നല്ല ഉഷാറാവുകയും സിനിമവിജയത്തിന് വേണ്ടി വീണ്ടും ക്ഷേത്രദർശനവും, കൂടാതെ അവരുടെ വാട്ട്സ്ആപ്പ് ഗ്രൂപ്പിലും കോളേജിലും നല്ല പബ്ലിസിറ്റിയും അവർ കൊടുത്തു.

അങ്ങനെ എഴുപത്തഞ്ച് ശതമാനം ഷൂട്ടിംഗ് കഴിഞ്ഞ് എറണാകുളത്തുനിന്നും കോഴിക്കോടിന് പടം ഷിഫ്റ്റ് ആയി. അവിടെ ഷൂട്ട് ചെയ്യാൻ ഗായത്രിക്ക് ഒരു സീൻ മാത്രമേ ബാക്കി ഉള്ളു. അടുത്തദിവസം രാവിലെ ഞങ്ങൾ ഡയറക്ഷൻ ടീം ഉൾപ്പെടെ മെയിൻക്രൂ കോഴിക്കോടിനുപോയി. സുധീഷ് പറഞ്ഞു ഹോട്ടൽ സെറ്റിൽ ചെയ്യാനുള്ള ക്യാഷ് പതിനൊന്നുമണിക്ക് പ്രാഡ്യൂസർ എത്തിക്കും, അതുകഴിഞ്ഞു സുധീഷ് ഗായത്രിയെയും അമ്മയെയും കൂട്ടി കാറിൽ ഇവിടുന്നു വരും. അടുത്തദിവസം ബുധനാഴ്ച്ച ഉച്ചക്ക് ഷൂട്ട്തുടങ്ങാൻ ആണ് പ്ലാൻ. അന്ന് ഗായത്രിയുടെ സീൻ ആണ് ആദ്യം ചെയ്യുന്നത്. പക്ഷെ ഷൂട്ട് കഴിഞ്ഞ് അവൾക്ക് അന്ന്

രാത്രിയിലെ ട്രെയിനിൽ എറണാകുളം പോകണം. അതിന്റെ അടുത്തദിവസം വ്യാഴാഴ്ച ഒരു ചാനലിന്റ കുക്കറി ഷോ ആങ്കറിംഗ് ഉണ്ട്. എല്ലാ മാസവും പത്താം തീയതി അതിന്റെ ഷൂട്ടിന് എഗ്രിമെന്റ് ഉള്ളതാണ്. അതുകൊണ്ട് പത്താംതീയതി രാവിലെ ഉറപ്പായും അവിടെ എത്തണം. രാത്രിയിൽ വിടാൻ പറ്റുമല്ലോ എന്ന് എന്നോട് സുധീഷ് ചോദിച്ചു, ഞാൻ പറഞ്ഞു ഡേസീൻ ആണ്, അത്ര വലിയ സീൻ അല്ല, വിടാൻ പറ്റും എന്ന് പറഞ്ഞു.

ഞങ്ങൾ കോഴിക്കോട് എത്തി, വൈകിട്ട് ആറ് മണിക്ക് എനിക്ക് ഗായത്രിയുടെ ഫോൺ വന്നു. നാളെ ഷൂട്ട് ഉണ്ടല്ലോ, ഞങ്ങൾ രാവിലെ ഒൻപതുമണി മുതൽ വീട്ടിൽ റെഡിയായി ഇരിക്കുകയാണ്, ഇതുവരെ വണ്ടി വന്നില്ല. രണ്ടുമണിക്ക് ശേഷം സുധീഷ് ഫോൺ എടുക്കുന്നില്ല... ഞാൻ ഉടനെ സുധീഷിനെ വിളിച്ചു. ഇപ്പോൾ തിരിച്ചു വിളിക്കാം എന്ന് പറഞ്ഞു കട്ട്ചെയ്തു. രാത്രി ഒൻപത് മണിക്കാണ് വീണ്ടും സുധീഷ് എന്നെ വിളിച്ചത്, ചേട്ടാ... ഹോട്ടൽ സെറ്റിൽ ചെയ്യാനുള്ള ക്യാഷ് ഇപ്പഴാണ് റെഡിയായത്. ഞങ്ങൾ ഇപ്പോൾ തിരിക്കാൻ തുടങ്ങുകയായിരുന്നു, അതിനുവേണ്ടി ഗായത്രിയെ വിളിച്ചു. അവളുടെ അമ്മ പറഞ്ഞു ഒൻപത് മണി ആയതുകൊണ്ട് രാത്രിയിൽ ഞങ്ങൾ ഇത്രയും ദൂരം വരില്ല, രാവിലെ വരാമെന്ന്. നാളത്തെ സീനിൽ ആ കുട്ടി വേണോ, ഒരു സീനിനുവേണ്ടി ഇത്രയും ദൂരം.. അതിനെ ഒഴിവാക്കി ചെയ്യാൻ പറ്റുമോ... ഞാൻ പറഞ്ഞു പെട്ടെന്ന് ഒന്നും അങ്ങനെ തീരുമാനിക്കാൻ പറ്റില്ലല്ലോ. ആ സീനിൽ ആ കുട്ടി വേണം. ക്യാമറ വെളുപ്പിനെ അല്ലെ തിരിക്കുകയുള്ളു, അതുകൊണ്ട് നിങ്ങളും ആ കുട്ടിയെ കൂട്ടി വെളുപ്പിനെ തിരിച്ചാൽ മതി. ഉച്ചക്ക് ഇവിടെ എത്തുമല്ലോ... അങ്ങനെ വെളുപ്പിനെ അവർ തിരിച്ചു.

ഉച്ചയോടെ കൃത്യമായി എല്ലാവരും എത്തി. ഞാൻ ഷൂട്ടിനു പോകാൻ റെഡിയായി ഡയറക്ടറുടെ റൂമിൽ എത്തി. എഴുത്തുകാരൻ, ക്യാമറാമാൻ, സുധീഷ്, കൺട്രോളർ, ഇവരെല്ലാം അവിടെ ഉണ്ട്. ഉച്ചക്ക് ചെയ്യാൻ പോകുന്ന സീനിനെക്കുറിച്ച് ഡിസ്കഷൻ നടക്കുന്നു.

സുധീഷ് ഇടയ്ക്ക് എന്നെ ഓർമ്മിപ്പിച്ചു, ഗായത്രിയെ ഇന്ന് തീർത്തുവിടണം, നാളെ ആ കുട്ടി ഇല്ല എന്നുള്ളത്. ഞാൻ പറഞ്ഞു ഡയറക്ടറോട് സൂചിപ്പിച്ചിട്ടുണ്ട്, വിടാൻ പറ്റും. ഡിസ്കഷൻ ഫൈനൽ എത്തിയപ്പോൾ ആ സീനിൽ ഗായത്രി വേണ്ട, നായികയും നായകനും മാത്രം മതി എന്നായി. ഞാനും സുധീഷും ചെറുതായി

ഒന്നുഞെട്ടി പരസ്പരം നോക്കി. ഞാൻ അപ്പോൾ ഡയറക്ടറോട് പറഞ്ഞു ഗായത്രി എറണാകുളത്തുനിന്നും വന്നിട്ടുണ്ട് എന്ന്. അദ്ദേഹം പറഞ്ഞു ഈ സീനിൽ കൂട്ടുകാരി ഇല്ലാത്തതാണ് നല്ലത്, ആ കുട്ടിയെ പറഞ്ഞു വിട്ടേക്ക്. ഉടനെ തന്നെ എല്ലാവരും ലൊക്കേഷനിലേക്ക് പോകാൻ ഇറങ്ങി. സുധീഷ് എന്റെ അടുത്തുവന്നു, ഇന്നലെ രാവിലെ മുതൽ റെഡി ആയിരിക്കുകയായിരുന്നു ആ കുട്ടി, ഇന്നുവെളുപ്പിന് നാലുമണിക്ക് തിരിച്ചതാ ആ കുട്ടി, ഇത്രയും ദൂരം വന്നിട്ട് സീനിൽ നിന്ന് ഒഴിവാക്കിയെന്ന് എങ്ങനെ പറയും. ഇത് കഷ്ടമാണ്, എങ്ങനെയെങ്കിലും അതിനെ ഉൾപ്പെടുത്താൻ പറ, ഞാൻ പറഞ്ഞു ഇതെല്ലാം എനിക്കും അറിയാം, പക്ഷെ ഞാൻ കൂടുതൽ സമ്മർദ്ദം ചെലുത്തിയാൽ... വേണ്ട സീൻ നന്നാകുക എന്നതാണല്ലോ കാര്യം. അപ്പോൾ സുധീഷ് പറഞ്ഞു ചേട്ടൻ ഗായത്രിയോട് ഇതൊന്ന് പറയണം. ഞാൻ പക്ഷെ ആ ദൗത്യം ഏറ്റെടുക്കാതെ ലൊക്കേഷനിലേക്ക് പോയി.

ലൊക്കേഷനിൽ നായികയും നായകനും എത്തി മേക്കപ്പ് നടക്കുന്നു. സുധീഷ് അവിടെ എത്തി, ഞാൻ ആകാംഷയോടെ ചെന്നു. അവനു ഗായത്രിയെ വിളിക്കാൻ പേടിയായതുകൊണ്ട് വിളിച്ചില്ല എന്നുപറഞ്ഞു. വീണ്ടും എന്നോട് ആവശ്യപ്പെട്ടെങ്കിലും ഞാൻ ഒഴിഞ്ഞുമാറി. ആ സമയം സുധീഷിന് ഗായത്രിയുടെ ഫോൺ. അവൻ എടുത്തു, നായിക പോയല്ലോ, ഞങ്ങൾക്ക് ലൊക്കേഷനിലേക്കുള്ള വണ്ടി വന്നില്ല, എന്ന് പറഞ്ഞു. ഇപ്പോൾ വരുമെന്ന് പറഞ്ഞു കട്ട് ചെയ്തു. ഷൂട്ടിംഗ് തുടങ്ങി, ഗായത്രി നിരന്തരം സുധീഷിനെ വിളിച്ചു, കുറെ കഴിഞ്ഞപ്പോൾ എനിക്കും വലിയ വിഷമം തോന്നി... ഞാൻ ആ കുട്ടിയോട് സംസാരിക്കാമെന്ന് സുധീഷിനോട് പറഞ്ഞു. അങ്ങനെ ഒരു കുതന്ത്രവുമായി ഞാൻ വിളിച്ചു. ഗായത്രി നാളത്തെ ഡേറ്റ് എങ്ങനെയാണ്... നാളെ ഫ്രീ ആണോ... അയ്യോ അല്ല ചേട്ടാ... നാളെ എനിക്ക് എറണാകുളത്തു ചാനലിന്റെ ഷൂട്ട് ഉണ്ട്... ഞാൻ നേരത്തെ പറഞ്ഞിരുന്നതാണ്, ഇന്നുരാത്രി പോകാൻ ടിക്കറ്റ് എടുത്തിട്ടുണ്ട്... ഞാൻ പറഞ്ഞു നാളെത്തെ ഡേറ്റ് നമുക്ക് വേണം, കാരണം ഇന്ന് ഗായത്രിയുടെസീൻ തുടങ്ങിയാൽ ഇന്നുകൊണ്ട് തീരില്ല... അയ്യോ ചേട്ടാ പറ്റില്ല... ചാനലുമായിട്ട് എഗ്രിമെന്റ് ഉള്ളതാ, ഇന്ന് രാത്രി പോയേ പറ്റൂ... ഞാൻ അതിൽ പിടിച്ചു കയറി. ഗായത്രി നാളെ നിൽക്കേണ്ടിവരും... വീണ്ടും അവൾ റിക്വസ്റ്റ് ചെയ്തു... ഞാൻ പറഞ്ഞു, അങ്ങനെയാണെങ്കിൽ വേറെ ഒരു ഓപ്ഷൻ മാത്രമേയുള്ളൂ... ഈ സീൻ ഇന്ന് മാറ്റി വെയ്ക്കുക, ഗായത്രി

വേറൊരു ദിവസം ഡേറ്റ് തരണം, ഇന്ന് അഭിനയിക്കാതെ പോകേണ്ടിവരും.... അതുസാരമില്ല ചേട്ടാ... അങ്ങനെയാണെങ്കിൽ ഇന്ന് എന്റെ സീൻ മാറ്റിവെയ്ക്ക്... ഡയറക്ടറുമായി ഈ കാര്യം സംസാരിക്കട്ടെ എന്ന് പറഞ്ഞു ഞാൻ കട്ട് ചെയ്തു. സുധീഷിനോട് ഞാൻ സംസാരിച്ച രീതി പറഞ്ഞു, ഒരു പത്തുമിനിറ്റുകഴിഞ്ഞു ഗായത്രിയെ വിളിച്ചു പറഞ്ഞേക്ക് ഡയറക്ടർ സമ്മതിച്ചു, സീൻമാറ്റി വെച്ചു, അടുത്തഡേറ്റ് അറിയിക്കാം... അങ്ങനെ പറയണം എന്നുഞാൻ പറഞ്ഞു. പത്തുമിനിറ്റ് കഴിഞ്ഞു സുധീഷ് വിളിച്ചപ്പോൾ അവൾക്കുവേണ്ടി സീൻ മാറ്റിവെച്ചതിനു നന്ദി പറഞ്ഞു സന്തോഷത്തോടെ ഫോൺ കട്ട് ചെയ്യുമ്പോൾ അവൾ അറിഞ്ഞിരുന്നില്ല കൂട്ടുകാരിയെ ഒഴിവാക്കി ഇവിടെ ഷൂട്ട് തുടങ്ങിയ കാര്യം.

ഷൂട്ടിംഗ് തീരുമ്പോഴേക്കും തിരക്കഥയിൽ വീണ്ടും പലമാറ്റങ്ങളും വന്നു. അങ്ങനെ എഡിറ്റിംഗ് നടക്കുമ്പോൾ തിരക്കഥയിലെ പുതിയമാറ്റങ്ങൾ കാരണം കൂട്ടുകാരിയുടെ സീനിന് കണക്ഷൻ ഇല്ലാത്തതുപോലെ ഫീൽ ചെയ്തു. ഇതിനിടയിൽ പല ദിവസങ്ങളിലും എന്നെയും സുധീഷിനെയും ഗായത്രി സിനിമ വിശേഷങ്ങൾ അറിയാനും ലാസ്റ്റ്സീൻ ഷൂട്ട്ചെയ്യാത്തതിന്റെ പരിഭവം പറയാനുമൊക്കെ വിളിച്ചുകൊണ്ടിരുന്നു. ഷഫ്ലിംഗ് നടത്തി എഡിറ്റ് ഫൈനൽ ആയപ്പോൾ ഗായത്രിയുടെ സീൻ ഫുൾ ആയി ഒഴിവാക്കപ്പെട്ടു. അന്ന് എനിക്ക് ഭയങ്കര വിഷമം തോന്നി. ഇതൊന്നും അറിയാതെ ഗായത്രി പലപ്പോഴും വിളിക്കുമ്പോൾ അവളെ പൂർണ്ണമായും ഒഴിവാക്കി എന്നുപറയാൻ എനിക്ക് കഴിഞ്ഞില്ല... നായിക ആക്കിയ ആൾ, പടം തുടങ്ങിയപ്പോൾ കൂട്ടുകാരി ആയി, പടം പുറത്തിറങ്ങുമ്പോൾ അതിൽനിന്നും ഒഴിവാക്കപ്പെടുന്ന അവസ്ഥ... അത് എനിക്ക് വിശ്വസിക്കാൻ പറ്റിയില്ല. എങ്കിലും സിനിമയുടെ നല്ലതിനുവേണ്ടി ആണല്ലോ എന്നോർത്തുസമാധാനിച്ചു.

അങ്ങനെ സിനിമ റിലീസ് ഡേറ്റ് ആയി, റിലീസിന്റെ തലേ ദിവസം ഗായത്രി എന്നെ വലിയ ആവേശത്തിൽ വിളിച്ചു. ചേട്ടൻ എപ്പഴാ പടം കാണാൻപോകുന്നേ, ഞാൻ പറഞ്ഞു മോർണിംഗ് ഷോ... ഗായത്രിപറഞ്ഞു ഞങ്ങൾ മാറ്റിനിക്കാണ് പോകുന്നത്, രണ്ടു കാറിൽ എന്റെ ഫ്രണ്ട്സും ഫാമിലിയും കൂടി. എല്ലാവരുടെയും കൂടെ പോകുന്നതുകൊണ്ട് എന്റെ പെർഫോമൻസിനെക്കുറിച്ചോർത്ത് എനിക്ക് ടെൻഷൻ ആണ്. ചേട്ടാ.. എങ്ങനെ ഉണ്ട് എന്റെ പെർഫോമൻസ്... ഞാൻ പറഞ്ഞു ഗായത്രി തനിയെ ഒന്നുപോയി കണ്ടിട്ട് ബാക്കിയുള്ളവരെ കൊണ്ടുപോയാൽ പോരെ. അതു സാര

മില്ല ചേട്ടാ.. എല്ലാവരുംകൂടി ഒന്നിച്ചിരുന്നു കാണുന്നതും എന്റെ പെർഫോമൻസ് ആസ്വദിക്കുന്നതും ഒരുത്രിൽ അല്ലേ.. ഇത്രയും സന്തോഷത്തിൽ പോകുന്ന ഗായത്രി നാളെ സിനിമ കാണുമ്പോൾ ഓരോ സീൻ കഴിഞ്ഞും അടുത്ത സീനിൽ അവളെ പ്രതീക്ഷ യോടെ നോക്കി നോക്കി ഇരുന്ന് സിനിമ കഴിയുമ്പോൾ താൻ അതിൽ ഇല്ലായെന്നറിയുമ്പോഴുള്ള മാനസികാവസ്ഥയെക്കുറിച്ച് ആലോചിച്ചപ്പോൾ എനിക്ക് പേടിതോന്നി.

പടം റിലീസായി ആദ്യ ഷോ കാണാൻ പോകുമ്പോൾ സന്തോഷത്തിന്റെ കൂടെ ഈ ഒരു വിഷമവും എന്നെ അലട്ടി. അങ്ങനെ സിനിമ കണ്ടു ഞാനിറങ്ങി. നല്ല അഭിപ്രായം ഉണ്ട്, അതിന്റെ സന്തോഷത്തിൽ ആദ്യ ഷോ കഴിഞ്ഞു ഇറങ്ങുമ്പോൾ എനിക്ക് ഗായത്രിയുടെ ഫോൺ വന്നു, രണ്ടു വട്ടം അടിച്ചു, ഞാൻ എടുത്തില്ല. കുറച്ചുകഴിഞ്ഞു എനിക്ക് ഒരു മെസ്സേജ് വന്നു, ഞങ്ങൾ മാറ്റിനി കാണാൻ തിയേറ്ററിലേക്ക് പോയികൊണ്ടിരിക്കുകയാണ്.. സിനിമ എങ്ങനെ ഉണ്ട്.. ഞാൻ ബോറായോ.. ഒരു പക്ഷെ സിനിമ ചരിത്രത്തിൽ ഒരു ടെക്നിഷ്യൻ, വർക്ക് ചെയ്ത സിനിമയുടെ ആദ്യ ഷോ കഴിഞ്ഞു ഇറങ്ങുമ്പോൾ ഇതേ ചോദ്യം ചോദിച്ചു മെസ്സേജും call ഉം ഒരുപാട് വന്നിട്ടുണ്ടാകും, അവരെല്ലാം അതിനുസന്തോഷ ത്തോടെ മറുപടി പറഞ്ഞിട്ടുണ്ടാകും... മറുപടി പറയാൻ പറ്റാതെ നിസ്സഹായനായി നിന്ന ആൾ ഞാൻ മാത്രമായിരിക്കും...

പ്രതീഷ് ജി ഗിരിജ

കളിപ്പാട്ടം

പകലിലെ അലഞ്ഞുതിരിഞ്ഞുള്ള യാത്ര എന്നെ വല്ലാതെ തളർത്തിയിരുന്നു. സ്വസ്ഥമായൊരുറക്കം ഞാൻ വളരെയധികം കൊതിച്ചതാണ്. ഒരലസഭാവത്തോടെ എന്റെ മുന്നിലൂടെ പറക്കുന്ന കൊതുകിന്റെ ചെറിയൊരു മൂളലുപോലും എനിക്ക് സഹിക്കാൻ കഴിഞ്ഞിരുന്നില്ല. എങ്കിലും അമിതമായ യാത്രാക്ഷീണം എന്നെ ഉറങ്ങാൻ തന്നെ പ്രേരിപ്പിച്ചു. പെട്ടന്ന് എന്റെ കിടപ്പുമുറിയിലെ പാതിചാരിയ വാതിൽ ചെറുതായിട്ടൊന്നു കരഞ്ഞു. എന്റെ ഉറക്കത്തിനു ഭംഗം വരുത്തിയ വാതിലിനെ ഞാൻ ഞാൻ തല ഉയർത്തി നോക്കി. ആ നോട്ടത്തിൽ തന്നെ വാതിൽ സ്വയം കരഞ്ഞതല്ല ആരോ കരയിപ്പിച്ചതാണെന്നു എനിക്ക് മനസിലായി. പാതി തുറന്ന വാതിലിന്റെ വിടവുകൾക്കിടയിലൂടെ അപ്പുറത്ത് നിൽക്കുന്ന ഏഴു വയസുകാരനായ ആനച്ചെവിയനെ എനിക്ക് കാണാം. ഞാൻ ഉണർന്നു എന്ന് മനസിലാക്കിയ ആനച്ചെവിയൻ ഞൊടിയിടയിൽ എവിടെയോ മറഞ്ഞിരുപ്പായി. അവനെന്തോ കള്ളത്തരത്തിനുള്ള പുറപ്പാടായിരുന്നു എന്ന് അന്നേരം തന്നെ എനിക്ക് മനസ്സിലായിരുന്നു. അതിനാൽ അവനെയൊന്നു കളിപ്പിക്കാൻ തന്നെ തീരുമാനിച്ചു. ഞാൻ പതുക്കെ ഉറക്കം നടിച്ചുകിടപ്പായി. കുറച്ചുസമയം കഴിഞ്ഞപ്പോൾ മെല്ലെ കണ്ണുതുറന്നു വാതിലിന്റെ വിടവുകൾക്കിടയിലൂടെ നോക്കി. അതെ പ്രതീക്ഷിച്ചതുപോലെ തന്നെ വീണ്ടും ആ പഴയ

ആനച്ചെവി. ഞാൻ ക്ഷമയോടെ അവന്റെ വരവും കാത്തുകണ്ണടച്ച് കിടന്നു. ആനച്ചെവിയൻ പതുക്കെ എന്റെ മുറിയിലോട്ടു കടന്നു. എന്നിട്ട് ചുറ്റുമൊന്നു കണ്ണോടിച്ചു. പിന്നെ എലിയെത്തിരക്കിയിറങ്ങിയ പൂച്ചയെപ്പോലെ അവൻ എന്റെ കൊച്ചുമുറിയാകെ പരതി നടന്നു. ഒടുവിൽ അവനതുകണ്ടുപിടിച്ചു. അലമാരയ്ക്കുമുകളിൽ ഞാൻ ഒളിപ്പിച്ചുവച്ച അവന്റെ കളിത്തോക്ക്..

കളിത്തോക്കിൽ ചെറിയ കല്ലുകൾ നിറച്ചുള്ള അവന്റെ ആക്രമണം സഹിക്കാൻ വയ്യാതായപ്പോഴാണ്. ഞാനതൊളിപ്പിച്ചു വച്ചതു. പക്ഷെ കളിത്തോക്കിനുവേണ്ടി അവൻ ഇത്തരത്തിലൊരു സാഹസത്തിനുമുതിരുമെന്നു ഞാൻ സ്വപ്നത്തിൽപ്പോലും കരുതിയില്ല.

അലമാരയോട് ചേർന്ന് മേശയും മേശയ്ക്കുതാഴെയായി കസേരയും കിടന്നതിനാൽ അവനു തോക്ക് കൈക്കലാക്കാൻ വലിയ ബുദ്ധിമുട്ടൊന്നും ഉണ്ടായില്ല. തോക്കും കൈക്കലാക്കി എന്റെ പ്രിയപ്പെട്ട ചെവിയൻ അവിടെ നിന്നും രക്ഷപ്പെട്ടു. പക്ഷെ അവനെ പിടികൂടാൻ എനിക്ക് തോന്നിയില്ല.

അവനിലൂടെ ഞാൻ കണ്ടത് എന്നെയാണ്. അതെ ഇന്നലയിലെ ഏഴുവയസുകാരനായ എന്നെത്തന്നെ അതിനുശേഷം മനസുനിറയെ ആ പഴയ ഏഴുവയസുകാരനെപ്പറ്റി ആയിരുന്നു. കുട്ടിക്കാലത്തു ശാർക്കര ദേവിക്ഷേത്രത്തിലെ മീനഭരണി അടുത്തു എന്നറിഞ്ഞാൽ മനസ്സിൽ സന്തോഷത്തിന്റെ നാളുകളായിരുന്നു. ഇപ്പോഴും അങ്ങനെത്തന്നെയാണ്. എന്നാലും ബാല്യത്തിലെ സന്തോഷത്തിനിത്തിരി മാറ്റ് കൂടും. അമ്മയോടൊത്തു ഭരണിക്ക് പോകുന്നതിൽപ്പരം മറ്റെന്തു വേണം സന്തോഷിക്കാൻ. തികച്ചും അത്ഭുതകരമായ ഒരന്തരീക്ഷം ക്ഷേത്രപ്പറമ്പുകൾക്കു ചുറ്റും നിറഞ്ഞുനിൽക്കുന്ന കടകൾ. കടകളിൽ കണ്ണഞ്ചിപ്പിക്കുന്ന കളിപ്പാട്ടങ്ങൾ.

എവിടെയും വർണ്ണതോരണങ്ങൾ. കളിത്തോക്കുകളുടെ ഗർ... ഗർ... ശബ്ദം.... ഊത്തുകളിൽ നിന്നും ഒഴുകിവരുന്ന പീപ്പി നാദം... എലിയുടെയും പൂച്ചയുടേയും പടമുള്ള ചെരുപ്പുകൾ. ഇതെല്ലാംകണ്ട് ഞാൻ പലപ്പോഴും അന്ധാളിച്ചുനിന്നിട്ടുണ്ട്. കടയിലെ കളിപ്പാട്ടക്കൂട്ടങ്ങൾക്കിടയിൽനിന്നും വാങ്ങിയ കളിപ്പാട്ടങ്ങളോട് തൃപ്തി തോന്നാതെ വീണ്ടും കളിപ്പാട്ടത്തിനായി കരഞ്ഞിട്ടുള്ള എന്നെ എത്രയോ ദിവസങ്ങളിൽ അമ്മ വലിച്ചിഴച്ചു വീട്ടിലേക്കു കൊണ്ടുപോയിട്ടുണ്ട്. അപ്പോഴെല്ലാം കടയിൽ വച്ചുമറന്ന മനസു

മായി അമ്മയോടൊപ്പം ഞാൻ വീട്ടിലേക്കുപോയിരുന്നു എന്നതാണ് വാസ്തവം. ഒരു ദിവസം എന്റെ ദുർവാശിക്കു വംശ വദയായിട്ടോ മകനോടുള്ള വാത്സല്യം തോന്നിയിട്ടോ അമ്മ എനിക്ക് പറമ്പിൽ നിന്നും കളിക്കാൻ ചട്ടിയും കലവും അടുപ്പുമൊക്കെ വാങ്ങിത്തന്നു. അന്നുനിറഞ്ഞ ആത്മനിർവൃതിയോടെയാണ് ഞാൻ വീട്ടിലേക്കു മടങ്ങിയത്. കണ്ണൻ ചിരട്ടയിൽ കമ്പുകെട്ടി ത്രാസുണ്ടാക്കിയും അതി നുപടിയായി ചതുരൻകല്ലുകൾ തിരഞ്ഞെടുത്തു. മണ്ണും കല്ലും തൂക്കി കളിച്ചും. ഉമ്മറമുറ്റത്തെ ശീമ മരത്തിന്റെ തണലിൽ അടുപ്പ് കൂട്ടി ചട്ടിയും കലങ്ങളിലുമൊക്കെ പച്ചിലച്ചോറും മണൽകഞ്ഞി യുംവെച്ച് അത് കാക്കച്ചിപെണ്ണിന് വിളമ്പിക്കളിച്ചും ഞാൻ സസുഖം വാഴുന്നകാലം. വേനലവധി തകർത്തുകളിച്ചുകൊണ്ടിരിക്കുന്നു അങ്ങനെ ഒരവധി ദിവസം അവളും കുടുംബവും എന്റെ വീട്ടിലേക്ക് അതിഥികളായെത്തി. അവൾ എന്നെക്കാളും മാസങ്ങളുടെ വ്യത്യാ സത്തിൽ ഇളയവളാണ്. ദിവസങ്ങൾ കഴിഞ്ഞു. അതിഥികളായി വന്നവർ ആധിപത്യം സ്ഥാപിക്കുന്നതായി എന്റെ കുരുന്നു മനസിന് തോന്നി. കാരണം മറ്റൊന്നുമല്ല. എന്റെ ജീവനുതുല്യം ഞാൻ സ്നേഹിച്ച എന്റെ മഞ്ഞനിറമുള്ള വാട്ടർബോട്ടിൽ അവൾ കൈക്ക ലാക്കിയിരിക്കുന്നു. അത് മാത്രമല്ല...

അമ്മ എനിക്ക് കളിക്കാൻ വാങ്ങിത്തന്ന ചട്ടിയും കലവും അടുപ്പുമൊക്കെ അവളുടെ കൈവശത്താണ്. ഇതിനോടകം അവൾ അതുപയോഗിച്ചു സിറ്റിസ്റ്റൈലിൽ ക്ഷണം പാകം ചെയ്തു കാണും. എങ്ങനെയെങ്കിലും എന്റെ കളിപ്പാട്ടങ്ങൾ അവളിൽനിന്നും കൈക്കലാക്കണം.

ഞാൻ എന്റെ പരിഭവം അമ്മയെ അറിയിച്ചു.

അമ്മ പതിഞ്ഞ സ്വരത്തിൽ എന്നോട് പറഞ്ഞു അവൾ ഇന്നോ നാളെയോ തിരിച്ചുപോകും. പിന്നെ നിനക്കെത്ര നേരം വേണോ ഇരുന്നു കളിക്കാല്ലോ. ഇതായിരുന്നു അമ്മയുടെ മറുപടി. ഇനി അമ്മയോട് പറഞ്ഞിട്ട് കാര്യമില്ലെന്നു മനസിലാക്കിയ എന്നി ലെ ഏഴുവയസുകാരന്റെമനസ് നഷ്ടപ്പെട്ട കളിപ്പാട്ടം കൈക്കലാക്കു ന്നതിനുള്ള സമയത്തിനും സന്ദർഭത്തിനും വേണ്ടി പരക്കംപാഞ്ഞു. സമയം രാത്രിയായി. കാത്തിരിപ്പിനും പ്രതീക്ഷകൾക്കുമൊടുവിൽ. ഞാൻ ഒഴികെ മറ്റെല്ലാപേരും ഉറങ്ങി എന്ന് ഉറപ്പുവരുത്തി. ഇരുട്ടിൽ മുങ്ങിത്തപ്പി ഞാൻ. ഒടുവിൽ അവൾക്കിടക്കുന്ന മുറിയിലെ അല മാരയുടെ മുകളിൽ ഞാൻ എന്റെ മഞ്ഞ വാട്ടർബോട്ടിൽ കണ്ടു. പൊക്കമില്ലാത്ത ഞാൻ എന്റെ പൊക്കക്കുറവുകൾ പരിഹരിച്ചു എന്റെ മഞ്ഞവാട്ടർബോട്ടിൽ കരസ്ഥമാക്കി. പക്ഷെ എന്റെ ചട്ടിയും

കലങ്ങളും അടുപ്പുമൊന്നും കണ്ടുപിടിക്കാൻ കഴിഞ്ഞില്ല. ആരേലും ഉണർന്നാൽ ഉണ്ടാകുന്ന വിഷ്യതോർത്ത് ഞാൻ ഞൊടിറ്റിടയിൽ ഇരുട്ടിൽ തടിതപ്പി.

പിറ്റേന്ന് കാലത്ത് വാട്ടർബോട്ടിൽ കാണാത്തതിനാൽ ഇരുന്നുകരയുന്ന അവളുടെ കരച്ചിൽ കേട്ടാണ് ഞാൻ ഉണർന്നത്. ഞാൻ ഒന്നുമറിയാത്തഭാവത്തിൽ ഒരു കള്ളച്ചിരിയോടെ കണ്ണടച്ച് കിടന്നു. ജനലഴികൾക്കിടയിലൂടെ അടുക്കളയിൽ നിൽക്കുന്ന അമ്മയെ എനിക്ക് നല്ലവണ്ണം കാണാം. അമ്മയ്ക്ക് എന്നെയും. അമ്മയ്ക്ക് അറിയാമെന്നു തോന്നുന്നു വാട്ടർബോട്ടിൽ കള്ളൻ ഞാനാണെന്ന്. പക്ഷെ മകനെ ഒറ്റുകൊടുക്കാൻ അമ്മയ്ക്ക് തോന്നിക്കാണില്ല. വാട്ടർബോട്ടിൽ നഷ്ടപ്പെട്ടുകരഞ്ഞ അവളെ അമ്മയടക്കമുള്ളവർ ആശ്വാസവാക്കുകൾ പറഞ്ഞു കരച്ചിൽ നിർത്തിച്ചു. കരച്ചിൽ നിർത്തിയ സിറ്റിക്കാരിചട്ടിയും അടുപ്പും കലവും എടുത്തുരാവിലെ തന്നെ പാചകം തുടങ്ങി. വാട്ടർബോട്ടിൽ സ്വന്തമാക്കിയതുപോലെ ചട്ടിയും അടുപ്പും കലവുമൊക്കെ സ്വന്തമാക്കാൻ എന്നിലെ പ്രതികാരദാഹിയായ ഏഴുവയസുകാരൻ പുതുവഴികൾ ചിന്തിച്ചുകൊണ്ടേ ഇരുന്നു.

പാചകത്തിനിടയിൽ എപ്പോഴോപൊട്ടിയ എന്റെ കലത്തിനെ നോക്കി ഞാൻ കരഞ്ഞു. അവൾ മനഃപ്പൂർവം പൊട്ടിച്ചതാണെന്നു മനസ്സിനെ പറഞ്ഞു വിശ്വസിപ്പിച്ചു. അങ്ങനെ അവളോടുള്ള പ്രതികാരത്തിന്റെ ആഴം കൂട്ടി. സമയവും സന്ദർഭവും എനിക്ക് വഴിയൊരുക്കി. ഉച്ചയൂണുകഴിഞ്ഞു അവളും കുടുംബവും നാടുകാണാനിറങ്ങി. ഈ തക്കം നോക്കി എന്റെ ചട്ടിയും കലവും അടുപ്പുമെല്ലാം ഞാൻ സ്വന്തമാക്കി. വക്കുപൊട്ടിയ കലത്തിനേയും ചട്ടിയെയും അടുപ്പിനേയും ചേർത്തുപിടിച്ചു ഞാൻ വാ കീറി കരഞ്ഞു..

ചട്ടിയും കലവും അടുപ്പുമൊക്കെ സ്വന്തമാക്കിയെങ്കിലും നാടുചുറ്റികണ്ടു മടങ്ങിയെത്തുന്ന അവളുടെ ദുർവാശിക്കു വശംവദരായി അമ്മയടക്കമുള്ളവർ എന്റെ ചട്ടിയും കലവും അടുപ്പുമൊക്കെ അവൾക്കുകൊടുക്കുമോ എന്നുള്ള ഭയം എന്നെ വേട്ടയാടിക്കൊണ്ടേ ഇരുന്നു. ഇതിനു പോംവഴിയായി ഒരൽപ്പം കടന്ന വഴിതന്നെ എനിക്ക് തിരഞ്ഞെടുക്കേണ്ടിവന്നു. എനിക്ക് നഷ്ടപ്പെട്ടാലും വേണ്ടില്ല അവൾക്കുകിട്ടരുതെന്ന ദുർവാശിയുടെ വഴി. ചട്ടിയും കലങ്ങളും അടുപ്പുകളും കൂടി എന്നതിൽ പത്തുപതിനഞ്ചോളം വരുന്ന എന്റെ ജീവനുതുല്യം വിലപിടിപ്പുള്ള സമ്പാദ്യങ്ങൾ എടുത്തു ഉമ്മ

റവാതിലിനു മുന്നിൽ ഞാൻ നിരത്തിവച്ചു. ഓരോന്നുവീതം കൈക ളിലേക്കെടുത്തു അവളോടുള്ള പ്രതികാരമെന്നോണം മുറ്റത്തേ ക്കെറിഞ്ഞു പൊട്ടിച്ചു. മനസിന് സഹിക്കാൻ കഴിയാത്തവിഷമം തോന്നിയെങ്കിലും ഒരിക്കലും കിട്ടാത്ത ചട്ടിയും കലവും അടുപ്പും തിരക്കി കരയാൻ പോകുന്ന അവളെയോർത്തു ഞാൻ എന്റെ വിഷ മങ്ങൾ ഒതുക്കിപ്പിടിച്ചു. അവളുടെ കരയുന്ന മുഖമോർത്തു എന്റെ കണ്ണീരിൽ പതുക്കെ പതുക്കെ ചിരികേറി പടർന്നു പടർന്നു മുല്ലപ്പൂ മൊട്ടുപോലെ തുടുത്തു. പിന്നെ കാത്തിരിപ്പിന്റെ നിമിഷങ്ങൾ. ഒടു വിൽ എന്റെ കാത്തിരിപ്പിന് വിരാമമിട്ടു നാട്ടിടവഴിയിലൂടെ എന്റെ വീട് ലക്ഷ്യം വച്ചു നടക്കുന്ന അവളെ ഞാൻ കണ്ടു. ഞാൻ അവ ളുടെ കരയാൻ പോകുന്ന മുഖമോർത്തോർത്തു ആനന്ദംകൊണ്ട് തുള്ളിച്ചാടി. പിന്നെ ഒരു ഓട്ടമായിരുന്നു. ഏതോ വാതിലിന്റെ മറ വിൽ അവളുടെ കരയുന്ന മുഖം കാണാൻ പതുങ്ങിയിരുന്നു. വാതി ലിന്റെ വിടവിലൂടെ അവളുടെ വരവ് നന്നായി കാണാം. അവളുടെ നടത്തത്തിന്റെ വേഗത കൂടുംന്തോറും എന്നിലെ സന്തോഷവും കൂടിക്കൊണ്ടേയിരുന്നു. ഒടുവിൽ കാത്തിരുന്ന നിമിഷം എത്താ റായി. മുറ്റത്തുപൊട്ടിച്ചിറക്കിയ ചട്ടിയുടെയും കലത്തിന്റെയും അടു പ്പിന്റെയും ചിതറിയതുണ്ടുകളും അവളും മുഖാമുഖം കണ്ടുമുട്ടാ റായി. ഞാൻ വാ പൊട്ടിച്ചിതറിയ ചിരിയെ അടക്കിപ്പിപ്പിടിച്ചു ആ അപൂർവ്വകാഴ്ചയ്ക്കു കണ്ണിമവെട്ടാതെ നോക്കിയിരുന്നു. എന്റെ പ്രതീക്ഷകളെ കാറ്റിൽപറത്തി ഒരുമിന്നായം പോലെ അവൾ ചട്ടി യുടെയും കലത്തിന്റെയും അടുപ്പിന്റെയും ഓടുകളെ ചവിട്ടിമെതിച്ചു ഉമ്മറ വാതിലിലൂടെ അകത്തേക്കുകയറി. പൊട്ടിച്ചിതറിക്കിടക്കുന്ന കളിപ്പാട്ടതുണ്ടുകൾ ഒന്നും അവളുടെ ശ്രദ്ധയിൽപ്പെട്ടതേയില്ലാ. വീട്ടിനകത്തെത്തിയ അവൾ ചട്ടിയെയും കലത്തിനേയും അടുപ്പി നേയുംക്കുറിച്ച് അന്വേഷിച്ചതുപോലും ഇല്ലാ. പെട്ടന്ന്തന്നെ വേഷ മൊക്കെ മാറി അവരുടെ വീട്ടിലേക്കു മടങ്ങിപ്പോയി. നാട് കണ്ടു മടങ്ങിവരുമ്പോൾ പൊട്ടിയചട്ടിയേയും അടുപ്പിനേയും കലത്തി നേയും കണ്ടുകരയുന്ന അവളെ കാണാൻ കൊതിച്ച എനിക്ക് നഷ്ട പ്പെട്ടത് വിലപ്പെട്ട എന്റെ സമ്പാദ്യങ്ങൾ ആയിരുന്നു. ഏറെ നേരം ഉമ്മറപടിവാതിലിലിരുന്നു പൊട്ടിക്കിടക്കുന്ന ചട്ടിയേയും അടുപ്പി നേയും കലത്തിനേയും നോക്കി കരഞ്ഞു. പൊട്ടിയചട്ടിയുടെയും അടുപ്പിന്റെയും കലത്തിന്റെയും ഓടുകൾ പെറുക്കി ഇനിയൊരു ഭരണിയ്ക്കായ് ഞാൻ കാത്തിരുന്നു. ഞാൻ ഇനിയൊരു ഭരണി യ്ക്കായി കാത്തിരുന്നു.......

നിതിൻ പുത്തൻപുരയിൽ

എസ്തപ്പാൻ

KT എസ്തപ്പാൻ എന്ന ഞാൻ ഏഴരപ്പതിറ്റാണ്ട് കാലത്തെ എന്റെ ജീവിതം അവസാനിപ്പിക്കാൻ പോകുകയാണ്. എന്റെ മരണത്തിനുത്തരവാദി ഞാൻ മാത്രമായിരിക്കും. മക്കളായ സെബാസ്റ്റ്യനും സിസിലിയും ഈ അപ്പച്ചനോട് ക്ഷമിക്കുമല്ലോ. വിൽപ്പത്രം എഴുതി ബാങ്ക് ലോക്കറിൽ സൂക്ഷിച്ചിട്ടുണ്ട്. എന്റെ മരണം കൊണ്ടുണ്ടാകുന്ന ബുദ്ധിമുട്ടുകൾക്ക് പാരഡൈസ് ലോഡ്ജിലെ നല്ലവരായ ജീവനക്കാരോടും തമിഴ്നാട് പോലീസിനോടും ഞാൻ ക്ഷമ ചോദിക്കുന്നു.

എന്ന്

കെ.റ്റി. എസ്തപ്പാൻ

(റിട്ടയർഡ് ASI ക്രൈംബ്രാഞ്ച്)

എന്റെ ആത്മഹത്യാകുറിപ്പ് വേളാങ്കണ്ണിയിലെ പാരഡൈസ് ലോഡ്ജിന്റെ 213 ആം നമ്പർ റൂമിന്റെ ഭിത്തിയിൽ ഒട്ടിച്ചതിനുശേഷം ഞാൻ ഒരിക്കൽക്കൂടി വായിച്ചു.

ചെറിയ കുറിപ്പാണെങ്കിലും അൽപ്പം സാഹിത്യഭംഗിയൊക്കെയുണ്ട്. ഷെൽഫിലിരുന്ന ഓൾഡ് മങ്കിന്റെ പൈന്റ് കുപ്പിയിൽ നിന്നും ഒരു പെഗ്ഗും കൂടി ഗ്ലാസിൽ ഒഴിച്ചു.

പാൻക്രിയാസിനെ അർബുദം തിന്നുതുടങ്ങി. പ്രാഥമിക ആവശ്യങ്ങൾ നിറവേറ്റാനും പരസഹായം വേണ്ടിവരുന്ന അവസ്ഥയിലേക്ക് ദിനംപ്രതി പൊയ്ക്കോണ്ടിരിക്കുന്ന ഞാൻ മറ്റുള്ളവർക്ക്

ഭാരമായി ജീവിതം തള്ളിനീക്കണ്ടായെന്ന് തീരുമാനിച്ചു കഴിഞ്ഞിരുന്നു.

ഒൻപതുവർഷം മുമ്പ് അന്നമ്മയെ മരണം കവർന്നെടുത്തതും ഇതേ വേളാങ്കണ്ണിയിൽ വെച്ചായിരുന്നു. ഞാനും അന്നമ്മയും ഇളയ മകൾ സിസിലിയും കൂടി വന്നപ്പോഴായിരുന്നു അത്. പള്ളിയിലെത്തി പ്രാർത്ഥിച്ച് തിരിച്ച് ഞങ്ങൾ താമസിക്കുന്ന ഹോട്ടലിലേക്ക് മടങ്ങാനൊരുങ്ങുമ്പോഴായിരുന്നു അറ്റാക്ക്. ഹോസ്പിറ്റലിൽ എത്തിച്ചപ്പോഴേക്കും അവൾ പോയിരുന്നു.

സത്യക്രിസ്ത്യാനികൾ ആത്മാവിന്റെ ചുറ്റിത്തിരിയലുകളിൽ വിശ്വസിക്കുന്നില്ലായെങ്കിലും അന്നമ്മയുടെ ആത്മാവ് വേളാങ്കണ്ണിയിൽ ഇപ്പോഴും ഉണ്ടെന്ന് തന്നെയാണ് എന്റെ വിശ്വാസം. അതുകൊണ്ടാണ് ഞാനും എന്റെ മരണത്തിനായി വേളാങ്കണ്ണി തിരഞ്ഞെടുത്തത്.

UKയിലുള്ള മൂത്തമകൻ സെബാസ്റ്റ്യൻ എന്തായാലും എന്റെ ശവമടക്കിന് വരാൻ സാധ്യതയില്ല.. ഭരണങ്ങാനത്ത് നിന്ന് സിസിലിയും അവളുടെ ഭർത്താവ് ഫെർണാണ്ടസും എന്തായാലും എത്തും.

ഫെർണാണ്ടസിന് കാശുള്ളത് കൊണ്ടും സഭാനേതൃത്തവുമായി പിടിപാടുള്ളതുകൊണ്ടും എന്തായാലും തെമ്മാടിക്കുഴിയിൽ കിടക്കേണ്ടി വരില്ല,

കുടുംബക്കല്ലറിയിൽ അന്നമ്മയുടെ അടുത്തുതന്നെ അന്ത്യവിശ്രമം കൊള്ളാം...

റൂമിനുപുറത്ത് കോറിഡോറിൽ നിന്നാൽ ആകാശം കാണാം.

ജീവിതകാലഘട്ടത്തിലെ എഴുപത്തിനാല് വർഷക്കാലവും ആകാശത്തിനും ആകാശത്തിലെ നക്ഷത്രങ്ങൾക്കും ഈ ഒരു സൗന്ദര്യം ഞാൻ തിരിച്ചറിഞ്ഞിട്ടില്ല.. ശാരീരിക അസ്വാസ്ഥ്യങ്ങൾ ഉണ്ടെങ്കിലും കോറിഡോറിലൂടെ മെല്ലെ ഞാൻ നടന്നു.

ലോഡ്ജിലെ 209 ആം നമ്പർ മുറി തുറന്ന് കിടക്കുന്നു. കട്ടിലിൽ ഇരുന്ന് കളർപെൻസിൽ കൊണ്ട് ചിത്രങ്ങൾ വരക്കുന്ന കൊച്ചു പെൺകുട്ടി. എന്റെ കൊച്ചുമോൾ ഫേബയെക്കാൾ ഒന്നോ രണ്ടോ വയസ് ഇളപ്പം കാണും.

അവൾ എന്നെ നോക്കി പുഞ്ചിരിച്ചു. ഞാൻ അവളെ കൈയ്യാട്ടി വിളിച്ചു. അവൾ എന്നെ നോക്കി ചിരിച്ചെങ്കിലും അടുത്തേക്ക് വന്നില്ല.

ബാത്റൂമിൽ നിന്നും ഏകദേശം 40 വയസോളം പ്രായമുള്ള ആൾ ഇറങ്ങി വന്നു. പെൺകുട്ടിയുടെ അച്ഛനാണെന്ന് തോന്നുന്നു.

"സാറ് മലയാളിയാണോ?"

"അതേ"

"നാട്ടിൽ എവിടെയാണ്?"

"മല്ലപ്പള്ളി"

ഒരു സിഗരറ്റ് കത്തിച്ചുകൊണ്ട് അയാൾ കോറിഡോറിലേക്ക് വന്നു,

"എന്റെ നാട് കായംകുളത്താ... നാട്ടിൽ ഇപ്പോ ആരും ഇല്ല.. ഞങ്ങൾ ചെന്നൈയിൽ സെറ്റിൽഡാണ്. ഞാൻ എന്റെ പേര് പറയാൻ മറന്നു.. പ്രിൻസ്.."

അയാൾ ഷേക്ക് ഹാൻഡ് തരാനായി കൈനീട്ടി..

എന്റെ പേര് എസ്തപ്പാൻ

പ്രിൻസിന്റെ കൈകൾപിടിച്ച് കുലുക്കിക്കൊണ്ട് ഞാൻ പറഞ്ഞു.

എന്റെ ജീവിതത്തിലെ അവസാന സൗഹൃദവും ഞാൻ ആഘോഷിക്കുകയായിരുന്നു...

ചെന്നൈയിലെ നുങ്കമ്പാക്കത്ത് പേപ്പർബാഗും പേപ്പർ ഗ്ലാസുമൊക്കെ ഉണ്ടാക്കുന്ന ഒരു കമ്പനി നടത്തിവരുകയായിരുന്നു പ്രിൻസ്. ആദ്യകാലങ്ങളിൽ ലാഭത്തിലായിരുന്നെങ്കിലും പ്രിൻസിന്റെ സുഹൃത്തും പാർട്ട്ണറുമായ തമിഴൻ ടിയാന്റെ ഭാര്യയെ അടിച്ചോണ്ട് പോയതോടെ കമ്പനി തകർന്നു...

പുതിയ ജീവിതത്തിന് മകൾ ഒരു ബാധ്യതയാണെന്ന തിരിച്ചറിവിലായിരിക്കണം പ്രിൻസിന്റെ ഭാര്യ മകളെ ഉപേക്ഷിച്ചാണ് പോയത്.

പ്രിൻസിന്റെ ദുഃഖത്തിൽ പങ്കുചേരുകയും എന്നാൽ കഴിയുന്ന വിധം പ്രിൻസിനെ ആശ്വസിപ്പിക്കുകയും ചെയ്തു. ദീർഘനേരത്തെ സംഭാഷണത്തിന് ശേഷമാണ് ഞങ്ങൾ പിരിഞ്ഞത്.

തിരിച്ച് റൂമിലെത്തിയതിന് ശേഷം ഞാൻ മദ്യ കുപ്പി തുറന്ന് ഒരു പെഗ് കൂടി അടിച്ചു.

കട്ടിലിൽ വിരിച്ചിരുന്ന ബെഡ്ഷീറ്റെടുത്ത് ഉറപ്പ് പരിശോധിച്ചതിന് ശേഷം കട്ടിലിൽ നിന്ന് ഫാനിൽ കുരുക്കിട്ടു..

സയനേഡ് പോലെയുള്ള വിഷം കിട്ടിയില്ലെങ്കിൽ വേദന അധികം അറിയാതെയുള്ള ആത്മഹത്യ ചെയ്യാനുള്ള ഏറ്റവും നല്ല മാർഗ്ഗം തൂങ്ങി മരണമാണെന്നാണ് ക്രൈംബ്രാഞ്ചിൽ ജോലി ചെയ്തിരുന്ന കാലത്തെ പോലീസ് സർജൻ ആയ ഗോപിനാഥകുറുപ്പ് സാർ പറഞ്ഞിട്ടുള്ളത്.

കഴുത്തിൽ കുരുക്കിടാൻ തുടങ്ങിയപ്പോഴാണ് സിസിലിയുടെ മകൾ ഫേബ- ക്ക് കളിക്കാൻ പള്ളി അങ്കണത്തിൽ നിന്ന് വാങ്ങിയ

കളിപ്പാട്ടത്തിന്റെ കാര്യമോർത്തത്. ഇനി ഒരു തിരിച്ചുപോക്കില്ലാ എന്ന കാര്യം ഒരു നിമിഷത്തേക്ക് മറന്നതുകൊണ്ടാകാം കളിപ്പാട്ടം വാങ്ങാൻ കാരണമായത്. ഇനി ഒരു തിരിച്ചുപോക്കില്ലാത്തതിനാൽ അത് ഫേബക്ക് കൊടുക്കാൻ കഴിയില്ല.

കളിപ്പാട്ടങ്ങൾ പ്രിൻസിന്റെ മകൾക്ക് കൊടുക്കാമെന്ന് ഞാൻ തീരുമാനിച്ചു. സമയം പത്ത് മണിയായി, പ്രിൻസ് ഉറങ്ങിക്കാണില്ലായിരിക്കും എന്ന് ഞാൻ കരുതി.

പതുക്കെ കോറിഡോറിലൂടെ നടന്ന് പ്രിൻസിന്റെ മുറിയുടെ മുന്നിലെത്തി.

അകത്ത് വെളിച്ചമുണ്ട്. ഭാഗ്യം..! പ്രിൻസ് ഉറങ്ങിയിട്ടില്ല... ഞാൻ കതകിൽ മുട്ടി.... പ്രതികരണമില്ല.. പ്രിൻസേ എന്ന് ഉറക്കെ വിളിച്ചു, പ്രതികരണമില്ല..

അപ്പോഴാണ് വാതിലിന്റെ താഴത്തെ പഴുതിലൂടെ ചൂട് ദ്രാവകം ഒഴുകി എന്റെ പാദത്തിൽ സ്പർശിച്ചത്.

ഞാൻ അപകടം മണത്തു. മൂത്രമാണ്..

ക്രൈംബ്രാഞ്ചിലെ പഴയ ഇൻവെസ്റ്റിഗേറ്ററായ പോലീസുകാരൻ ഉണർന്നു. തൂങ്ങിമരിക്കുമ്പോൾ സാധാരണ മൂത്രം പോകാറുണ്ട്. പ്രിൻസ് ആത്മഹത്യ ചെയ്തിരിക്കുന്നു!

ഞാൻ പെട്ടെന്ന് റിസപ്ഷനിൽ ചെന്ന് ലോഡ്ജിലെ ജീവനക്കാരോട് എന്റെ സംശയം ബോധിപ്പിച്ചു.

അവർ വന്ന് വാതിൽ ചവിട്ടിത്തുറന്നു... പ്രിൻസ് താൻ ഉടുത്തിരുന്ന കൈലിയിൽ തൂങ്ങിയാടുന്നു..

എന്റെ കണ്ണുകൾ കുട്ടിക്ക് വേണ്ടി പരതി... കുട്ടി കട്ടിലിൽ കിടക്കുന്നുണ്ട്.. വായിൽ നിന്ന് നുരവരുന്നുണ്ട്.

അപ്പോൾ ഒരു കാര്യം ഉറപ്പായി കുട്ടിക്ക് വിഷം കൊടുത്തിട്ടാണ് പ്രിൻസ് തൂങ്ങിയത്. നാഡീമിടിപ്പ് പരിശോധിച്ചപ്പോൾ അവൾക്ക് ജീവനുണ്ട് എന്നെനിക്ക് മനസിലായി. ഞാൻ ലോഡ്ജിലെ ജീവനക്കാരോട് അവൾക്ക് ജീവനുണ്ട് എന്നും എത്രയും വേഗം ഹോസ്പിറ്റലിൽ എത്തിക്കണമെന്നും എനിക്കറിയാവുന്ന തമിഴിൽ ഞാൻ പറഞ്ഞു.

പെട്ടെന്ന് തന്നെ അവർ ഒരു വണ്ടി റെഡിയാക്കി, ഞങ്ങൾ അവളെയുംകൊണ്ട് ഹോസ്പിറ്റലിലേക്ക് പാഞ്ഞു... പേര് പോലും അറിയാത്ത പ്രിൻസിന്റെ മകളുടെ ജീവൻ രക്ഷിക്കാനായുള്ള പാച്ചിലിൽ ഞാൻ എന്റെ ആത്മഹത്യയെക്കുറിച്ചുപോലും മറന്നിരുന്നു...

213 ആം നമ്പർ മുറിയിലെ സീലിങ്ങ് ഫാനിൽ കുരുക്കിയിരുന്ന ബെഡ്ഷീറ്റും ചുവരിൽ എന്റെ ആത്മഹത്യാകുറിപ്പും വേളാങ്കണ്ണിയിലെ കടലോരക്കാറ്റിൽ ആടിയുലയുന്നുണ്ടായിരുന്നു.

പ്രവീൺ കൂട്ടുമഠം

നക്ഷത്രഫലം

ലോക്ക് ഡൗൺ കഴിഞ്ഞു.

അതിരാവിലെ 65 വയസ്സുകാരനായ പീഡിയാട്രിഷ്യൻ (ശിശുരോഗവിദഗ്ദൻ) ഡോക്ടർ വിജയൻ തന്റെ വീടിനുള്ളിൽ നിന്ന് മുറ്റത്തേക്കിറങ്ങി.

ഇന്ന് ജോഗിങ്ങിന് പുറത്തേക്കിറങ്ങിയാലോ? എന്നചിന്ത അദ്ദേഹത്തിന്റെ മനസ്സിലുദിച്ചു.

ഈഡബിൾമാസ്ക്കും വെച്ച് പുറത്തിറങ്ങി എന്തുജോഗിങ്ങ്? ആ ജോഗിങ്ങിന് എന്ത് ഗുണമാണുണ്ടാകുക? ഒരുഗുണവുമില്ല. ഡോക്ടർ ചിന്തിച്ചു .

കഴിഞ്ഞ രണ്ടു മാസത്തെ തുടർച്ചയായ ലോക്ക്ഡൗണിൽ തന്റെ രാവിലത്തേയും, വൈകിട്ടത്തേയും ജോഗിങ്ങ് വീടിന്റെ മുറ്റത്തും, വരാന്തയിലും, തന്റെവീടിന്റെ ടെറസ്സിലും ആയിരുന്നു. പെട്ടെന്ന് മുഖ്യമന്ത്രിയുടെ ലോക്ക്ഡൗൺപ്രസ്താവനയും, ലോക്ക് ഡൗൺ മാനദണ്ഡങ്ങളും ഡോക്ടറുടെ മനസ്സിലേക്ക് കടന്നുവന്നു.

പ്രായമായവർ പുറത്തിറങ്ങരുത്, ചെറിയ കുട്ടികളെ പുറത്തിറക്കിയാൽ രക്ഷിതാക്കൾക്കെതിരെ ശിക്ഷാനടപടി, പുറത്തിറങ്ങേണ്ട സാഹചര്യമുള്ളവർക്ക് ഡബിൾമാസ്ക്ക് നിർബന്ധം, സാനിറ്റെയ്സർ കൈയ്യിൽ കരുതണം, ലോക്ക്ഡൗൺ ശിക്ഷാനടപടികളും നിബന്ധനകളും ഒരു കൊള്ളിയാൻ പോലെ ഡോക്ടറുടെ മനസ്സിൽ മിന്നി മാഞ്ഞു.

എന്തായാലും ഇന്ന് പുറത്തിറങ്ങുന്നില്ല. എന്ന് ഡോക്ടർമനസ്സിലുറപ്പിച്ചു.

ന്യൂസ്പേപ്പർബോയ് പേപ്പർ എന്ന് ഉറക്കെവിളിച്ചു പറഞ്ഞുകൊണ്ട് വീടിന്റെ ഗേറ്റിന്റെ മുകളിലൂടെ ന്യൂസ്പേപ്പർ വലിച്ചെറിഞ്ഞുകൊണ്ട് ബൈക്കിൽ പാഞ്ഞുപോയി.

വീടിനുപുറത്തിറങ്ങി ഡോക്ടർ വിജയൻ മുറ്റത്തുകിടന്ന പേപ്പർ എടുത്തുവീടിന്റെ അകത്തെ സോഫയിൽ വന്നിരുന്നു. പേപ്പർ വിടർത്തി പത്രത്തിന്റെ ആ മുഖവാർത്ത ശ്രദ്ധിച്ചു.

"രണ്ടുമാസം നീണ്ട ലോക്ക്ഡൗൺ ഉപാധികളോടെ അവസാനിപ്പിച്ചു. ആരാധനാലയങ്ങൾ തുറക്കില്ല. ബാറും ബിവറേജും തുറക്കും." ഒരു നേർത്ത പരിഹാസപുഞ്ചിരി ഡോക്ടറുടെ ചുണ്ടിൽ നിറഞ്ഞു.

"നിങ്ങളെന്താ പത്രം വായിച്ച് ചിരിക്കുന്നേ"

"ഇന്നത്തെ ജോഗിങ്ങൊക്കെ കഴിഞ്ഞോ?"

പത്രത്തിൽ നിന്ന് കണ്ണെടുത്ത് ഡോക്ടർ ശബ്ദംകേട്ട ഭാഗത്തേക്ക് നോക്കി. അതാ തന്റെ ഭാര്യ സുമിത്ര പുഞ്ചിരിച്ചുകൊണ്ട് മുന്നിൽ നിൽക്കുന്നു.

"ഇന്ന് പത്രം നേരത്തെ വന്നു. പത്രവായന കഴിഞ്ഞിട്ടാവാം ഇന്നത്തെ ജോഗിങ്ങ് എന്ന് വിചാരിച്ചു" ഡോക്ടർ മറുപടി പറഞ്ഞു.

"എന്നാ ഞാനിപ്പോ ചായയെടുക്കാം" എന്നുപറഞ്ഞുകൊണ്ട് സുമിത്ര അടുക്കളയിലേക്ക് പോയി.

ഡോക്ടർ പത്രപാരായണം തുടർന്നു. പത്രത്തിന്റെ മൂന്നാമത്തെപേജിലെ വാർത്ത ശ്രദ്ധിച്ചു. കർണ്ണാടക ഉഡുപ്പിയിൽ മാതാപിതാക്കളെ വെട്ടികൊന്നശേഷം മകൻ ജീവനൊടുക്കി. പത്രത്തിലുള്ള മൂന്നുപേരുടേയും ഫോട്ടോ ഡോക്ടർ സൂക്ഷ്മമായി നോക്കി. കൊല്ലപ്പെട്ടവരുടെ പേരുകൾ ശ്രദ്ധിച്ചു. അച്ഛൻ ചക്രപാണി, അമ്മ ഇന്ദു, കൊലചെയ്ത മകൻ കനകരാജ്.

ഡോക്ടർ വിജയന്റെ മനസ്സിൽ ഓർമ്മകളുടെ കനലെരിഞ്ഞുതുടങ്ങി.

ഡോക്ടർ വിജയൻ തന്റെ സുഹൃത്തായ പ്രൊഫസർ ഡോക്ടർ സന്താനത്തിന്റെ ക്ഷണമനുസരിച്ച് അദ്ദേഹത്തിന്റെതന്നെ ഉടമാവകാശത്തിലുള്ള കർണ്ണാടക ഉഡുപ്പിയിലുള്ള ഹോസ്പിറ്റലിൽ പീഡിയാട്രിഷ്യൻ ആയി ജോലി ചെയ്യുന്ന കാലം. അന്ന് തന്റെ ഭാര്യ സുമിത്രയോടൊപ്പം ഹോസ്പിറ്റലിന്റെ കോർട്ടേഴ്സിലാണ് താമസം. ഡോക്ടർ സന്താനത്തിന്റെ ഹോസ്പിറ്റൽ നാളുകൾ കഴി

യുന്തോറും പ്രശസ്തിയിലേക്ക് കുതിച്ചുകൊണ്ടിരുന്നു. അവിടത്തെ പ്രശസ്തനായ പീഡിയാട്രിഷ്യൻ ആയി ഡോക്ടർ വിജയനും അറിയപ്പെട്ടു. മാസങ്ങളും വർഷങ്ങളും കൊഴിഞ്ഞു പോയി. ഡോക്ടർ വിജയനും, ഭാര്യ സുമിത്രയും ഉഡുപ്പിയിലെ അന്തരീക്ഷവും, ഹോസ്പിറ്റൽ കോർട്ടേഴ്സ് ജീവിതസാഹചര്യങ്ങളുമായും, ഏറെ പൊരുത്തപ്പെട്ടു കഴിഞ്ഞു. കന്നടയും, തുളുവും ഇരുവരും അനായാസം സംസാരിക്കാൻ പഠിച്ചു.

ഹോസ്പിറ്റലിലെ ഏറെ തിരക്കുള്ള ഡോക്ടറായി ഡോക്ടർ വിജയൻ മാറികൊണ്ടിരിരുന്നു. ആയിടയ്ക്കാണ് തികച്ചും യാദൃശ്ചികമായി, ന്യൂബോൺ ഇൻറൻസീവ് കെയർ (N.I.C.U) യിൽ പിഞ്ചോമനകളായ കുഞ്ഞുങ്ങളെ പരിചരിക്കുകയായിരുന്ന ഡോക്ടർ വിജയന്റെ കണ്ണുകൾ ഒരു പെൺകുഞ്ഞിൽ ഉടക്കി. ആ പെൺകുഞ്ഞിന്റെ ശരീരത്തിലെ നിറവ്യത്യാസം ഡോക്ടർ ശ്രദ്ധിച്ചു. ഡോക്ടർ ആ കുഞ്ഞിന്റെ അരികിലെത്തി ആ കുട്ടിയുടെ മുഖത്തേയ്ക്ക് നോക്കി. ഡോക്ടറെ കണ്ടപ്പോൾ ആ പെൺകുഞ്ഞ് മെല്ലെ പുഞ്ചിരിതൂകി. ഡോക്ടർ ആ പെൺകുട്ടിയെ നോക്കി പുഞ്ചിരിച്ചുകൊണ്ട് ആ കുട്ടിയെ സൂക്ഷ്മമായി നോക്കി. പെൺകുട്ടിയുടെ ശരീരമാകെ മഞ്ഞ നിറം രണ്ടോമൂന്നോ ദിവസം പ്രായമായ കുഞ്ഞുങ്ങളിൽ മാത്രം കണ്ടുവരുന്ന ജോണ്ടിസ് അഥവാ മഞ്ഞപ്പ് ആണെന്നാണ് ആദ്യം കരുതിയത്. പിന്നീട് രണ്ടുദിവസത്തെ പരിചരണത്തിനുശേഷം അത് ജോണ്ടിസ് അല്ല. അത് ആ പെൺകുഞ്ഞിന്റെ നിറം തന്നെയാണെന്ന് ഡോക്ടർക്ക് മനസ്സിലായി. അത് മാത്രമല്ല ആ പെൺകുഞ്ഞിന് എന്തോ പ്രത്യേകത ഉള്ളതായി ഡോക്ടർക്കു തോന്നി സ്വർണ്ണകവിളുകൾ, ചുണ്ടും പാദവും ചെന്താമര നിറം, നീളമുള്ള കണ്ണുകൾ, തല നിറച്ചും കറുത്ത നീണ്ട മുടി, മുഖത്തും കണ്ണിലും ദിവ്യമായ തേജസ്സ്, അതുമാത്രമല്ല ഡോക്ടർ വിജയൻ ആ കുഞ്ഞിന്റെ അടുത്ത് വന്ന് നിൽക്കുമ്പോഴെല്ലാം അവൾ കണ്ണു തുറന്നു ഡോക്ടറെ നോക്കി പുഞ്ചിരിക്കുന്നത് ഡോക്ടറുടെ ശ്രദ്ധയിൽപ്പെട്ടു. ഇവൾ ശരിക്കും അദ്ഭുതക്കുട്ടിതന്നെ ഡോക്ടർ വിജയൻ മനസ്സിൽ പറഞ്ഞു

മാനത്തെ മേഘങ്ങൾ തങ്ങളുടെ പൊന്നോമനയായ സൂര്യനെ കുളിപ്പിക്കാനായി കടലിൽ കൊണ്ടുവന്നു. മേഘങ്ങളുടെ കൈയ്യിൽ നിന്ന് പിടിവിട്ട് പതിവുപോലെ സൂര്യൻ കടലിൽ മുങ്ങാംകുഴിയിട്ടു. ഡ്യൂട്ടികഴിഞ്ഞ് വൈകിട്ട് ഡോക്ടർ ക്വോർട്ടേസിലെത്തി തന്റെ ഭാര്യ സുമിത്രയുമായി ഹോസ്പിറ്റലിലെ വിശേഷങ്ങളും, തമാശ

കളും പങ്കുവെയ്ക്കുന്ന കൂട്ടത്തിൽ വളരെ ആകാംക്ഷയോടെയും, സന്തോഷത്തോടെയും ഹോസ്പിറ്റലിൽ താൻ പരിചരിച്ച ആ പെൺകുഞ്ഞിന്റെ ഭംഗിയേയും, കളിചിരികളേയും കുറിച്ച് വർണ്ണിച്ചു. സുമിത്രയുടെ മുഖം മ്ലാനമായി. ഡോക്ടർ വിജയന്റെയും, സുമിത്രയുടേയും വിവാഹം കഴിഞ്ഞിട്ട് ഏകദേശം 12 വർഷത്തോളമായി. ഇതുവരെ ഒരു കുഞ്ഞിന് ജന്മം നൽകാൻ കഴിയാത്തതുകൊണ്ടാവാം സുമിത്ര ഒന്നും മിണ്ടാതെ ഡോക്ടർ പറയുന്നതുകേട്ടിരുന്നു. ദൂരെ വിജനതയിലേക്ക് നോക്കിനിന്നുകൊണ്ട് ഡോക്ടർ പറഞ്ഞു. നാളെ ആ കുട്ടിയെ ഡിസ്ചാർജ് ചെയ്യണം ഡോക്ടറുടെ മുഖത്ത് ഒരു സങ്കടം നിഴലിക്കുന്നത് സുമിത്ര ശ്രദ്ധിച്ചു.

ഉഡുപ്പിയിലെ നഗരങ്ങൾ ഉണർന്നു. ഹോസ്പിറ്റലിലെ N.I.C.U വിൽ കിടക്കുന്ന ആ അത്ഭുതപെൺകുഞ്ഞിനെ നേഴ്സുമാർ താലോലിക്കുന്നതു കണ്ടുകൊണ്ടാണ് ഡോക്ടർ വിജയൻ N.I.C.U വിലേക്ക് കയറിവന്നത് .

ഡോക്ടറെ കണ്ടതും നേഴ്സുമാർ ആ പെൺകുഞ്ഞിൽ നിന്ന് അകലംപാലിച്ചു.

“അവൾ മിടുക്കിയാണല്ലേ? ഇന്ന് അവളെ ഡിസ്ചാർജ്ജ് ചെയ്യണം.” ഡോക്ടർ നേഴ്സുമാരോട് പറഞ്ഞു.

“പറഞ്ഞിട്ടെന്താ കാര്യം ഡോക്ടറേ...?” ഒരു മലയാളി നേഴ്സ് നെടുവീർപ്പെട്ടു.

ഡോക്ടർ വിജയന് ആ നേഴ്സ് പറഞ്ഞതിന്റെ അർത്ഥം മനസ്സിലായില്ല.

ഡോക്ടറുടെ മുഖത്തുകണ്ട സംശയത്തിന് മറുപടിയെന്നോണം ആ നേഴ്സ് പറഞ്ഞു ഡോക്ടറേ.. ഈ കുട്ടിയുടെ മാതാപിതാക്കൾ കുട്ടിയെ ഈ ഹോസ്പിറ്റലിൽ ഉപേക്ഷിച്ച് പോയതാണ്.

ഡോക്ടർ വിജയൻ ഞെട്ടിപ്പോയി.

“എന്ത്...? ഈ പെൺകുട്ടിയെ ഉപേക്ഷിച്ചെന്നോ?” ഡോക്ടർക്ക് വിശ്വസിക്കാൻ കഴിഞ്ഞില്ല.

അതെ ഡോക്ടർ. ഈ കുഞ്ഞിന്റ ജന്മനക്ഷത്രവും, ജന്മസമയവും നല്ലതല്ലാത്തതുകൊണ്ട് ഈ ഹോസ്പിറ്റലിൽ ഉപേക്ഷിക്കുവാൻ മാതാപിതാക്കളും കുടുംബക്കാരും തിരുമാനിക്കുകയായിരുന്നു. നേഴ്സ് പറഞ്ഞുനിർത്തി.

ഡോക്ടർ വിജയൻ ഒന്നും മിണ്ടാതെ ആ പെൺകുഞ്ഞിന്റെ മുഖത്തേയ്ക്ക് ദയനീയമായി നോക്കി.

ഡോക്ടറെ കണ്ടതും ആ പെൺകുഞ്ഞ് ഡോക്ടർക്ക് സുന്ദരമായ ഒരുപുഞ്ചിരി സമ്മാനിച്ചു.

ഡോക്ടർ N.I.C.U റൂമിൽ നിന്ന് പുറത്തിറങ്ങി. ആ പെൺകുഞ്ഞിന്റെ അമ്മയുടെപ്രസവം എടുത്ത ഗൈനക്കോളജിസ്റ്റും, തന്റെ സുഹൃത്തും, പാതിമലയാളി കൂടിയായ, ഡോക്ടർ സ്വാതിയുടെ അടുത്തെത്തിയ ഡോക്ടർ വിജയൻ ആ പെൺകുഞ്ഞിന്റെ വിവരങ്ങൾ ഡോക്ടർ സ്വാതിയിൽ നിന്ന് ചോദിച്ചുമനസ്സിലാക്കി. ഉഡുപ്പിയിലെ ഒരു ബ്രാഹ്മണകുടുംബത്തിലെ അംഗങ്ങളാണ് ആ പെൺകുഞ്ഞിന്റെ മാതാപിതാക്കൾ. പെൺകുഞ്ഞിന്റെ അമ്മയ്ക്ക് ഇരുപതുവയസ്സോളം മാത്രമേ പ്രായമുള്ളൂ. ഗർഭകാലം മുതൽ ആ യുവതിയെ പരിചരിച്ചിരുന്നത് ഡോക്ടർ സ്വാതിയാണ്. പ്രസവസമയം ആയപ്പോഴേക്കും ആ യുവതി വളരെ ടെൻഷനിൽ ആയിരുന്നു. പിറന്നുവീഴാൻ തുടങ്ങുന്ന കുഞ്ഞിന്റെ ജന്മനക്ഷത്രവും സമയവും കണക്കിലെടുത്ത് ഈ കുഞ്ഞിന്റെ ജനനം ലോകനാശം വിതയ്ക്കുമെന്നും, കുടുംബത്തിന്റെ സമ്പദ്സമൃദ്ധിയും, ഭാഗ്യവും കെടുത്തുമെന്നും, കുടുംബജ്യോത്സ്യൻ പ്രവചിച്ചതിന്റെ അടിസ്ഥാനത്തിൽ, കുടുംബക്കാരും, മാതാപിതാക്കളും ആ പെൺകുഞ്ഞിനെ ഈ ഹോസ്പിറ്റലിൽ ഉപേക്ഷിക്കുകയാ യിരുന്നു. ഡോക്ടർ സ്വാതി വിഷമത്തോടെ പറഞ്ഞു നിർത്തി. ഡോക്ടർ വിജയന് ഡോക്ടർ സ്വാതി പറഞ്ഞത് വിശ്വസിക്കാനായില്ല. ഒരു ജ്യോത്സ്യൻ പറഞ്ഞതിന്റെ പേരിൽ നൊന്തുപ്രസവിച്ച അമ്മ ആ കുട്ടിയെ ഉപേക്ഷിക്കുമോ? ഡോക്ടർ വിജയൻ സ്വാതിയോട് ചോദിച്ചു.

ഡോക്ടറുടെ മുഖത്തെ ആകാംക്ഷ കണ്ട ഡോക്ടർ സ്വാതി മെല്ലെ പുഞ്ചിരിച്ചു.

ഇവിടെ ഇങ്ങനെയാണ്. ഉഡുപ്പിയിലെ ചില ബ്രാഹ്മണർ കുടുംബത്തിലെ ആളുകൾ ജീവിച്ചിരിക്കേ മരണം സങ്കല്പ്പിച്ച് പിണ്ഡംവെച്ച് പടിക്കു പുറത്താക്കുന്ന കൂട്ടരാണ്. അവർക്ക് ദൈവ വിശ്വാസവും, അതിലേറെ അന്ധവിശ്വാസവും കൂടുതൽ ഉള്ളവരാണ്. ഈ പെൺകുഞ്ഞിനെ പ്രസവിച്ച യുവതി, താൻ പ്രസവിച്ച കുഞ്ഞിനെ ഒരു നോക്കുകാണുവാനോ, മുലയൂട്ടുവാനോ കൂട്ടാക്കിയില്ല. ഇങ്ങനെയുമുണ്ട് കുറേ അമ്മമാർ. തെല്ലുപരിഹാസത്തോടെയും, വിഷമത്തോടെയും, ഡോക്ടർ സ്വാതി പറഞ്ഞുനിർത്തി.

ഡോക്ടർ വിജയൻ അസ്വസ്ഥതയോടെ ഡോക്ടർ സ്വാതിയോടുചോദിച്ചു. "ഇനി ആകുഞ്ഞിനെ എന്തു ചെയ്യും? കുഞ്ഞിന്റെ പരിചരണം ആര് ഏറ്റെടുക്കും...?"

ഒരു ദീർഘനിശ്വാസത്തോടെ ഡോക്ടർ സ്വാതി പറഞ്ഞു. "നമ്മുടെ ഹോസ്പിറ്റലിന്റെ അധീനതയിൽ തന്നെയുള്ള അനാഥാലയങ്ങൾ ഉണ്ടല്ലോ? അനാഥാലയങ്ങൾ ആ കുഞ്ഞിനെ ഏറ്റെടുക്കും." സ്വാതി പറഞ്ഞുനിർത്തി ഡോക്ടർ വിജയൻ തന്റെ ക്വോർട്ടേസിലെ മുറിയിൽ അസ്വസ്ഥനായി തലങ്ങും വിലങ്ങും നടന്നു. ആ പെൺകുഞ്ഞിന്റെ മുഖം മനസ്സിൽ നിന്നും മായുന്നില്ല.

ഡോക്ടറുടെ അസ്വസ്ഥത ഭാര്യ സുമിത്ര ശ്രദ്ധിച്ചു.

"എന്തു പറ്റി....? മുഖമാകെ വല്ലാതെ ഇരിക്കുന്നല്ലോ?" ഡോക്ടറുടെ അസ്വസ്ഥതകണ്ട് സുമിത്ര ചോദിച്ചു. ഡോക്ടർ വിജയൻ ഡോക്ടർ സ്വാതി പറഞ്ഞകാര്യങ്ങൾ സുമിത്രയോട് പറഞ്ഞു.

സുമിത്ര ഒരുമിനിട്ട് ചിന്തിച്ചശേഷം മുറിയുടെ ജനാല കമ്പികളിൽ പിടിച്ചുനിന്നു ദൂരെ വിജനതയിൽ നോക്കിപറഞ്ഞു.

"നമുക്ക് ആ കുഞ്ഞിനെ ദത്തെടുത്താലോ?"

ഡോക്ടർ വിജയൻ ഞെട്ടി. ജനലഴികഴിൽപിടിച്ച് വിജനതയിൽ നോക്കിനിൽക്കുന്ന സുമിത്രയുടെ അരികിലെത്തിയ ഡോക്ടർ വിജയൻ അവളുടെ മുഖത്തേയ്ക്ക് നോക്കി ചോദിച്ചു നീ സീരിയസ്സ് ആയി പറഞ്ഞതാണോ?

അതെ എന്ന സുമിത്രയുടെ മറുപടികേട്ട് ഡോക്ടർ വിജയൻ ആഹ്ലാദപൂർവ്വം അവളെ നെഞ്ചോടുചേർത്തു. തന്റെ കൈകുമ്പിളിൽ സുമിത്രയുടെ മുഖം എടുത്തുകൊണ്ട് ഡോക്ടർ വികാരാധീനനായി പറഞ്ഞു ഞാനും ആഗ്രഹിച്ചത് ഇതായിരുന്നു. ഡോക്ടറുടേയും, സുമിത്രയുടേയും കണ്ണുകൾ നിറഞ്ഞുതുളുമ്പി വരണ്ടുകിടക്കുന്ന ഉഡുപ്പിനഗരത്തെ കുളിരണിയിച്ചുകൊണ്ടു അന്നുരാത്രി ഒരു മഴ പെയ്തു.

പെൺകുഞ്ഞിനെ ദത്തെടുക്കാനുള്ള നടപടിക്രമങ്ങൾ പെട്ടെന്ന് പൂർത്തികരിക്കാൻ ഹോസ്പിറ്റൽ എം.ഡിയും, ജനറൽ മാനേജരുമായ പ്രൊഫസർ ഡോക്ടർ സന്താനവും, ഡോക്ടർ സ്വാതിയും, ഡോക്ടർ വിജയനെ സഹായിച്ചു. നടപടിക്രമങ്ങൾ പൂർത്തിയാക്കി ആ പെൺകുഞ്ഞിനെ ആശുപത്രിയിൽ നിന്ന് ഡോക്ടർ വിജയനും, ഭാര്യ സുമിത്രയും ചേർന്ന് തങ്ങളുടെ കോർട്ടേഴ്സിലേക്ക് കൊണ്ടുപോയി. പിന്നീട് ഇരുവരുടേയും ജീവിതത്തിൽ സന്തോഷത്തിന്റെ നാളുകൾ ആയിരുന്നു. താഴത്തും നിലത്തും വെയ്ക്കാതെ, ഒരു

രാജകുമാരിയെപോലെ ആ പെൺകുഞ്ഞ് വളർന്നു. ജന്മനക്ഷത്രത്തിന്റെ പേരിൽ ഉപേക്ഷിക്കപ്പെട്ട ആ കുഞ്ഞിന് അവർ ഒരു പേരിട്ടു നക്ഷത്ര.

ഭൂമിയിൽ രാവും പകലും മാഞ്ഞുമാറികൊണ്ടിരുന്നു. കണ്ണടച്ചുതുറക്കുന്ന നിമിഷംപോലെ രണ്ടുവർഷങ്ങൾ പെട്ടെന്നുപോയ് മറഞ്ഞു.

വൈകുന്നേരം ഒരു ഇടവേളകിട്ടിയപ്പോൾ ഒരു ചായ കുടിക്കാനായി ഹോസ്പിറ്റലിലെ കാന്റീനിലേക്ക് ഡോക്ടർ വിജയൻ നടന്നു. ഹോസ്പിറ്റലിലെ കോറിഡോറിലൂടെ നടന്നുവരുമ്പോൾ എതിരെയായി ഡോക്ടർ സ്വാതി വരുന്നു.

‘‘ഡോക്ടർ കാന്റീനിലേക്കാണോ?’’ ഡോക്ടർ സ്വാതി ചോദിച്ചു.

“അതെ. ഡോക്ടർ വരുന്നോ.” ഒരു ചായ കുടിക്കാം.

“ഹേയ് ഇല്ല. കുറച്ച് തിരക്കുണ്ട്.” ഡോക്ടർ സ്വാതി മറുപടി പറഞ്ഞു.

ഡോക്ടർ വിജയൻ നടന്നു .

“ഡോക്ടറേ.... ഒന്നു നിന്നേ...” ഡോക്ടർ സ്വാതി വിളിച്ചു.

ഡോക്ടർ വിജയൻ പിൻതിരിഞ്ഞു നിന്നു. ഡോക്ടർ സ്വാതി ഡോക്ടർ വിജയന്റെ അരികിലേക്ക് വന്നുപറഞ്ഞു “ഡോക്ടറേ... പ്രസവത്തിനായി ആ സ്ത്രീ വീണ്ടും വന്നിട്ടുണ്ട്...”

“ഏതുസ്ത്രീ..?” ഡോക്ടർ വിജയൻ ചോദിച്ചു. തെല്ല് നീരസത്തോടെ ഡോക്ടർ സ്വാതി പറഞ്ഞു “നമ്മുടെ നക്ഷത്രയുടെ അമ്മ”

ഡോക്ടർ വിജയന്റെ മനസ്സിൽ ഒരു സ്ഫോടനമുണ്ടായി.

ഡോക്ടറുടെ മുഖം ശ്രദ്ധിച്ചുകൊണ്ട് ഡോക്ടർ സ്വാതി പറഞ്ഞു “ഡോക്ടർ പരിഭ്രമിക്കേണ്ട. എന്റെ റൂമിലേക്ക് ആ സ്ത്രീ കയറിവന്നപ്പോൾ ഞാനും ആദ്യം അമ്പരന്നുപോയി. എനിക്കവരെ പെട്ടെന്ന് മറക്കാൻ പറ്റില്ലല്ലോ. ഇനിയും ജനിക്കാൻ പോകുന്ന കുഞ്ഞിന് എന്ത് ദോഷമാണാവോ ഉണ്ടാവുക? ഇതിനെയും ജ്യോത്സ്യന്റെ വാക്കുകേട്ട് കളയുമോ എന്തോ? ഒരു നെടുവീർപ്പോടെ ഡോക്ടർ സ്വാതി പറഞ്ഞുനിർത്തി.”

ഡോക്ടർ വിജയന്റെ മുഖം മ്ലാനമായി.

ഡോക്ടർ വിജയനെ ശ്രദ്ധിച്ചുകൊണ്ട് ഡോക്ടർ സ്വാതി പറഞ്ഞു. എനിക്കിത് ഡോക്ടറോട് പറയണമെന്ന് തോന്നി. ഓക്കേ... ബൈ. പിന്നെ കാണാം. ഡോക്ടർ സ്വാതി കോറിഡോറിലൂടെ നടന്നകന്നു. ഡോക്ടർ വിജയൻ എന്തുചെയ്യണമെന്നറിയാതെ നോക്കിനിന്നു. മാസങ്ങൾ കടന്നുപോയി. ഇതിനിടയിൽ ആ സ്ത്രീ ഒരു ആൺകുഞ്ഞിന് ജന്മം നൽകിയതായി ഡോക്ടർ സ്വാതിയിൽ നിന്ന്

ഡോക്ടർ വിജയന് അറിയാൻ കഴിഞ്ഞു. താനൊരു പീഡിയാട്രീഷ്യൻ ആയതുകൊണ്ട് ആദ്യദിവസങ്ങളിൽ ആ ആൺകുഞ്ഞിനേയും ഡോക്ടർ വിജയന് പരിചരിക്കേണ്ടതായി വന്നു. ആ സമയത്ത് എപ്പോഴോ ആ സ്ത്രീയെ ഡോക്ടർ വിജയൻ ഒരു മിന്നായം പോലെ കണ്ടിട്ടുണ്ട്. ആ സ്ത്രീയേയും, അവരുടെ കുടുംബാംഗങ്ങളെയും അഭിമുഖീകരിക്കാൻ ഡോക്ടർ മടിച്ചു.

നല്ല മഴയുള്ള ഒരു ദിവസം. തന്റെ ഹോസ്പിറ്റൽ റൂമിൽ മറ്റുകുട്ടികളെ പരിശോധിക്കുന്ന സമയം. ആ സ്ത്രീ തന്റെ ഭർത്താവിനേയും കൂട്ടി റൂമിലേക്ക് കയറിവന്നു.

ഡോക്ടർ വിജയൻ ആദ്യമൊന്നു പകച്ചുപോയി.

ആ സ്ത്രീ തന്റെ മുന്നിൽ വന്നിരുന്നു. ആ സ്ത്രീയുടെ മുഖത്തേയ്ക്ക് നോക്കാൻ ഡോക്ടർ മടിച്ചു. ഡോക്ടർ... ആ സ്ത്രീ വിളിച്ചു. ഡോക്ടർ വിജയൻ മുഖം മെല്ലെയുയർത്തി. ഡോക്ടറുടെ മുൻപിലേക്ക് അവരുടെ ആൺകുഞ്ഞിനെ നീട്ടികൊണ്ട് ആ സ്ത്രീ പറഞ്ഞു ഡോക്ടർ തന്റെ മകൻ എപ്പോഴും ഉറക്കമാണ്. ഇവന് ക്ഷീണമുള്ളതുകൊണ്ടാണോ ഇങ്ങനെ ഉറങ്ങുന്നത്?

ഡോക്ടർ വിജയന്റെ ശ്വാസം നേരെയായി. മെല്ലെ പുഞ്ചിരിച്ചുകൊണ്ട് ഡോക്ടർ പറഞ്ഞു ഈ പ്രായത്തിൽ കുട്ടികൾ എപ്പോഴും ഉറങ്ങും. അത് ക്ഷീണം കൊണ്ടല്ല. ഇവൻ മിടുക്കനാണ്. ഇവന് യാതൊരു കുഴപ്പവുമില്ല.

സ്ത്രീയുടേയും, ഭർത്താവിന്റെയും മുഖത്ത് ആശ്വാസഭാവം കണ്ടു.

ഡോക്ടർ വിജയൻ ആ കുഞ്ഞിനെ ചെറുതായി പരിശോധിക്കുന്നതിനിടയിൽ ആ കുഞ്ഞിന്റെ പേരും, ജന്മനക്ഷത്രവും, ജനനസമയവും സൂത്രത്തിൽ ചോദിച്ചു.

ആ സ്ത്രീയും, ഭർത്താവും തന്റെ കുഞ്ഞിന്റെ ജാതകവും, ഈ കുട്ടി മൂലം തങ്ങൾക്കു വരാൻ പോകുന്ന സൗഭാഗ്യങ്ങളെക്കുറിച്ചും കുടുംബജ്യോത്സ്യൻ പറഞ്ഞത് വാ തോരാതെ സംസാരിച്ചുകൊണ്ടിരുന്നു. ഡോക്ടർ വിജയൻ മനസ്സിൽ ചിരിച്ചുകൊണ്ട് അവരെ യാത്രയാക്കി.

കോർട്ടേസിൽ എത്തിയ ഡോക്ടർ വിജയൻ ഇന്നുനടന്ന എല്ലാകാര്യങ്ങളും ഭാര്യ സുമിത്രയോട് പറഞ്ഞു. അന്നു രാത്രി നക്ഷത്രമോളെ തോളിലിട്ട് പാട്ടുപാടി ഉറക്കി കിടക്കയിൽകിടത്തുന്നതിനിടെ സുമിത്ര ഡോക്ടർ വിജയനോട് പറഞ്ഞു. നമുക്ക് ഈ ഉഡുപ്പി വിട്ട് പോയാലോ? കേരളത്തിലേക്ക്. നമ്മുടെ നാട്ടിലേക്ക്... എനിക്കെന്തോ നക്ഷത്രമോളെയും കൊണ്ട് ഇവിടെ നിൽക്കാൻ

തോന്നുന്നില്ല. ഈ ഉഡുപ്പി വിട്ട് പോകണം. ഇനി മോളെ തിരഞ്ഞ് ആരും വരാത്ത ഒരിടത്തേക്ക്. സുമിത്രയുടെ കണ്ഠമിടറി. സുമിത്രയുടെ വാക്കുകളിൽ വിഷമവും ഭയവും നിഴലിക്കുന്നതുപോലെ ഡോക്ടർ വിജയനുതോന്നി.

ഡോക്ടർ വിജയൻ മൗനം പാലിച്ചു

സുമിത്രയുടെ ആ ആഗ്രഹം 6 മാസത്തിനുശേഷം സഫലമായി. ഡോക്ടർ വിജയനും, സുമിത്രയും, നക്ഷത്രയും ഉഡുപ്പിൽ നിന്ന് കേരളത്തിലെത്തി. കേരളത്തിൽ സ്ഥിരതാമസമാക്കാൻ തിരുമാനിച്ചാണ് ഡോക്ടർ വിജയൻ പുതിയവീട്ടിൽ താമസമാക്കിയത്. ആ വീട്ടിൽ ഭാര്യ സുമിത്രയോടും, മകൾ നക്ഷത്രയ്ക്കുമൊപ്പം സന്തോഷത്തിന്റെ പെരുമഴക്കാലം ആസ്വദിച്ചു. നാട്ടിലും വീട്ടിലും, നക്ഷത്രമോൾ ഡോക്ടർ വിജയന്റെയും, സുമിത്രയുടേയും മകളായി വളർന്നു. പലരും ഡോക്ടറുടേയും, സുമിത്രയുടേയും രൂപ സാദൃശ്യവുമായി നക്ഷത്രയെ താരതമ്യപ്പെടുത്തി സംസാരിക്കുന്നത് ഡോക്ടറും സുമിത്രയും ആസ്വദിച്ചു. നക്ഷത്രദത്തുപുത്രിയാണെന്ന ആ വലിയരഹസ്യം ആരോടും പറയാതെ ഇരുവരും ഹൃദയത്തിൽ ഒളിപ്പിച്ചു. നക്ഷത്രയോട് ആ രഹസ്യം പറയണമെന്ന് പലതവണ അവർ വിചാരിച്ചതാണ്. പക്ഷേ അത് അവളോട് പറയാൻ അവരുടെ മനസ്സ് അനുവദിച്ചില്ല.

ലോകത്തിൽ പല വലിയമാറ്റങ്ങളും വന്നു. നക്ഷത്ര അതിസുന്ദരിയായ യുവതിയായി വളർന്നു. സൗന്ദര്യംപോലെ തന്നെ അവളുടെ സ്വഭാവവും, പെരുമാറ്റവും ആരെയും ആകർഷിക്കുന്നതായിരുന്നു. അവൾ പീനത്തിലും, കലയിലും, പഠിച്ചുമിടുക്കിയായി മുന്നേറി കൊണ്ടിരുന്നു.

കോളേജ് പഠനകാലത്ത് നിരവധി പൂവാലൻമ്മാരാണ് അവളെ ചുറ്റിപ്പറ്റിനടന്നത്. ആ പൂവാലൻമ്മാരുടെ കോഷ്ടികൾ വീട്ടിൽ വന്ന് ഡോക്ടറോടും സുമിത്രയോടും പറഞ്ഞ് അവർ മൂന്നു പേരും പൊട്ടിച്ചിരിക്കാറുണ്ട്.

കോളേജ് പഠനം കഴിഞ്ഞ് ചെറുപ്പത്തിലെ നക്ഷത്രടെസ്റ്റ് എഴുതി ഒരുസർക്കാർ സ്ഥാപനത്തിൽ ക്ലർക്കായി ജോലിനേടിയെടുത്തു. ഈ സമയങ്ങളിലെല്ലാം നിരവധി വിവാഹആലോ ചനകളാണ് നക്ഷത്രയെ തേടിയെത്തിയത്. വിവാഹക്കാര്യങ്ങളെല്ലാം അച്ഛന്റേയും, അമ്മയുടേയും ആഗ്രഹത്തിനുമതി എന്ന് നക്ഷത്ര പറഞ്ഞത്. ഡോക്ടർ വിജയനേയും, സുമിത്രയെയും വളരെയധികം

സന്തോഷിപ്പിക്കുകയും, അതോടൊപ്പം തന്റെ മകൾക്ക് നല്ലൊരു വരനെ കണ്ടെത്താനുള്ള ടെൻഷൻ ഉണ്ടാക്കുകയും ചെയ്തിട്ടുണ്ട്.

വിജയനും. സുമിത്രക്കും തന്റെമകളുടെ വിവാഹം ഒരു വലിയസ്വപ്നമായിരുന്നു. അച്ഛനും അമ്മയും തന്റെ വിവാഹത്തെ ഓർത്ത് ടെൻഷൻ അടിച്ചിരിക്കുന്ന സമയത്ത് ഒരുനാൾ രണ്ടുപേരും ഇരിക്കുന്നതിനിടയിൽ കയറി ഇരുന്നുകൊണ്ട് രണ്ടുപേരുടേയും തലയിൽ തന്റെ രണ്ടുകൈകൾകൊണ്ട് ഇക്കിളിയാക്കിക്കൊണ്ട് നക്ഷത്ര പറഞ്ഞു. അച്ഛന്റെയും, അമ്മയുടേയും സ്വപ്നംപോലെ എന്റെ വിവാഹം നടക്കും.

അവൾ പറഞ്ഞതുപോലെ സംഭവിച്ചു. നക്ഷത്രയുടെ സ്വപ്നസമാനമായ വിവാഹം നടന്നു. വരൻ സുമുഖനായ ഡോക്ടർ വിവേക്. സ്വർഗ്ഗം താഴെക്ക് ഇറങ്ങിവന്നു. ആഘോഷരാവുകൾ...

കേരളം കനത്തചൂടിൽ ഞെളിപിരികൊണ്ടിരിക്കുന്ന സമയമായിരുന്നു. പെട്ടെന്ന് ഒരു കുളിർമഴ. കുളിർമഴ പിന്നീട് പേമാരിയായി മാറി. ആ പേമാരി ആദ്യദിനങ്ങളിൽ മനസ്സിന് ആനന്ദം നൽകി. ആദ്യമായി പേമാരി അടുത്തുകാണുകയാണ് മതിയാവോളം അടുത്തുകണ്ടും, അറിഞ്ഞും, തൊട്ടും തലോടിയും ആസ്വദിച്ചു. പിന്നീട് ആ ആസ്വാദനം മാസങ്ങളോളം വേദനകളും കഷ്ടപ്പാടുകളും നൽകി.

കഷ്ടപ്പാടിൽ നിന്നും മോചനം. നക്ഷത്ര രണ്ട് ഇരട്ടആൺ കുട്ടികൾക്ക് ജന്മംനൽകി.

വീട്ടിൽ നക്ഷത്രക്കൂട്ടങ്ങൾ മിന്നിതിളങ്ങി കൊണ്ടിരുന്നു. ആ വെളിച്ചം നാട്ടിൽപരന്നു.

ഇരട്ടക്കുട്ടികളുടെ അമ്മയ്ക്ക് ഒരാഗ്രഹം. ലോകസേവനം ഇനി അതാണ് തന്റെ ലക്ഷ്യം. അതിനായി ഇനിയും പഠിക്കണം തന്റെ ലക്ഷ്യത്തിനായി നക്ഷത്ര തന്റെ ഒരുക്കങ്ങൾ തുടങ്ങി.

"കുട്ടികളുടെ കരച്ചിൽ.!!"

"അച്ഛാ.... ഇവരെയൊന്നു പിടിച്ചേ"

ഡോക്ടർ വിജയൻ ഓർമ്മകളിൽനിന്ന് ഞെട്ടിഉണർന്നു. സ്ഥലകാലബോധം വീണ്ടെടുത്തു നോക്കുമ്പോൾ... തന്റെ രണ്ട് ഇരട്ടആൺകുട്ടികളെ ഒക്കത്തെടുത്ത് തന്റെ മകൾ നക്ഷത്രനിൽക്കുന്നു. ഉഡുപ്പിയിലെ ഹോസ്പിറ്റലിൽ വെച്ച് എന്റെ മുന്നിൽ വന്ന് വീണ എന്റെ ഭാഗ്യനക്ഷത്രം. അച്ഛാ ഈ തല്ലുകൊള്ളികളെ ഒന്നു പിടിച്ചേ തന്റെ ഇരട്ടകുട്ടികളെ കാണിച്ച് ചിരിച്ചുകൊണ്ട് ആ ഭാഗ്യനക്ഷത്രം ഡോക്ടർ വിജയനുനേരെ നടന്നുവന്നു. വായിച്ചു കൊണ്ടിരുന്നപത്രം പെട്ടെന്ന് മടക്കി ടീപ്പോയിൽവെച്ച് എഴുന്നേറ്റപ്പോ

ഴേക്കും കുട്ടികളുടെ കരച്ചിൽ കേട്ടെന്നപോലെ ഭാര്യ സുമിത്ര ഹാളിലേക്ക് വന്ന് ഒരുകുട്ടിയെ സുമിത്ര വാരിയെടുത്തു. വിജയൻ പെട്ടെന്ന് എഴുന്നേറ്റ് നക്ഷത്രയുടെ കൈയ്യിൽനിന്ന് അടുത്തകുട്ടിയെ എടുത്ത് ലാളിച്ചു. ഇരട്ടക്കുട്ടികൾ രണ്ടുപേരും ഉറക്കെ കരഞ്ഞു. രണ്ടു കുട്ടികളെയും എടുത്ത് ലാളിച്ചുകൊണ്ട് ഡോക്ടർ വിജയനും ഭാര്യയും വീടിന്റെ പുറത്തേക്കുനടന്നു.

നക്ഷത്ര ആ ലാളന കണ്ട് മെല്ലെ പുഞ്ചിരിച്ചു. അപ്പോഴാണ് ടീപ്പോയിൽ ഇരിക്കുന്നപത്രം നക്ഷത്രയുടെ ശ്രദ്ധയിൽപെട്ടത്. അവൾ ആ പത്രം എടുത്തുവായിക്കാൻ തുടങ്ങി. പത്രത്തിലെ ഉൾപേജിൽ ഡോക്ടർ വിജയൻ വായിച്ച ആ വാർത്തയും ഫോട്ടോയും, നക്ഷത്രയും ശ്രദ്ധിച്ചു. കർണ്ണാടക ഉഡുപ്പിയിൽ മാതാപിതാക്കളെ വെട്ടികൊന്നതിനുശേഷം മകൻ ആത്മഹത്യ ചെയ്തു.

നക്ഷത്ര ആ വാർത്ത വായിച്ച് മനസ്സിൽ ദൈവമേ എന്നു വിളിച്ചു. മനസ്സിൽ ഒരു നീറ്റൽ. ആ ഭാഗ്യനക്ഷത്രം ഒന്നുമറിയാതെ നെടുവീർപ്പെട്ടു.

ധനേഷ് അംബിക

പെയ്തൊഴിഞ്ഞ പ്രണയം

"ജീവിതമാകുമീ വാത്മീകത്തിലെ
മൂക വികാരങ്ങൾ വ്യർത്ഥമല്ലേ"

ചായക്കടയിലെ റേഡിയോയിലൂടെ ഒഴുകിവരുന്ന മനോഹരമായ ഈ ഗാനം ആസ്വദിച്ച് ചായ ഊതികുടിയ്ക്കുകയാണ് ജെറി. സമയം നാലുമണിയാകുന്നതേയുള്ളൂ. കടയിൽ തിരക്കൊന്നുമില്ല..

മഴയ്ക്ക് മുൻപുള്ള ഒരു മൂടികെട്ടൽ...

നല്ല സുഖമുള്ള അന്തരീക്ഷം...

ഈ ഗ്രാമത്തിൽ താൻ എത്തിയിട്ട് കുറച്ചുനാളേ ആയുള്ളൂ പക്ഷേ എന്തോ തനിയ്ക്കിവിടം നന്നായി ഇഷ്ടപെട്ടു... നന്മയുള്ള കുറെ മനുഷ്യർ...

"ഈ പാട്ടെഴുതിയ ആളെ സമ്മതിയ്ക്കണം.." എത്ര അർത്ഥവത്തായ വരികൾ ചായക്കട നടത്തുന്ന ശിവൻചേട്ടന്റെ വാക്കുകൾ ജെറിയെ ആലോചനയിൽ നിന്നും ഉണർത്തി അപ്പോഴേയ്ക്കും പാട്ട് കഴിഞ്ഞിരുന്നു....

താനീ നാട്ടിൽ വന്നപ്പോൾ ആദ്യം പരിചയപ്പെട്ടത് ശിവൻ ചേട്ടനെയാണ്. ഈ കടയുടെ മുതലാളിയും തൊഴിലാളിയും എല്ലാം അയാൾ തന്നെയാണ്. ഉറക്കെ വായിക്കാൻ കഴിയാത്ത ഒരു അദ്ധ്യായം ശിവൻചേട്ടന്റെ ഉള്ളിലുമുള്ളതുപോലെ തനിക്കുതോന്നിയിട്ടുണ്ട്. അത് വായിച്ചെടുക്കാൻ താൻപലപ്പോഴും ശ്രമിച്ചിട്ടുണ്ട്. അപ്പോഴൊക്കെ വരാലുതെന്നിമാറുന്നതുപോലെ അതിവിദ്ഗ്ധ

മായി അയാൾ തെന്നിമാറാറുണ്ട്.. ഈ ചായക്കടയുടെ നാലു ചുവരിനുള്ളിൽ എരിഞ്ഞുതീരുന്ന ഒരു മനുഷ്യജന്മം പക്ഷേ അതിനെ അയാൾ നന്നായി ആസ്വദിക്കുന്നുണ്ട് ....

ടൗണിൽ നിന്നുള്ള ബസ്സ് കവലയിൽ വന്നുനിന്നു. ആളുകൾ ഇറങ്ങാനും കയറാനുമുള്ള തിരക്ക്. ജെറി ചായകുടിച്ച് കഴിഞ്ഞ് പതുക്കെ എഴുന്നേറ്റ് പുറത്തേയ്ക്കുനീങ്ങി..

നടക്കുന്നതിനിടയിൽ ശിവൻചേട്ടാ എഴുതിയിട്ടോയെന്നു പറഞ്ഞു...

ജെറി തന്റെമുന്നിലൂടെ ബസ്സിറങ്ങി പോകുന്നവരെ നോക്കി നിൽക്കുന്നു.

ഈ സമയത്ത് ഇങ്ങോട്ട് അങ്ങനെ ഇറങ്ങാത്തതുകൊണ്ട് അവരിൽ പലമുഖങ്ങളും പരിചിതമല്ലായിരുന്നു...

പെട്ടെന്നാണ് ഏറ്റവും അവസാനമിറങ്ങിയ പെൺകുട്ടിയെ ജെറി ശ്രദ്ധിച്ചത്....

"ഡെയ്സി ...."

ജെറി ഒന്നമ്പരന്നു ഇവളെന്തായിവിടെ?

ചില മുഖങ്ങൾക്ക് ഒരു പ്രത്യേകതയുണ്ട് നമ്മൾ എത്ര മറക്കാൻ ശ്രമിച്ചാലും നമ്മുടെ മനസ്സിലേയ്ക്ക് ഓടിയെത്തും വീണ്ടും വീണ്ടും....

അവൾ തന്നെകാണുന്നതിന് മുന്നേ ജെറി അവിടെ നിന്നും നടന്നുതുടങ്ങി. ഒരിക്കൽകൂടി അവളെയൊന്നു തിരിഞ്ഞുനോക്കാൻ മനസ്സുവെമ്പൽ കൊണ്ടെങ്കിലും വിവേകം അതിന് അനുവദിച്ചില്ല. ഒരായിരം ചോദ്യങ്ങൾ അവന്റെ മനസ്സിൽ ഉദിച്ചു. അവൾ എന്താ ഇവിടെ? അതായിരുന്നു കൂടുതൽ കൗതുകത്തോടെയും കരുത്തോടെയും ഉയർന്നുവന്ന ചോദ്യം....

ഉടഞ്ഞചില്ലുകളെ വാരിക്കൂട്ടുമ്പോൾ കൈമുറിയുംപോലെ ചില ഓർമ്മകൾ മനസ്സിനെ വല്ലാതെ മുറിവേൽപ്പിക്കും പ്രത്യേകിച്ച് ഡെയ്സി...

മെയിൻറോഡ് വിട്ട് ഇടറോഡിലേയ്ക്ക് കയറുമ്പോൾ ജെറിയുടെ മനസ്സിനുള്ളിൽ ഓർമ്മകളുടെ വേലിയേറ്റമായിരുന്നു...

പ്രണയം മഴപോലെയാണ് പെയ്തുതീർന്നാലും ബാക്കി വയ്ക്കാറുണ്ട് ഓർമ്മയുടെ ചില്ലകളിൽ ചിലനൊമ്പരങ്ങൾ...

നൊമ്പരങ്ങളുണർത്തുന്ന തന്റെ പ്രണയകഥയുടെ ഏടുകളിലൂടെ ജെറിയുടെ മനസ്സ് അതിവേഗത്തിൽ സഞ്ചരിച്ചുകൊണ്ടേയിരുന്നു .

നാട്ടുവഴിയിലുടെ ജെറി മുന്നോട്ട് നടന്നുനീങ്ങി... പിന്നിൽ നിന്നും 'ജെറി' യെന്ന വിളികേട്ട് ഓർമ്മകളിൽ നിന്നും യാഥാർത്ഥ്യ

ത്തിലേയ്ക്ക് മടങ്ങിവന്നു. തിരിഞ്ഞുനോക്കുമ്പോൾ കുറച്ചകലെയായി ഡെയ്സി...
അവൾ തന്നെ നേരത്തെകണ്ടിരുന്നുവെന്ന് അവനപ്പോൾ മനസ്സിലായി. ഓർമ്മകൾക്കും യാഥാർത്ഥ്യത്തിനുമിടയിലുള്ള അകലമാണ് തനിക്കും ഡെയ്സിയ്ക്കുമിടയിലുള്ളത്....

തിരിഞ്ഞുനടക്കണോ അതോ മനസ്സിന്റെ ഇഷ്ടത്തിന് നീങ്ങണമോ? എത്ര തഴഞ്ഞിട്ട് പോയാലും പഴയകാമുകിയെ വീണ്ടും കാണുമ്പോൾ മനസ്സിന് അതൊരു സുഖകരമായ അനുഭവമാണ്... ഒരു തീരുമാനമെടുക്കുന്നതിന് മുമ്പേ അവൾ അടുത്തെത്തി... പ്രതീക്ഷിച്ചതുപോലെ ചോദ്യങ്ങളുടെ ഒരു ഭാണ്ഡം അവൾ ജെറിയുടെ മുമ്പിൽ അഴിച്ചിട്ടു. അവൻ അതൊന്നും ശ്രദ്ധിക്കാതെ അവളെത്തന്നെ നോക്കിനിന്നു...

ഡെയ്സിയെ അവസാനമായി കണ്ടിട്ട് എത്രവർഷമായിയെന്നു ജെറിയ്ക്ക് ഒരുപാട് ആലോചിയ്ക്കേണ്ടിവന്നില്ല പത്തുവർഷം... അവളുടെ സംസാരരീതികളും ചേഷ്ടകളും ഒന്നും മാറിയിട്ടില്ല. ജെറി... വിളികേട്ട് അവൻ ചെറുതായൊന്നു പുഞ്ചിരിച്ചു. ഞാൻ ചോദിച്ചതുകേട്ടോ നീയെന്താ ഇവിടെ? ജെറി മറുപടി ഒന്നുംപറയാതെ മുന്നോട്ടുനടന്നു കൂടെ അവളും... ഞാനിപ്പോൾ ഇവിടെയാണ് താമസം. നടക്കുന്നതിനിടയിൽ ജെറി പറഞ്ഞു. തിരിച്ചു അതേ ചോദ്യം ചോദിയ്ക്കാൻ തുടങ്ങും മുൻപ് അവൾ പറഞ്ഞു "ഞങ്ങളിപ്പോൾ ഇവിടെയാ താമസം". ജെറി ഒന്നു നിന്നിട്ട് അവളെയൊന്നുനോക്കി "നീ നോക്കിയതിന്റെ അർത്ഥമെനിയ്ക്ക് മനസ്സിലായി." ഞാനും ഭർത്താവും കുട്ടികളും. അജിയിപ്പോൾ ഇവിടെയാണ് ജോലിചെയ്യുന്നത്. കുട്ടികൾ? ജെറി ചോദിച്ചു രണ്ടുപേർ.... അവൾ നടന്നു തുടങ്ങി കൂടെ ജെറിയും ഒപ്പം അവളുടെ ചോദ്യവും നീ എന്താ ഇവിടെ? ജെറി ഒന്നും മിണ്ടാതെ നടന്നു. വർഷങ്ങൾക്ക് ശേഷവും തന്റെ കാമുകൻ ഇപ്പോഴും തന്നെപ്പറ്റിയോർത്ത് കഴിയുകയാണോ അല്ലയോയെന്നറിയാനുള്ള അവളുടെ മനസ്സിന്റെ വെമ്പൽ പോലെയാണ് ജെറിക്ക് അവളുടെ ചോദ്യം കേട്ടപ്പോൾ തോന്നിയത്. അതിന് ഉത്തരം കിട്ടാതെവന്നപ്പോൾ അടുത്തചോദ്യം അവൾ ചോദിച്ചു 'നാട്ടിൽ പോകാറുണ്ടോ..?' അതിലൂടെ അവൾ തേടുന്ന ഉത്തരം കിട്ടുമെന്ന പ്രതീക്ഷയോടെ... 'പോകാറുണ്ട്...' ഒരു മാസം മുൻപും പോയിരുന്നു. ആ മറുപടിയിൽ അവൾ ഒട്ടും തൃപ്തയായില്ല... എങ്കിലും കൂടുതലൊന്നും ചോദിക്കാൻ നിൽക്കാതെ അവൾ അവന്റെ കൂടെ നടന്നു... അവളുടെ ജീവിതത്തെപ്പറ്റിപറ

ഞ്ഞുതുടങ്ങി. അജി ഇപ്പോൾ അസിസ്റ്റന്റ് എഞ്ചിനീയറാണ് ഇല ക്ട്രിസിറ്റി ബോർഡിൽ സോറി അജി എന്റെ കെട്ടിയോൻ. ഇവിടെ മാറ്റംകിട്ടി വന്നിട്ട് ഒരാഴ്ച ആയതേയുള്ളു... മൂത്തമോളെ ഇവിടെ ലിറ്റിൽഫ്ളവർ സ്കൂളിൽ അഡ്മിഷൻ തരമാക്കാൻ പോയിട്ടുവരുന്ന വഴിയാ.. ഇളയമോന് മൂന്നുവയസ്സ് ആയതേയുള്ളു...'

തന്റെ കയ്യിലിരിയ്ക്കുന്ന താക്കോൽ കറക്കി ഒന്നും മിണ്ടാതെ ജോസഫ് നടന്നു.... എല്ലാ കാമുകിമാരും ഒരുപോലെയാ... പണ്ട് താൻ ഉപേക്ഷിച്ചുപോയ കാമുകന്റെ അടുത്ത് തന്റെ ജീവിതസുഖങ്ങൾ സന്തോഷത്തോടെ പറയുമ്പോൾ അവർ മറന്നുപോകുന്ന ഒരു കാര്യമുണ്ട് ദുഃഖങ്ങൾ വിൽക്കാനും സാധിക്കില്ല സന്തോഷം വാങ്ങാനും....

അവൾ വീണ്ടും പഴയചോദ്യം ആവർത്തിച്ചു . 'നീ ഇപ്പോൾ എന്ത് ചെയ്യുന്നു..? വിവാഹം കഴിച്ചോ...? കുട്ടികൾ?' ജെറി നടത്തം നിർത്തി അവളെ നോക്കിനിന്നു. അവന്റെ മറുപടികേൾക്കാൻ അവൾ കാതോർത്തുനിന്നു. 'എല്ലാചോദ്യങ്ങളും കൂടി ഒന്നിച്ചു ചോദിവക്കാതെ.... നിന്റെ ചോദ്യങ്ങൾക്കുള്ള മറുപടി നമ്മുടെ ഈ നടത്തം അവസാനിക്കും മുൻപ് ഞാൻ തരാം പോരെ...' അത്രയ്ക്ക് സസ്പെൻസ് ആണോ.... എങ്കിൽ ആയിക്കോട്ടെയെന്ന് പറഞ്ഞ് അവൾ മുന്നോട്ട് നടന്നു കൂടെ ജെറിയും...

'ഞാൻ നിന്നെ വിട്ടിട്ട് പോയതിൽ നിനക്ക് ഇപ്പോഴും വിഷമമുണ്ടോ? അവളുടെ ചോദ്യത്തിന് മറുപടിയെന്നോണം ജെറിയൊന്നു ചിരിച്ചു. നീയെന്താചിരിച്ചത്? അവൾ ചോദിച്ചു 'നിഴൽ പോലും വെളിച്ചം വന്നാൽ നമ്മളെ വിട്ടുപോകും'. അവൾ നടത്തം നിർത്തി ഒരു നിമിഷം അവനെയൊന്നു നോക്കി. എന്താ നോക്കുന്നത് ശരിയല്ലേ? ജെറിയുടെചോദ്യം അവളുടെ മുഖത്ത് ഒരു കുറ്റബോധം പടർത്തി. അതു ശ്രദ്ധിക്കാതെ മുന്നോട്ട് നടന്നുകൊണ്ട് ജെറി പറഞ്ഞു 'പ്രണയം ഒരു വാക്കല്ല... അനുഭവമാണ്... നമ്മുക്ക് സ്വന്തമായി ഉള്ളത് നമ്മൾ മാത്രമാണ്.... ബാക്കിയെല്ലാം വെറും വിശ്വാസവും'

തന്റെ മുഖത്തെഭാവം ജെറിയെ അറിയിക്കാതിരിയ്ക്കാനായി ഒരു ചിരി വരുത്തിക്കൊണ്ട് അവൾ പറഞ്ഞു 'നീ ആളാകെ മാറി പോയല്ലോ? ഭയങ്കര ഫിലോസഫിയാണല്ലോ... കൊള്ളാം'. ഒന്നുംമിണ്ടാതെ ജെറി നടന്നു... കൂടെ അവളും... അവർ രണ്ടുപേരും പതിയെ ആ നാട്ടുവഴിയിലൂടെ മുന്നോട്ട് നടന്നുകൊണ്ടിരുന്നു .... അവനെപ്പറ്റി അറിയാനുള്ള വ്യഗ്രത അവളുടെ മുഖത്തും അതു

മനസ്സിലാക്കി നിസ്സംഗഭാവത്തിലുള്ള ചിരി അവന്റെ മുഖത്തും പ്രകടമായിരുന്നു.

കുറച്ചുദൂരം മുന്നോട്ടുചെന്നപ്പോൾ ജെറി നടത്തം നിർത്തി. പോക്കറ്റിൽനിന്നും ഒരു പൊതിയെടുത്ത് അതിൽനിന്നും കുറച്ച് നാരങ്ങ മിഠായിയെടുത്ത് അവൾക്ക് നേരെ നീട്ടി.

അവൾ അത്ഭുതത്തോടെ ആ മിഠായിയെയും അവനെയും മാറി മാറി നോക്കി. അതുമനസ്സിലാക്കി എന്തായിങ്ങനെ നോക്കുന്ന തെന്ന് ജെറി ചോദിച്ചു. "എന്റെ ഇഷ്ടങ്ങളൊന്നും നീ മറന്നില്ല അല്ലേ?" അവൾ പറഞ്ഞു .

ജെറി ചിരിച്ചുകൊണ്ടുനിന്നു. അവൾ അതിൽ നിന്നും ഒരു നാരങ്ങ മിഠായിയെടുത്തുകൊണ്ട് മെല്ലെ മുന്നോട്ടുനടന്നു.

രണ്ടടി മുന്നോട്ടുവച്ചിട്ട് അവൾ തിരിഞ്ഞുനിന്ന് ഭർത്താവിന്റെ കുട്ടികളുടെയും ഇഷ്ടങ്ങളും താല്പര്യങ്ങളും നോക്കുന്നതിനിടയിൽ എന്റെ ഇഷ്ടങ്ങൾക്ക് സ്ഥാനമില്ലായെന്ന് പറഞ്ഞു നാരങ്ങ മിഠായി നുണഞ്ഞുകൊണ്ടുനിന്നു. ഒരുനിമിഷം അവളെ നോക്കി നിന്നിട്ട് അവൻ പതുക്കെ അവളുടെ അടുത്തുവന്നിട്ട് പറഞ്ഞു

"ചെടികൾക്ക് വേരുണ്ടോയെന്നു നോക്കാൻ പിഴുത് നോക്കണ്ട കാര്യമില്ല തണ്ടും ശിഖരങ്ങളും നോക്കിയാൽ മതി ബന്ധങ്ങളുടെ ആഴവും അങ്ങനെയാണ് തിരിച്ചറിയേണ്ടത്..."

തണുത്ത കാറ്റ് മെല്ലെ വീശുന്നുണ്ടായിരുന്നു.

രണ്ടുപേരും വീണ്ടും നടന്നുതുടങ്ങി..

അവനെയൊന്നു ശ്രദ്ധിച്ചിട്ട് അവൾ പറഞ്ഞു 'നീ വല്ലാണ്ട് മാറിയിരിക്കുന്നു.. പണ്ട് ഇങ്ങനെയായിരുന്നില്ല എന്ത് സംസാരമായിരുന്നു... മറ്റുള്ളവരെ വാ തുറക്കാൻ സമ്മതിയ്ക്കില്ലായിരുന്നു....'

ജെറി ഒന്നുംമിണ്ടാതെ രണ്ടുമൂന്നടി നടന്നതിനുശേഷം പറഞ്ഞു 'താൻ പറഞ്ഞതുശരിയാണ്... പക്ഷേ മനസ്സ് അറിയുന്നയാൾക്ക് മൗനവും തിരിച്ചറിയാൻ പറ്റും...'

ഞാൻ വെറുതെ പറഞ്ഞെന്നേയുള്ളൂ... ഇനി ഒരുപാട് നടക്കാനുണ്ടോ? അവൾ ചോദിച്ചു .

എന്താ ഉത്തരം കിട്ടാതെ താൻ വല്ലാതെ വീർപ്പുമുട്ടുന്നുണ്ടോ? അധികദൂരമില്ല എത്താറായി... തന്റെ എല്ലാചോദ്യങ്ങൾക്കുമുള്ള ഉത്തരം അവിടെ കിട്ടും പിന്നെ അവൾ ഒന്നും ചോദിക്കാൻ നിന്നില്ല.

രണ്ടുപേരും നടന്ന് ഒരു പടി കെട്ടിന് മുന്നിലെത്തിയപ്പോൾ താനിവിടെ നിൽക്ക് ഞാനിപ്പോൾ വരാമെന്നുപറഞ്ഞ് ജെറി ആ പടികെട്ട് കയറി മുകളിലേയ്ക്ക് പോയി...

അവൻ പോകുന്നതും നോക്കി അവൾ അങ്ങനെനിന്നു ....

മൊബൈൽ ഫോൺ ശബ്ദിക്കുന്നത് കേട്ട് കോൾ അറ്റൻഡ് ചെയ്യാൻ വേണ്ടി അവൾ ഒരു സൈഡിലേയ്ക്ക് നടന്നുമാറി..

കോൾ കട്ട്ചെയ്തതിനുശേഷം തിരിഞ്ഞുപടികെട്ടിലേയ്ക്ക് നോക്കിയപ്പോൾ ആരെയും കാണുന്നില്ല...

അവൾ തിരിഞ്ഞു റോഡിലേയ്ക്ക് നോക്കി. ഒന്നുരണ്ടു വഴിയാത്രക്കാർ....

ജെറി മുകളിലേയ്ക്കുപോയത് എന്തിനായിരിക്കും? ഇവിടെയാണോ അവൻ താമസിക്കുന്നത്? തുടങ്ങി നിരവധി ചോദ്യങ്ങൾ അവളുടെ മനസ്സിൽ അലയടിച്ചു കൊണ്ടിരുന്നു...

നേരിയ തണുത്ത കാറ്റുവീശുന്നുണ്ടായിരുന്നു....

ആ കാറ്റിന്റെ തലോടലിൽ അവൾ മനസ്സിലെ ചോദ്യങ്ങൾക്ക് ഉത്തരം സ്വയം കണ്ടെത്താൻ ശ്രമിക്കുന്നുണ്ടായിരുന്നു.

ആരോ പടിയിറങ്ങിവരുന്ന ശബ്ദംകേട്ട് അവൾ തിരിഞ്ഞ് നോക്കി...

ആ കാഴ്ച അവളെ ഞെട്ടിച്ചു...

താൻ കാണുന്നത് സ്വപ്നമാണോ യാഥാർത്ഥ്യമാണോയെന്ന് ഒരുനിമിഷം അവൾ ചിന്തിച്ചു .

അല്ലെങ്കിലും സത്യത്തിന്റെ മുഖം എപ്പോഴും അങ്ങനെയാണല്ലോ?

ജെറിയുടെ ഒപ്പം നടന്നുതുടങ്ങുമ്പോൾ ആ നടത്തയുടെ അവസാനം ഇങ്ങനെയാകുമെന്ന് അവൾ സ്വപ്നത്തിൽപോലും വിചാരിച്ചില്ല....

താൻ കാരണം....

ഞെട്ടിത്തരിച്ച് നിൽക്കുന്ന ഡെയ്സിയുടെ അടുത്ത് ജെറിയെത്തി...

അവൾ അവനെ അങ്ങനെ നോക്കിനിന്നു...

ഒരു ചെറുപുഞ്ചിരിയോടെ അവനും....

തണുത്ത കാറ്റ് വീശുന്നുണ്ടായിരുന്നു...

ആ നിശബ്ദതയെ ഭേദിച്ച് കൊണ്ട് ജെറി പറഞ്ഞു 'എന്റെ ഈ വേഷത്തിൽ നിന്നും... തന്റെയെല്ലാചോദ്യങ്ങൾക്കുമുള്ള ഉത്തരമായില്ലേ....'

പുരോഹിതന്റെവേഷം ധരിച്ച് നിൽക്കുന്ന ജെറിയെ നോക്കി എന്തുപറയണമെന്നറിയാതെ അവളുടെ കണ്ണുകൾ നിറഞ്ഞു....

ഒന്നും മിണ്ടാതെ അവൾ മെല്ലെ തിരിഞ്ഞുനടന്നു...

അവൾ നടന്നുപോകുന്നത് നോക്കി ജെറിയും....

മനസ്സിൽ വിങ്ങിപൊട്ടി നിന്ന പ്രണയത്തിന്റെ ഓർമ്മകൾ മഴയായി പെയ്തിറങ്ങിയതുപോലെ ......

വിജീഷ് കിരാലൂർ

പട്ടിണിയും പരിവട്ടവും

നേരം ഉച്ചയോടടുക്കുന്നു.. വിശപ്പിന്റെ കാഠിന്യം മറക്കുവാനെന്നോണം കുഞ്ഞുങ്ങൾ എന്തോ കളിപ്പാട്ടങ്ങളുമായി സംവാദത്തിലാണ്....

ഭാര്യ ആൻസി ടീവിയിൽ ഈ അടച്ചുപൂട്ടൽ ഇന്നെങ്കിലും തീരുമോ എന്നറിയുവാൻ നോക്കിയിരുപ്പാണ്...

ലിന്റോ ഒരു നെടുവീർപ്പോടെ ഓർത്തു.....

എങ്ങനെ ജീവിച്ചിരുന്ന കുടുംബമാണ്...

ഇന്ന് പാറ്റകൾ കൂടാരമാക്കിയ ഫ്രിഡ്ജ് നിറയെ മത്സ്യമാംസാദികൾ നിറഞ്ഞിരുന്നു...

മുറ്റത്തുതുരുമ്പെടുത്തു തുടങ്ങിയ കാറുകൾ രണ്ടും നിർത്താതെ ഓട്ടമായിരുന്നു... മൂന്നുതരമെങ്കിലും കറിയില്ലാതെ ഭക്ഷണം കഴിക്കാറില്ലാരുന്നു... മുറികൾ നിറയെ കുഞ്ഞുമക്കൾക്കുള്ള കളിപ്പാട്ടങ്ങൾ അങ്ങിങ്ങായി കിടക്കുമായിരുന്നു....

ലോകം മുഴുവൻ വിറപ്പിക്കാനെത്തിയ ഒരു കൊച്ചുവൈറസ് മഹാമാരിയായി പെയ്തിറങ്ങിയപ്പോൾ തകർന്നടിഞ്ഞ ഒരുപാടുജീവിതങ്ങൾക്കിടയിൽ ഞാനും ഒരാൾ മാത്രം..

ഇന്നിപ്പോൾ അനന്തമായി നീണ്ടുപോകുന്ന ഈ ലോക്ക്ഡൗണിൽപെട്ടു ഞാനും എന്റെ കുടുംബവും ആരുമറിയാതെ തേങ്ങിക്കരയുന്നു...

ചേട്ടാ കുഞ്ഞുങ്ങൾക്കുവിശക്കുന്നുണ്ട്... എന്തേലുംവഴി ഉണ്ടോന്നു നോക്കൂ... അരിപോലും ഇല്ല..

ചക്കയും മാങ്ങയും മാത്രം ആയിരുന്നു രണ്ടുദിവസമായി ഇവിടെ ഭക്ഷണം.. ഇന്നിപ്പോൾ അതുപോലും ഇല്ല.....

ഭാര്യ ആൻസിയുടെ ശബ്ദം ലിന്റോയെ ചിന്തയിൽ നിന്നുണർത്തി... ഉള്ളിൽവന്ന സങ്കടം മറച്ചുവയ്ക്കുന്ന രീതിയിലുള്ള അവളുടെ പരാതികേട്ട് അവന്റെയും മനസ്സൊന്നു പതറി...

കിട്ടാവുന്നിടത്തു നിന്നെല്ലാം കടം വാങ്ങിയിരിക്കുന്നു.. ഇനി ആരോട് ചോദിക്കും?

ലത്തീഫിനോട് ഒന്ന് ചോദിച്ചു നോക്കാം.. ഒന്നുമില്ലേലും അവന്റെ ഭാര്യ വിദേശത്താണല്ലോ....

തിരക്കുപിടിച്ചു ഫോൺ കയ്യിലെടുത്ത ലിന്റോ ലത്തീഫിന്റെ നമ്പറിനായി പരതി..

"ഹലോ..."

അങ്ങേത്തലക്കൽ ഉറ്റ ചങ്ങാതി ലത്തീഫിന്റെ ശബ്ദംകേട്ട ലിന്റോ പ്രതീക്ഷയോടെ മറുപടിപറഞ്ഞു

"ഹലോ ലത്തീഫ് എന്തൊക്കെയുണ്ട് വിശേഷം?"

"ഇവിടെ തലയ്ക്കുഭ്രാന്തുപിടിച്ചിരിക്കുന്ന ഈ സമയത്ത് എന്തുവിശേഷം ലിന്റോ?"

അവന്റെ മറുപടികേട്ട ലിന്റോയുടെ പ്രതീക്ഷയുടെ മുനയൊടിഞ്ഞു..

"ഞാൻ വിളിച്ചത്.... വിളിച്ചത്... കുഞ്ഞുങ്ങൾ ഭക്ഷണം പോലും കഴിച്ചിട്ടില്ല. നിന്റെ കയ്യിൽ കുറച്ചു പൈസഎടുക്കാൻ ഉണ്ടാവുമോ ലത്തീഫ്? കടം ആയിട്ട് വേണ്ട.. മുറ്റത്തു കിടക്കുന്ന രണ്ടു വണ്ടികളും നീ കൊണ്ട് പൊയ്ക്കോളൂ.. ഇപ്പൊ കുറച്ചു പണം തന്നു സഹായിക്കണം..."

വിക്കി വിക്കി ലിന്റോ പറഞ്ഞു തീർത്തു..

"എന്താ ലിന്റോ ഇത്? ഇവിടെ അമ്മയും കുഞ്ഞുങ്ങളും എല്ലാം quarantine ആണ്... ഇന്ന് ടെസ്റ്റിന് കൊണ്ടുപോകണം... ഭാര്യ ഗൾഫിൽ ആയതുകൊണ്ട് കാര്യങ്ങൾ നടക്കുന്നു... ഇപ്പൊ അതും ഇല്ല.. അവളും quarantine ആണ്... ജോലിക്ക് പോകാൻ പറ്റുന്നില്ല...."

ലത്തീഫിന്റെ മറുപടി കേട്ടാ ലിന്റോയുടെ അവസാന പ്രതീക്ഷയും തകർന്നു...

"ചേട്ടാ എന്തായി? ഇനി പണയംവക്കാൻ പോലും ഒന്നുമില്ല. നമ്മുടെകാര്യം പോട്ടെ.. കുഞ്ഞുങ്ങളുടെ കാര്യം......"

ഭാര്യ മുഴുമിപ്പിക്കാനാകാതെ പറഞ്ഞുനിർത്തി..

നിസഹായനായി ഭാര്യയെ നോക്കിയ ലിന്റോയുടെ കണ്ണുകളിൽ ഇരുട്ടുകയറുകയായിരുന്നു അപ്പോൾ..... തുടരുന്നു

ചേട്ടാ ആ സന്തോഷിനെ ഒന്നുവിളിച്ചു നോക്കൂ. കുറെ പണം കൊടുക്കാനുണ്ടെങ്കിലും ഈ അവസ്ഥ പറഞ്ഞാൽ അയാൾ സഹായിക്കാതിരിക്കില്ല..

"സന്തോഷ് ഇനി കടം തരുമോ? കുറെ കൊടുക്കാനില്ലേ?"

"പലിശക്കാരൻ അല്ലെ അവൻ? വല്ല തെറിയും പറയും.."

ആൻസിയുടെ വാക്കുകേട്ട ലിന്റോ മറുപടി പറഞ്ഞു..

"പോയാൽ ഒരു വാക്കല്ലേ.. വേറാരൊടും ഇനി ചോദിക്കാനില്ലല്ലോ.."

"ശരി... ചോദിച്ചു നോക്കാം.."

ഭാര്യയുടെ വാക്കുകൾ കേട്ടതും അയാൾ വീണ്ടും ഫോൺ എടുത്ത് സന്തോഷിന്റെ നമ്പറിനായിപരതി...

സന്തോഷിന്റെ വീട്

ചുണ്ടിലൊരു എരിയുന്ന സിഗററ്റുമായി സ്വീകരണമുറിയിൽ അങ്ങോട്ടും ഇങ്ങോട്ടും അക്ഷമനായി നടക്കുകയാണ് സന്തോഷ്...

ഭാര്യ ഗീത എങ്ങോട്ടോപോകാനായി എന്തൊക്കെയോ ബാഗിനുള്ളിൽ കുത്തിനിറക്കുന്നുണ്ട്....

"നിങ്ങളൊന്നു റെഡി ആകുന്നുണ്ടോ? കുറച്ചുകൂടി കഴിഞ്ഞാൽ ആശുപത്രിയിൽ തിരക്ക് കൂടും..."

ഭാര്യ ഗീത കുറച്ചുദേഷ്യത്തോടെ പറഞ്ഞു...

"ഇപ്പൊ വരാം.. നീ ആദ്യം അച്ഛന് കൊണ്ടുപോകാനുള്ള ഭക്ഷണം ഒക്കെ എടുത്തുവെക്കൂ..."

സന്തോഷിന്റെ മറുപടി പെട്ടെന്നായിരുന്നു.

സന്തോഷിന്റെ അച്ചൻ കോവിഡ് ബാധിച്ചു ഹോസ്പിറ്റലിൽ അഡ്മിറ്റാണ് അങ്ങോട്ടുപോകാനുള്ള ഒരുക്കത്തിലാണ് രണ്ടു പേരും..

പെട്ടെന്ന് സന്തോഷിന്റെ ഫോൺ ശബ്ദിച്ചു..

"ഇതാ ലിന്റോ ആണല്ലോ? ഇനി തരാനുള്ള പണം റെഡി ആയികാണുമോ?" എങ്കിൽ ദൈവം സഹായിച്ചു.

സന്തോഷത്തോടെ സന്തോഷ് ഭാര്യയോട് പറഞ്ഞു..

"നിങ്ങൾ ഫോൺ എടുത്തുനോക്കൂ.. കുറച്ചു പണം എങ്കിലും കിട്ടിയാൽ ഇപ്പൊ അതൊരു ഉപകാരമായേനെ..."

ഭാര്യയുടെ വാക്കുകേട്ട അയാൾ ഫോൺ എടുത്തു.

"ഹലോ ലിന്റോ എവിടെ ആണ് നീ? എന്താ വിളിക്കാത്തെ എന്നോർത്ത് ഞാൻ"

"അത് പിന്നെ......"

ലിന്റോയ്ക്ക് വാക്കുകൾ കിട്ടാതായി

"സന്തോഷ് എനിക്കൊരു ഉപകാരം കൂടി ചെയ്യാമോ? എന്റെ രണ്ടുവണ്ടികളും നീ പകുതിവിലക്ക് എടുത്തോ. ഇപ്പൊ കുറച്ചു കൂടി പണംതന്നു സഹായിക്കണം. കുഞ്ഞുങ്ങൾ പട്ടിണിയാണ്.. അതാണ്"

ഒരു കണക്കിന് ലിന്റോ പറഞ്ഞുതീർത്തു..

"ലിന്റോ നിനക്ക് എന്റെ ഇപ്പഴത്തെ അവസ്ഥ അറിയില്ല... പലിശക്ക് വാങ്ങിയവർ ആരും മുതല് പോയിട്ട് പലിശപോലും തരുന്നില്ല... ഈ നശിച്ച കോവിഡ്, ലോക്ഡൌൺ എല്ലാം നശിപ്പിച്ചു... അച്ചൻ ആണെങ്കിൽ കോവിഡ് വന്നു ആശുപത്രിയിലും... ദിവസവും പതിനായിരങ്ങൾ ആണ് ആ സ്വകാര്യആശുപത്രി ബില്ല് തരുന്നേ.. എന്ത് ചെയ്യണം എന്നറിയില്ല!"

ഉള്ളിൽ വന്ന ദേഷ്യവും സങ്കടവും കടിച്ചമർത്തി സന്തോഷ് മറുപടിപറഞ്ഞു..

"എങ്ങനെ എങ്കിലും നോക്കൂ സന്തോഷ്.. ഞാൻ പിന്നെ വിളിക്കാം"

പ്രതീക്ഷകൾ അസ്തമിച്ച ലിന്റോയുടെ മറുപടി പെട്ടെന്നായിരുന്നു..

"ശരി ഞാൻ നോക്കിയിട്ട് വിളിക്കാം"

ദേഷ്യത്തോടെ സന്തോഷ് ഫോൺ കട്ട് ചെയ്തു..

പെട്ടെന്ന് ഭാര്യ ഗീതയുടെ ഫോൺ ശബ്ദിച്ചു.. ഫോൺ ആൻസർ ചെയ്ത ഭാര്യയുടെ മുഖത്തെ പരിഭ്രമം കണ്ട സന്തോഷ് ചോദിച്ചു.

"എടി എന്തുപറ്റി? ആരാ വിളിച്ചേ? എന്താപ്രശ്നം?"

"ഹോസ്പിറ്റലിൽ നിന്നാണ്.. അച്ഛന് പെട്ടെന്ന് അസുഖം കൂടി വെന്റിലേറ്ററിൽ ആക്കി അത്രേ. പെട്ടെന്ന് അങ്ങോട്ട് ചെല്ലാൻ"

"നീ വേഗം വാ... വേഗം പോകാം"

ഭാര്യയുടെ വാക്കുകേട്ടതും ഭയന്നുവിറച്ചു മറുപടി പറഞ്ഞു

ഭാര്യ കയ്യിൽകിട്ടിയതെല്ലാം വാരിയെടുത്ത് ഓടിവന്നു കാറിൽ കയറി... യന്ത്രികമെന്നോണം അയാൾ കാർ മുന്നോട്ടെടുത്തു.......

കവിതഹരി

പ്രൊഡ്യൂസറും ശിങ്കിടിയും
(അനുഭവം)

ഒരാഴ്ച്ച കഴിഞ്ഞേ ഇനി വർക്കുള്ളൂ... ഒന്നരമാസമായില്ലേ ചേച്ചീ നമ്മളൊക്കെ വീട് കണ്ടിട്ട്... എന്നാ... പിന്നെ, അടുത്ത ആഴ്ച്ച കാണാം... എന്നുപറഞ്ഞ സംവിധാനസഹായിക്ക്, ആ സമയത്ത് എനിക്ക് സാധ്യമായ ഒരുചിരി സമ്മാനിച്ച്, ചെറിയൊരു സൂചന യുടെ ബലത്തിൽ മുൻകൂട്ടി തയ്യാറാക്കിവെച്ചിരുന്ന ബാഗും എടു ത്ത്, കൂടെയുള്ളവരോടെല്ലാം ഒരു ഓട്ടപ്പാച്ചിലിൽ യാത്രപറഞ്ഞ്, വീടെത്തിയപ്പോൾ രാത്രി 2 മണി.

തിരുവനന്തപുരം മുതൽ പാലക്കാട് വരെയുള്ള ആ യാത്ര യിൽ ക്ഷീണം ഉണ്ടാവരുതെന്ന് എനിക്ക് നിർബന്ധം പിടിക്കാൻ ആവില്ലല്ലോ!

വീട്ടിൽ എത്തിയതും എല്ലാം വിശദമായി രാവിലെ പറയാം എന്നൊരൽപ്പം വലിയ ശബ്ദത്തിൽ വാതിൽ തുറന്നുതന്ന പ്രിയതമ നോട് പറഞ്ഞ് ഒറ്റക്കിടപ്പ്.

എവിടെയാണോ... എങ്ങിനെയാണോ... കിടക്കുന്നതൊന്നും അറിയില്ല... വീടിന്നകത്താണ് എന്നുമാത്രം അറിയാം!

മക്കൾ രണ്ടുപേരും റൂമിൽ കിടന്നുറങ്ങുന്നത്, ഉറക്കം എന്റെ കണ്ണുകളെ ബലമായി പിടിച്ചടക്കാൻ ശ്രമിക്കുന്നതിന്നിടയിൽ, അവ്യ ക്തമായി ഒന്ന് കണ്ടതായി തോന്നി.

എപ്പഴാണെന്നറിയില്ല... നിർത്താതെയുള്ള ഫോൺബെൽ ശബ്ദം കാരണം, ഞാൻ ഉണർന്നുപോയി. മുഴുവനായി മയക്കം വിടാതെ കണ്ണുകൾ, എന്നെ വീണ്ടും ഉറങ്ങാൻ ക്ഷണിച്ചു. ബെല്ലടി തുടർന്നുകൊണ്ടിരുന്നപ്പോൾ ഉറക്കത്തെ തത്ക്കാലം പറഞ്ഞയച്ചു കൊണ്ട്, ഞാൻ ഫോൺ എടുത്തുനോക്കി. ഏതോ ഒരു നമ്പർ. കാൾഅറ്റൻഡ് ചെയ്തതും, എന്റെ ചെവി പൊട്ടിത്തെറിക്കുന്ന ശബ്ദ ത്തിൽ ഒരു ഹലോ... ഹലോ പറച്ചിൽകേട്ട് തല്ക്കാലം മാത്രം ഞാൻ പറഞ്ഞയച്ച ഉറക്കം അടുത്തൊന്നും വരുന്നേയില്ല എന്നും പറഞ്ഞ് എങ്ങോട്ടാ ഓടിയകന്നു.

കൈത്തട്ടി എങ്ങിനെയോ ഫോണിൽ സ്പീക്കർ ഓൺ ആയതാണോ എന്ന് സംശയിച്ചു നോക്കിയ എന്നെ അത്ഭുതപ്പെടു ത്തിയ കാര്യം സ്പീക്കർ ഓഫ് ആയിരുന്നു എന്നതാണ്. എന്നിട്ടും, ഇത്രയും ശബ്ദം!

"പിന്നെ... പിന്നേയ്... മേടാം ല്ലേ...?"

എന്ത് മേടുന്ന കാര്യമാണ് ഈ ഉച്ചഭാഷിണി പറയുന്ന തെന്ന് അറിയാതെനിന്ന എന്നോട് അയാൾ പറച്ചിൽ തുടർന്നു.

"കണിഹ മേടം എല്ലെന്ന് പറയീ... എന്താണ് ഇങ്ങള് മുണ്ടാത്തെ...?"

"ഏത് കണിഹ...? എന്ത് എല്ല്?" ആരാ ഇതെന്ന് ചിന്തിച്ചിട്ട്, ഒരു എത്തുംപിടിയും കിട്ടാതെ ഞാൻ വിറങ്ങലിച്ചു നിന്നുപോയി. അയാൾ തുടർന്നു.

"ഞാൻ ലത്തീഫാണേ... കഴിഞ്ഞ ആഴ്ചന്റെ അന്ത്രോന് തിരോണ്ടർത്തിക്ക് ടൂരിന് വന്നപ്പലാണ് ഇങ്ങളെ സൂറ്റിംഗിന്റെ അബടെ വന്നീട്ട് ഇങ്ങള് ഓന്ക്ക് നമ്പര് കൊടുത്തീലെ...? ആ... ഓന്റെ കാർണോരാണ് ഞമ്മള്... ഇപ്പൊ... തിരിഞ്ഞോ..?"

ആകെ തിരിഞ്ഞ അവസ്ഥയിൽ ആയ ഞാൻ, ഇനി പ്രത്യേ കം ഈ വിളിക്കുന്നവനുവേണ്ടി എന്ത് തിരിയാൻ? എന്ന് ചിന്തിച്ചു. എന്നിട്ട്, ചോദിച്ചു. നിങ്ങൾ ആരാണ്, എന്തിനാ എന്നെ വിളിച്ചത് എന്നൊന്നും എനിക്ക് മനസ്സിലായില്ല... ചിലപ്പോൾ, വിളിച്ചപ്പോൾ... നമ്പർ മാറിയതാവും എന്നും പറഞ്ഞ് ഫോൺകട്ട് ചെയ്യാൻ തുട ങ്ങിയ എന്നോട് ഹാലോ... ഇങ്ങളോട് സൂട്ടിങ്ങിന്റെ കാര്യം ചോയ് ക്കാൻന്റെ മൊയ്ലാളി പറഞ്ഞിക്കണു... ഇബടെ ഞാൻ ബല്ല്യേ സിമ്മാക്കാരനായൊണ്ട് ന്നെ കൊണ്ടി ബിളിപ്പിച്ചതാണ്... മൂപ്പര് സിൻമ ഒക്കെ ഇണ്ടാക്കാൻ റെഡി ആയിക്കുണ്... ഇങ്ങള് ഉസാർ ആണിന്ന് ഓൻ പറഞ്ഞിക്കുണു... ഞാൻ ഓന്ക്ക് കൊടുക്കാട്ട്ളെ

ഇത്രയും പറഞ്ഞ് അയാൾ ഫോൺ ഒരാൾക്ക് കൈമാറി. എന്റെ ആകെ പുകഞ്ഞ അവസ്ഥ കണ്ട് എന്റെ 2 മക്കളും എന്നെ എന്ത് പറഞ്ഞ് ആശ്വസിപ്പിക്കും എന്നമട്ടിൽ എന്നെയും നോക്കി ക്കൊണ്ട് അവിടെവന്ന് നിൽക്കുന്നുണ്ടായിരുന്നു. വളരെ ഉച്ചത്തി ലുള്ള അയാളുടെ സംസാരം വീട്ടിലുള്ളവർ മാത്രമല്ല, അയൽക്കാർ പോലും വ്യക്തമായി കേൾക്കാൻ സാധ്യതയുണ്ട്. പിന്നീട് സംസാ രിച്ച ആളിൽ നിന്നാണ് കാര്യം വ്യക്തത കൈവരിച്ചത്.

മലപ്പുറത്ത് നിന്നാണ് വിളിക്കുന്നത്. അവിടെ ഒരു കോളേ ജിൽ നിന്നും തിരുവനന്തപുരത്തേക്കു വന്ന വിദ്യാർഥികളിൽ ചിലർ ലൊക്കേഷനിൽ വന്ന് ഷൂട്ടിങ് കണ്ട് പോവുന്ന കൂട്ടത്തിൽ പലരു ടെയും ഫോൺനമ്പറുകൾ വാങ്ങിയിരുന്നു. സിനിമ എടുക്കാൻ മല പ്പുറത്തെ പ്രവാസികളിൽ ചിലർ താല്പര്യം പറഞ്ഞിട്ടുണ്ടെന്നും അവർക്ക് നമ്പർ കൊടുത്താൽ നിങ്ങൾക്കും, അവർക്കും നല്ലതല്ലേ... എന്നൊക്കെ പറഞ്ഞാണ് അവർ നമ്പറുകൾ വാങ്ങിപ്പോയത്. ആ നമ്പർ വാങ്ങിയ ഒരു പയ്യന്റെ സഹോദരൻ ഒരു പ്രവാസിയുടെ വീട്ടിലെ കാര്യസ്ഥൻ ആണെന്നും മാറി വരുന്ന സകല സിനിമകളും കാണുന്ന സ്വഭാവക്കാരനായതുകൊണ്ട് നാട്ടിൽ അയാളെ എല്ലാ വരും സിനിമക്കാരൻ എന്ന് വിളിക്കുമെന്നും അയാളുടെ മുതലാളി ഒരു പ്രൊഡ്യൂസർ ആവാൻ ഒരുക്കമാണെന്നും ആണ് ഈ പറഞ്ഞ സിനിമാക്കാരന്റെ അനിയനിൽ നിന്നും എനിക്ക് സംസാരിച്ചപ്പോൾ മനസ്സിലായത്.

എന്നെ ഞെട്ടിച്ചുകൊണ്ട് ആ പൊട്ടിത്തെറി ശബ്ദം വീണ്ടും കേട്ടു.

“ആ മാടം... ഞമ്മടെ ചട്ടിപ്പറമ്പിലെ മോളിലെ തേങ്ങ ലോഡ് കേറ്റി കയിഞ്ഞ ഞാൻ ഇങ്ങളെ ബിളിച്ചാം... അപ്പൊകായി ണ്ടാവും... കൂട്ടിലങ്ങാടീലെ പറമ്പില് വളം ചെജ്ജാണ്... അപ്പൊ... കായി തരാൻ പറ്റൂല്ല... ഞാൻ മൊയലാളിക്ക് കൊടുക്കാട്ടാ...”

പിന്നെ ആകെ എന്തൊക്കയോ കറാ.. കറ ശബ്ദം. അതിനു തുടർച്ചയായി മറ്റൊരാളുടെ ശബ്ദം അവിടെ കേട്ടു.

“മതിയെടാ... ലത്തീഫേ... ഫോൺ ഇങ്ങനെ തുടച്ചാൽ ഇല്ലാണ്ടാവും മുതലാളിക്ക് ഫോൺ കൈമാറുമ്പോൾ ശിങ്കിടി നല്ല വണ്ണം തുടച്ചതിന്റെ ശബ്ദമാണ് ഞാൻ കേട്ടതെന്ന് എനിക്കപ്പോൾ മനസ്സിലായി.” അപ്പോൾ ഫോണിൽ വളരെ മനോഹരമായി പറയാൻ ശ്രമിക്കുന്ന ഒരു ഹലോ കേട്ടു.

അൽപ്പം മുൻപ് ഫോൺ തുടയ്ക്കുന്നതിനെകുറിച്ച് ഉപ ദേശിച്ച ആ ശബ്ദം ഹലോ പറഞ്ഞ് അല്പംകൂടി എന്തോ ആക്കി

എന്ന് മാത്രമേ വ്യത്യാസം തോന്നിയുള്ളൂ... ഞാൻ മനസ്സിൽ പറഞ്ഞു.

"ഹാവൂ... അങ്ങനെ പ്രൊഡ്യൂസർ എത്തിപ്പോയി"

അയാൾ, തുടർന്നു.

"ഹലോ... മാഡം... ഞാൻ നേരത്തെ സംസാരിച്ച ലത്തീഫിന്റെ മുതലാളി ആണ്... അവൻ എന്റെ ഒരു കൂടപ്പിറപ്പുപോലെ തന്നെയാണ്... കുറച്ചുകാലമായി ഒരു സിനിമയെടുക്കണം എന്ന് അവൻ എന്നോടുപറയുന്നു. അവന്റെ വല്ല്യേ ആഗ്രഹം അല്ലേ... നടക്കട്ടെ എന്ന് ഞാനും വിചാരിച്ചു. അപ്പോളാണ്... നിങ്ങളുടെ നമ്പർ അവന്റെ അനിയൻ യൂസഫ് തന്നത്. അപ്പൊ... കാര്യം എളുപ്പമായല്ലോ എന്ന് ഞങ്ങളും കരുതി. രണ്ടുമൂന്ന് ദിവസംകൊണ്ട് ഞാൻ സൗദിയിലേക്ക് തിരിച്ചു പോവും... എല്ലാം അവനുമായിട്ട് ഡീൽ ചെയ്താൽ മതി. കൊറച്ച് വിദ്യാഭ്യാസം കൊറവാണ് അവന്. അല്ലാ... അതിപ്പോ... എനിക്കും അതെ... എന്നിട്ടെന്താ... ഞാൻ കോടീശ്വരൻ ആയില്ലേ... അതിലൊന്നും കാര്യമില്ല... പിന്നെ, അവന് മോഹൻലാൽ വേണം എന്നാണ് നിർബന്ധം. നിങ്ങൾ അതൊക്കെ ഒന്ന് ശരിയാക്കികൊടുക്കൂ..."

കാര്യങ്ങൾ ഒന്നുകൂടി വ്യക്തത വരുത്താനായി പ്രൊഡ്യൂസർ സാറിനോട് ഞാൻ ഇങ്ങനെ ചോദിച്ചു.

"അല്ല... മോഹൻലാൽ എന്ന മഹാപ്രതിഭയുടെ ഡേറ്റ് നമ്മൾ പെട്ടെന്ന് ചെന്ന് ശരിയാക്കുക എന്നൊക്ക പറഞ്ഞാൽ..."

പിന്നെ ഞാൻ കേട്ടത്, ഈ കാര്യത്തിൽ ലത്തീഫ് എടുത്ത ശക്തമായ നിലപാട് എന്തായിരുന്നു എന്നതാണ്.

"പറമ്പിലെ തേങ്ങ കായി ആയാൽ ഞാ അങ്ങട് വരാ... മോഹൻലാലിന്റെ ഒപ്പം ആ മമ്മൂട്ടീം കൂടി ഇണ്ടായിക്കോട്ടെ... ഒട്ടും കൊറക്കണ്ട... അപ്പാ... സരി ന്നാ...!"

ആ പറമ്പിലെ തേങ്ങ ഇതുവരെ വിൽക്കാഞ്ഞിട്ടാണോ... മോഹൻലാലും, മമ്മൂട്ടിയും ഉള്ള ലിസ്റ്റിൽ അവർക്കിനിയും താരങ്ങളെ ചേർക്കാനുള്ളതുകൊണ്ടാണോ... വേറെ ഏതെങ്കിലുമൊക്കെ പുതിയരസങ്ങളിൽ, ലത്തീഫ് മുഴുകിപ്പോയതാണോ... അറിയില്ല!

എന്തായാലും

ആ പ്രൊഡ്യൂസറും, ശിങ്കിടിയും എന്റെ ഓർമകളിൽ, എന്നെന്നും... ഹാസ്യരസം പകർന്നുകൊണ്ടേയിരിക്കും!

–

ഏലിയാസ് ജി തരകൻ

ബിഗ് എഫ്. എമ്മും ഡയറക്ടറുടെ മരണവും

അന്നും പതിവുപോലെ ഷൂട്ടിങ് കഴിഞ്ഞു വളരെ ക്ഷീണിതനായി ആണ് ഞാൻ ലോഡ്ജിൽ എത്തിയത്. ശ്രീ പദ്മനാഭന്റെ പടിഞ്ഞാറെ നടയിൽ സീരിയലുകാർ തിങ്ങിപാർക്കുന്ന പ്രശസ്തമായ ഒരു ലോഡ്ജിലാണ് എന്റെയും വാസം. സംവിധായകരും, തിരകഥാകൃത്തുക്കളും, സഹസംവിധായകരും അങ്ങനെ സീരിയൽ മേഖലയിലെ പിന്നണിപ്രവർത്തകർ സന്തോഷത്തോടെയും, ടെൻഷനോടെയും ജീവിക്കുന്ന ഒരിടമാണ് ഈ ലോഡ്ജ്.

ശുഭസ്യഭശീഘ്രം എന്നാണല്ലോ. മലയാളസിനിമയും സീരിയലുകളും ഒക്കെ ചെയ്തിട്ടുള്ള ഒരു പ്രശസ്ത സംവിധായകന്റെ റൂം കഴിഞ്ഞിട്ട് വേണം എന്റെ റൂമിലേക്ക് പോകാൻ. സംവിധായകൻ എന്നുപറയുമ്പോൾ, കക്ഷി ഒരു സീനിയർ സംവിധായകൻ ആണ്. സിനിമകളും സീരിയലുകളും ചെയ്ത് തഴക്കവും പഴക്കവും വന്ന സംവിധായകൻ. സംവിധാനസഹായി ആയി തുടങ്ങി മൂത്ത് മൂത്ത് സഹസംവിധായകൻ ആയ ഞാൻ ആ സംവിധായകനെ ഒരു ഗുരുവിന്റെ സ്ഥാനത്തു തന്നെയാണ് കണ്ടിരുന്നത്. ഇടയ്ക്ക് കാണുമ്പോഴൊക്കെ വിശേഷങ്ങൾ പറയുകയും സംസാരിക്കുകയും ഒക്കെ ചെയ്തിരുന്നു. എന്താണ് എന്നറിയില്ല അദ്ദേഹം ബിഗ്. എഫ്. എമ്മിലെ പാട്ടുകൾ മാത്രമേ കേൾക്കുമായിരുന്നുള്ളൂ. ബിഗ്. എഫ്. എമ്മിലെ പാട്ടുകൾ ആണ് അദ്ദേഹം റൂമിലുണ്ട് എന്നതിന് തെളിവ്.

ആ ദിവസവും ഞാൻ ഷൂട്ടിംഗ് കഴിഞ്ഞ് തിരികെയെത്തിയപ്പോൾ പുള്ളിയുടെ മുറിയിൽനിന്നും ബിഗ്. എഫ്. എമ്മിലെ പാട്ട് കേൾക്കുന്നുണ്ട്. മുറിയുടെ ജനാല തുറന്നുകിടക്കുകയായിരുന്നു. തുറന്നിട്ട ജാലകവാതിലിനു ഉള്ളിലേക്ക് നോക്കിയപ്പോൾ, പാട്ട് കേട്ടുറങ്ങുന്ന സംവിധായകനെ കണ്ട് ഞാൻ എന്റെറൂമിലേക്ക് പോയി. പിറ്റേന്നുരാവിലെ ഷൂട്ടിങ്ങിന് പോകാൻ ഇറങ്ങവേ ആ റൂം കടന്നുപോകവേ അദ്ദേഹത്തിന്റെ മുറിയിലേക്ക് നോക്കിയപ്പോൾ തലേരാത്രിയിൽ കണ്ടതുപോലെ അദ്ദേഹം നല്ലഉറക്കം, പിന്നണിയിൽ പതിവുപോലെ ബിഗ്. എഫ്. എമ്മിലെ പാട്ടും. ആ ദിവസം ഷൂട്ടിങ് നേരത്തെ തീർന്നതുകൊണ്ട് പതിവിലും നേരത്തെതന്നെ ലോഡ്ജിൽ എത്തി. എന്റെ സുഹൃത്തായ തിരകഥാകൃത്തിനെ കണ്ട് സംസാരിച്ചുകൊണ്ടിരുന്നപ്പോൾ ആണ് എനിക്കൊരു ഫോൺ കോൾ വന്നത്, അദ്ദേഹത്തോട് ഗുഡ്നൈറ്റും പറഞ്ഞു ഫോണിൽ സംസാരിച്ചുകൊണ്ട് ഞാൻ എന്റെ മുറിയിലേക്ക് പോയി. കോളിൽ ആയിരുന്നതുകൊണ്ട് മറ്റൊന്നും ശ്രദ്ധിച്ചതുമില്ല. പോകുന്നവഴിക്ക് എഫ്.എമ്മിലെ പാട്ട് എന്റെ കാതുക്കളെ തഴുകിപ്പോയി.

പിറ്റേന്ന് പകലും ഞാൻ ആ ഡയറക്ടറുടെ റൂമിനു മുന്നിലൂടെ ജോലിക്കുപോയി ആ സമയം ഞാൻ ആ റൂമിലേക്ക് ഒന്നു പാളിനോക്കി എഫ്. എം പാട്ടിന്റെ ബാക്ഗ്രൗണ്ടിൽ പുള്ളി നല്ല ഉറക്കം. രണ്ടുചുവട് മുന്നോട്ടുവച്ച എന്റെ തലയിൽ എന്തോ ഒരു വല്ലായ്ക അലയടിച്ചു. മുന്നോട്ട് വച്ചചുവട് ഞാൻ പിന്നോട്ടുവച്ച് ആ ജാലക വാതിലിന് ഉള്ളിലൂടെ ഒരു പ്രാവശ്യം കൂടി ഒന്ന് പാളിനോക്കി. ഒരു കൊള്ളിയാൻ എന്റെ ഇടനെഞ്ചിലൂടെ കടന്നു പോയി. ഏയ്..... ചുമ്മാ ഓരോന്ന് മനസ്സിൽ ആലോചിച്ചു ടെൻഷൻ അടിക്കണ്ട എന്ന് ഞാൻ തന്നെ എന്റെ മനസിനോട് പറഞ്ഞു ഷൂട്ടിനായിപോയി. പക്ഷെ അന്നത്തെ ദിവസം മുഴുവൻ എന്റെ മനസ്സിൽ വേണ്ടാത്ത ചിന്തകൾ തിരയടിച്ചുകൊണ്ടിരുന്നു. അതുകൊണ്ടുതന്നെ എന്റെ അന്നത്തെ വർക്കിൽ ശ്രദ്ധിക്കാൻ പറ്റാതെപോയി.

അന്ന് ഷൂട്ടിങ് കഴിഞ്ഞിട്ട് ഞാൻ തിരികെഎത്തുമ്പോഴും നല്ല ടെൻഷൻ ഉണ്ടായിരുന്നു. പതിവില്ലാത്തവിധം എന്നെ ടെൻഷനോടെ കണ്ട സുഹൃത്തായ തിരകഥാകൃത്ത് അതിന്റെ കാരണം അന്വേഷിച്ചപ്പോൾ നമ്മുടെ കഥാനായകനായ സംവിധായകനെ കണ്ടോ എന്നൊരു മറു ചോദ്യമാണ് എന്നിൽ നിന്നുണ്ടായത്.

രണ്ടോ മൂന്നോ ദിവസമായികാണും അദ്ദേഹത്തെ കണ്ടിട്ട് എന്ന് പറഞ്ഞപ്പോൾ ഞാൻ ഒന്ന് ഞെട്ടി. എന്തും നേരിടാം എന്നുമനസ്സിൽ ഉറപ്പിച്ചു ഞാൻ ഉറച്ച ചുവടുകളോടെ മുന്നോട്ടുനീങ്ങി. പതിയെ ഞാൻ നടന്ന് സംവിധായകന്റെ മുറിയുടെ സമീപത്തേക്ക് എത്തി.

മുറിയുടെ സമീപത്തേക്ക് ഓരോ ചുവടും വയ്ക്കുംതോറും പശ്ചാത്തലത്തിൽ ബിഗ്.എഫ്.എം റേഡിയോയുടെ ശബ്ദതരംഗങ്ങൾ എന്റെ കാതിൽ കൂടുതൽ കൂടുതൽ വ്യക്തതയോടെ അലയടിച്ചുകൊണ്ടിരുന്നു. ഹൃദയതാളം പെരുമ്പറ മുഴക്കത്തേക്കാൾ ഉച്ചത്തിൽ മുഴങ്ങി. ഓരോ നിമിഷാർത്ഥവും ഓരോ യുഗങ്ങൾപോലെ തോന്നിച്ചു. ജനാലയുടെ ഇടയിലൂടെ പിടയ്ക്കുന്ന കണ്ണുകളോടെ ഞാൻ ഉള്ളിലേക്ക് നോക്കി. ഒരു നിമിഷം എന്റെ ഹൃദയം നിശ്ചലമായി..... ഞാൻ ആ സത്യം അതിവേദനയോടെ മനസിലാക്കി, ആ മുതിർന്ന സംവിധായകൻ നമ്മളെവിട്ട് ഈ ലോകത്തോട് വിട പറഞ്ഞിരിക്കുന്നു. ഒരു നിമിഷത്തെ നിശബ്ദതയ്ക്ക് ശേഷം, അലമുറയിട്ടുകൊണ്ട് ഞാൻ സ്നേഹിതനായ തിരക്കഥാകൃത്തിന്റെ അടുത്തേക്ക് പാഞ്ഞു.

എന്റെ കരച്ചിൽ കേട്ട് അവിടെയുണ്ടായിരുന്ന മറ്റ് അന്തേവാസികളും മുറികളിൽ നിന്നും തലപുറത്തേക്ക് നീട്ടി. എന്താണ് സംഭവിച്ചതെന്ന് പലഭാഗങ്ങളിൽ നിന്നും ചോദ്യമുയർന്നു. എങ്ങനെയോ ഞാൻ അതുപറഞ്ഞൊപ്പിച്ചു. നമ്മളിൽ നിന്നും ഒരു അനശ്വര കലാകാരൻ വിട പറഞ്ഞിരിക്കുന്നു. അത് കേട്ടവർ ആരും അത് ആദ്യം വിശ്വസിച്ചില്ല. എല്ലാവരും ആ സംവിധായകന്റെ മുറിലക്ഷ്യമാക്കി ഓടി. ഓടിയെത്തിയവർ ആ മുറിയിലേക്ക് എത്തിനോക്കി, സംവിധായകൻ അവിടെ ചലനമറ്റ് കിടക്കുന്നു. ഞാൻ എല്ലാവരോടുമായി കഴിഞ്ഞ രണ്ടുദിവസത്തെ സംഭവങ്ങൾ വിവരിച്ചു. അവരാരും തന്നെ അദ്ദേഹത്തെ രണ്ടുദിവസമായി കണ്ടിട്ടുമില്ല. എല്ലാവരും അദ്ദേഹത്തിന്റെ മരണം ഉറപ്പിച്ചു. ഇനിയുള്ള നടപടികളെക്കുറിച്ച് ആലോചിച്ചു. പോലീസിൽ ആദ്യം വിവരമറിയിക്കണം എന്ന് ഒരു കൂട്ടർ. നഗരസഭാ കൗൺസിലർ വന്നിട്ട് പോലീസിനെ അറിയിച്ചാൽ മതിയെന്ന് മറ്റൊരു വിഭാഗം. ലോഡ്ജുടമ ആണേൽ ആ നാട്ടുകാരാനുമല്ല. ഇതിനിടയിൽ ലോഡ്ജുടമയെ ആരോ വിവരം അറിയിച്ചു. അപ്പോൾത്തന്നെ ലോഡ്ജുടമ കൗൺസിലറെ വിവരമറിയിക്കുകയും അദ്ദേഹം അവിടെ എത്തിച്ചേരുകയും ചെയ്തു. അനന്തര നടപടികൾ ആലോചിക്കുന്നതിനിടയിൽ ആരോ ഒരു കമ്പ് കൊണ്ട് ആ സംവിധായകന്റെ ബെഡിൽ പരതി. ഇതിനിടയിൽ ആ കമ്പ് അദ്ദേഹത്തിന്റെ ശരീരത്തിന്റെ മാർമ്മ

ഭാഗത്തു എവിടെയോ കൊണ്ടു. പെട്ടന്ന് ഒരു അലർച്ചയോടെ വടി കൊണ്ട് കുത്തിയ ആള് പിന്നിലേക്ക് ചാടി.

എല്ലാവരുടെയും ശ്രദ്ധ അങ്ങോട്ടുതിരിഞ്ഞു. എന്താകാര്യം എന്ന് അന്വേഷിച്ചപ്പോൾ നമ്മുടെ സംവിധായകൻ ഒന്ന് ഞരങ്ങിയോ എന്നൊരു സംശയം പറഞ്ഞു. കുത്ത് കൊണ്ടതിന്റെ ഫലം ആണോ, അതോ ബഹളം കേട്ടതുകൊണ്ടാണോ എന്നറിയില്ല, നമ്മുടെ കഥാനായകനായ സംവിധായകൻ ബോധാവസ്ഥയിലേക്ക് തിരികെ എത്തി. കണ്ണുതുറന്ന നമ്മുടെ നായകൻ ആളും ബഹളവും കണ്ട് അമ്പരന്നു..... "എന്താ എന്തായിവിടൊരു ബഹളം, അദ്ദേഹം ആരോടെന്നില്ലാതെ ചോദിച്ചു. ഉത്തരം പറയാനാകാതെ എല്ലാവരും നിന്ന സമയത്ത് ഞാൻ പറഞ്ഞു..... സാറേ അതേ..... ഒരു പാമ്പ് ഇങ്ങോട്ട് ഇഴഞ്ഞുവരുന്നത് ഞാൻ കണ്ടു. സാറിന്റെ മുറിയിലോട്ട് കയറിയോ എന്നൊരുചെറിയ സംശയം......" കേട്ടപാതി കേൾക്കാത്ത പാതി നമ്മുടെ നായകൻ അലറികൊണ്ട് മുറിയുടെ വാതിൽ തുറന്ന് പുറത്തേക്ക് ഒരുചാട്ടം. ചാട്ടത്തിനിടയിൽ തല ചെന്ന് കട്ടിളപ്പടിയിൽ ഒരിടി, വീണ്ടും നമ്മുടെ നായകൻ അബോധാവസ്ഥയിലേക്ക്. ആരൊക്കെയോ ചേർന്ന് അദ്ദേഹത്തെ ആശുപത്രിയിലേക്ക് കൊണ്ടുപോയി. അപ്പോഴും അദ്ദേഹത്തിന്റെ മുറിയിൽ നിന്നും ബിഗ്. എഫ്. എം റേഡിയോയിലെ ഗാനം കേട്ടുകൊണ്ടിരുന്നു........

രാജീവ് ഗണേഷ്

ചൂണ്ട പാപ്പൻ

കറുകപുല്ലിൽ തങ്ങിനിന്ന മഞ്ഞുതുള്ളിയെ അടർത്തിയെടുത്ത് അവൾ കണ്ണിൽ ഇറ്റിച്ചു, അതിന്റെ തണുപ്പിലലിഞ്ഞവൾ കണ്ണടച്ച് ചെറുചിരിയോടെ കണ്ണു തുറന്ന് ചുറ്റുംനോക്കി..... നേർത്ത മൂടൽമഞ്ഞിനാൽ ചുറ്റപ്പെട്ട ആ പാടശേഖരത്തിന്റെ ഭംഗി മുഴുവൻ കാണാൻ സാധിക്കുമായിരുന്നില്ലെങ്കിലും വർഷങ്ങൾക്ക് ശേഷമുള്ള തിരിച്ചുവരവിൽ നാട്ടിലെ ആ കാഴ്ചകൾ അവൾക്ക് അതിമനോഹരമായിരുന്നു.

ട്രെയിൻ ഇറങ്ങി നടക്കാൻ തീരുമാനിച്ചത്, മൂന്നുവർഷം കൊണ്ട് നാട്ടിൽ എന്തൊക്കെ മാറ്റങ്ങൾ വന്നെന്ന് കാണാൻ തന്നെയായിരുന്നു. കുമാരേട്ടൻ ചായക്കടയുടെ ടാർഷീറ്റ് മാറ്റി പകരം അലൂമിനിയം ഷീറ്റ് ആക്കി, അമേരിക്കയിൽ പോയ ടോണിയുടെ വീടുപൊളിച്ച് അവിടെ വലിയൊരു കൊട്ടാരം പോലത്തെ വീട് വച്ചിട്ടുണ്ട്, പക്ഷേ അതിപ്പോ നോക്കാൻ ആളില്ലാതെ കാട് കയറികിടക്കുകയാണ്. വരുന്നവഴിയിൽ പുതിയ ഒന്നുരണ്ടു വീടുകൾ കണ്ടതൊഴിച്ചാൽ പ്രത്യേകിച്ച് മാറ്റമൊന്നും ആ നാട്ടിൽ സംഭവിച്ചിട്ടില്ല.

പാടത്തിന് നടുവിലെ തോട്ടിനരികിൽ എത്തിയപ്പോഴാണ് ഒരു നോട്ടം മോട്ടർപുരയിലേക്ക് പോയത്. നെഞ്ചിൽ എവിടെയോ തങ്ങിനിന്ന ഒരു വാഴയിലപ്പൊതി ഓർമ്മയായി പുറത്തേക്ക് തല നീട്ടിവന്നു.

പെറ്റിക്കോട്ടും ഇട്ട് അച്ഛന്റെ കൂടെ കുളിക്കാൻ പുഴയിൽ പോകുമ്പോൾ അവൾ പാപ്പൻചേട്ടനെ കാണും, എല്ലാവരും അയാളെ ചൂണ്ടപാപ്പൻ എന്നാണ് വിളിക്കാറ്, വലിയവയറും കൊമ്പൻ മീശയും ചുവന്ന കണ്ണുകളും ഉള്ള പാപ്പൻചേട്ടൻ പനം കയ്യിൽ കെട്ടിയ ചൂണ്ടയും കയ്യിലെ കോർമ്പലിൽ കരിമീനും ആയി നടന്നുവരുന്നത് കാണാം.

പാപ്പൻ ചേട്ടൻ മുണ്ടുമടക്കി കുത്തുന്നത് വയറൊപ്പമാണ്, ആ കൈലി കഥകളിക്കാരന്റെ കുട്ടിപ്പാവാടപോലെ വിരിഞ്ഞു നിൽക്കും.

അവളെ കാണുമ്പോ പാപ്പൻചേട്ടൻ ചിരിക്കും, ചിലപ്പോ കവിളിൽ നുള്ളും, നിനക്ക് കരിമീൻ വേണോ കുട്ടിമാണി എന്നു ചോദിക്കും. അയാൾ എന്തിനാ തന്നെ കുട്ടിമാണി എന്നുവിളിച്ചതെന്ന് അവൾ അച്ഛനോട് ചോദിച്ചു. പാപ്പന് എല്ലാ പെൺകുട്ടികളും കുട്ടിമാണിയാണ് എല്ലാരെയും അങ്ങനെയാ വിളിക്കാറെന്ന് അച്ഛൻ പറഞ്ഞു, ശരിക്കും പാപ്പന്റെ ആരാണ് കുട്ടിമാണി എന്ന് ഇന്നും അവൾക്കറിയില്ല.

ഷർട്ടും പാവാടയും ഇട്ട് അമ്മയോടൊപ്പം പുഴയിൽ കുളിക്കാൻ പോകുമ്പോഴും അവൾ പാപ്പൻചേട്ടനെ കണ്ടു.

മീശ അല്പം നരച്ചതൊഴിച്ചാൽ പാപ്പന് മാറ്റമൊന്നുമില്ല.

അവർ കുളിക്കുന്ന കടവിന്റെ തൊട്ടപ്പുറത്ത് ചൂണ്ടക്കണ കൊണ്ട് വെള്ളത്തിൽ ഞൊടിച്ച് ശബ്ദമുണ്ടാക്കി, പോക്കറ്റിൽ നിന്നെടുത്ത ഉണങ്ങിയ വാഴയിലയിൽ പൊതിഞ്ഞ തീറ്റ ഒരു വിദഗ്ദന്റെ ചാരുതയോടെ കൈതൊടാതെ ചൂണ്ടയിൽ തേച്ചുപിടിപ്പിച്ചു ചെറിയ ചൂളം വിളിയോടെ വെള്ളത്തിലേക്ക് ഇടും. പിന്നെ ആ ചൂണ്ടനൂലിന്റെ ചെറിയ അനക്കംപോലും നിരീക്ഷിച്ചുള്ള കാത്തിരിപ്പാണ്. തന്റെ മുഴുവൻ ശ്രദ്ധയും ചൂണ്ടനൂലിൽ ആവാഹിച്ചു കണ്ണുകൾ കൂർപ്പിച്ചു പാപ്പൻ അങ്ങനെ ഒരുശിലപോലെ ഇരിക്കും. നോക്കി നിൽക്കുന്ന മറ്റാരും കാണുംമുന്നേ തന്റെ നൂലിന്റെ അനക്കം പാപ്പനറിയാം, ചൂണ്ടയിലെ തീറ്റയും എടുത്തുപുറകോട്ടു മാറുന്ന കരിമീനെ ഒരു വേട്ടക്കാരന്റേ വേഗതയോടെ ചുണ്ടക്കണവെട്ടിച്ച് കുരുക്കും, പിന്നെ ഒരു പോരാട്ടമാണ് ചൂണ്ടയിൽ നിന്ന് രക്ഷപ്പെടാനായി മീനും നേർത്ത ചൂണ്ടനൂൽ പൊട്ടാതെ മീനിനെ തളർത്തി വെള്ളത്തിന് മുകളിലാക്കി കരയിലേക്ക് എത്തിക്കാനായി പാപ്പനും, ഈ പോരാട്ടത്തിൽ എന്നും ജയിക്കുന്നത് പാപ്പൻ ആയിരിക്കും, ഇരയെ തോൽപ്പിച്ച വേട്ടക്കാരന്റെ ഭാവത്തോടെ ആ മീനും പാപ്പൻ കോർ

മ്പലിലാക്കും. പിന്നെ ഒരു ബീഡികത്തിച്ചു ചുണ്ടിൽവെച്ച് അടുത്ത മീനിനായി ചൂണ്ടനീട്ടും അല്ലെങ്കിൽ മറ്റൊരു കടവിലേക്കുപോകും. അയാളെ കാണുമ്പോൾ അമ്മ പറയും നീ ഒറ്റയ്ക്ക് പുഴയിൽ വരരുത് അയാളോട് മിണ്ടാനും നിൽക്കരുത് കേട്ടോ... അവൾ തലയാട്ടും. കോളേജിൽ ചേർന്ന് രണ്ടാഴ്ച്ചകഴിഞ്ഞപ്പോൾ ആണ് അവളുടെ പുതിയ കൂട്ടുകാരി മരിയ ഒരു ദിവസം വീട്ടിലേക്ക് വരുന്നു എന്നുപറഞ്ഞത്, അന്നവൾക്ക് കഴിക്കാൻ കരിമീൻ പൊള്ളിച്ചത് വേണമെന്നും പറഞ്ഞു. പക്ഷേ അന്ന് ചന്തയിലും, മീൻ വിൽക്കാൻ വന്നവരുടെ കയ്യിലും, കരിമീൻ ഉണ്ടായിരുന്നില്ല. അപ്പോഴാണവൾ പാപ്പനെ ഓർത്തത് അവൾ അച്ഛനോട് പറഞ്ഞു നമുക്ക് ചൂണ്ട പാപ്പന്റെ കൈയിൽനിന്ന് കരിമീൻ വാങ്ങാം ദേഷ്യത്തോടെ ആയിരുന്നു അച്ഛന്റെ മറുപടി "വേണ്ട തീട്ടമിട്ട് പിടിക്കുന്ന മീനിനെ ഈ വീട്ടിൽ കേറ്റാൻ ഞാൻ സമ്മതിക്കില്ല"

"തീട്ടമിട്ടു പിടിക്കുന്ന മീനോ... ?"

അവള് ചോദിച്ചു.

"അതെ അയാളാ വാഴയിലയിൽ പൊതിഞ്ഞു കൊണ്ടുനടക്കുന്നത് എന്താന്നാ നിന്റെ വിചാരം!"

പിന്നെ അവൾ ഒന്നും ചോദിക്കാൻ നിന്നില്ല.

മരിയ വന്നു, തേങ്ങാപ്പാലിൽ പൊള്ളിച്ച ചാളയും കഴിച്ചു, അതൃപ്തയായി തിരിച്ചുപോയി, പക്ഷേ കൂട്ടുകാരിയുടെ അതൃപ്തിയെക്കാൾ അവളുടെ മനസ്സിനെ കലുഷിതമാക്കിയത് വാഴയിലയിൽ പൊതിഞ്ഞ പാപ്പന്റെ മീൻതീറ്റ ആയിരുന്നു, എന്നാലും അതെങ്ങനെ പൊതിഞ്ഞ് എടുക്കാനും പോക്കറ്റിലിട്ടു നടക്കാൻ പറ്റും.

അയല്പക്കത്തെ അപ്പുവിനോട് അവൾ തന്റെ സംശയം ഉന്നയിച്ചു. ഒരിക്കലും ചൂണ്ടയിൽ കരിമീൻ പിടിക്കാൻ സാധിക്കാത്ത അപ്പു അവളുടെ അച്ഛന്റെ കണ്ടെത്തൽ ശരിവെച്ചു, പലതവണ മൈദയും മഞ്ഞൾപ്പൊടിയും കലർത്തി അപ്പു ശ്രമിച്ചെങ്കിലും, ഒരിക്കൽ ഒരു കൈപ്പത്തിയോളം വലിപ്പം വരുന്ന കരിമീനെ പകുതിയോളം പൊക്കിയെടുക്കാൻ മാത്രമേ അവനുസാധിച്ചിരുന്നുള്ളൂ...

അപ്പുവിന്റെ വിശദീകരണങ്ങളിലും വിശ്വാസം വരാതിരുന്ന അവളുടെ ഉള്ളിൽ പാപ്പന്റെ വാഴയിലപൊതി ഒരു ചോദ്യചിഹ്നമായി അവശേഷിച്ചു.

ഒരു ദിവസം ഒറ്റയ്ക്ക് കുളിക്കാൻ പോയപ്പോൾ റോഡിൽ വച്ച്, ബൈക്കിൽ വന്ന ടോണി അവളോട് സംസാരിച്ചു അവളെ ഇഷ്ടമാണെന്നും നാളെ ബസ്സിൽ കയറി അടുത്ത സ്റ്റോപ്പിൽ ഇറ

ങ്ങിയാൽ ബൈക്കിൽ കോളേജിൽ കൊണ്ടുവിടാമെന്നും പറഞ്ഞു. അപ്പോഴാണ് പാപ്പൻ വന്നത്. ടോണി പാപ്പനോട് ആ വാഴയില യിലെ മരുന്ന് പറഞ്ഞതാ പാപ്പാ ഞങ്ങളും കരിമീൻ പിടിക്കട്ടെ എന്നുപറഞ്ഞു. അത് പൂതിയുണർത്തിയാ മോനെ അങ്ങാടി കട യിൽ കിട്ടുമെന്ന് പാപ്പനും.. ഉവ്വ... ഉവ്വേ... പൂതിയുണർത്തി അതൊ ക്കെ ഞാൻ കുറെ നോക്കിയതാണെന്ന് പറഞ്ഞ ടോണിക്ക് മറുപടി യായി പാകത്തിനും പരുവത്തിനും മരുന്ന് ഒപ്പിച്ചെടുക്കാനുള്ള പ്രായംപോലും നിനക്ക് ആയിട്ടില്ലാന്ന് പറഞ്ഞ് പാപ്പൻപോയി. എല്ലാം കേൾക്കുന്നുണ്ടായിരുന്നെങ്കിലും ഒന്നും കേൾക്കാത്ത ഭാവ ത്തിൽ അവളും കടവിലേക്ക് നടന്നു. തിരിഞ്ഞുനോക്കിയ ടോണി കണ്ടത് നടന്നകലുന്ന അവളെയാണ്.

അന്ന് കടവിലവൾ ഒറ്റയ്ക്കായിരുന്നു, തുണി അലക്കാൻ തുടങ്ങുമ്പോൾ തൊട്ടപ്പുറത്ത് വെള്ളത്തിൽ ചൂണ്ടക്കണ ഞൊടി ക്കുന്ന ശബ്ദവും ചൂളംവിളിയും കേട്ടു, അവൾ നോക്കി, പാപ്പൻ പോക്കറ്റിൽ നിന്നും വാഴയിലപൊതി എടുത്ത് തുറന്ന്, കയ്യിൽ മുട്ടാ തെ ചൂണ്ട, വാഴയില പൊതിയിൽ അങ്ങോട്ടുമിങ്ങോട്ടും തേച്ച് അയാൾ വെള്ളത്തിലേക്കിട്ടു. ഒറ്റകയ്യിൽ തന്നെ പൊതി മടക്കി പോ ക്കറ്റിലുമിട്ടു.

സോപ്പ് തേക്കാൻ തുടങ്ങുമ്പോൾ അവൾ പാപ്പൻ നിന്ന സ്ഥലത്തേക്ക് നോക്കി, അവിടെ പാപ്പനെ കണ്ടില്ല, പക്ഷേ ചൂണ്ട അവിടെ ഉണ്ടായിരുന്നു. തൊട്ടടുത്ത കാട്ടിൽനിന്നും ഒരനക്കം തോ ന്നിയപ്പോൾ അവൾ അവിടേക്ക് നോക്കി, ഇലകൾക്കിടയിൽനിന്നും രണ്ടുകണ്ണുകൾ തന്റെ നേർക്കുവരുന്നത് അവൾ കണ്ടു. വയറൊപ്പം മടക്കിക്കുത്തിയ വിരിഞ്ഞ കുട്ടിപാവാട അഴിച്ചു ഇടാതെ ഇളകുന്ന കൈകളോടെ അയാൾ ഇരിക്കുന്നത് കാണാമായിരുന്നു.

വിറയ്ക്കുന്ന ചുണ്ടുകളിൽ അയാൾ പിറുപിറുത്തിരുന്നത് കുട്ടിമാണി എന്നാണെന്നവൾക്ക് തോന്നി.... പേടിച്ച് പെട്ടെന്ന് മുങ്ങി കയറി അവൾ വീട്ടിലേക്ക് മടങ്ങി.

ഫൈനൽ ഇയർ പരീക്ഷയ്ക്ക് പോകുമ്പോഴാണ് ഇതേ പാടത്തെ മോട്ടോർപുരക്കരികിൽ എത്തിയപ്പോൾ നിറയെ ആളു കളെ കണ്ടത്, അതെന്താണെന്നറിയാൻ അവളും പോയി നോക്കി, കണങ്കാലോളം വെള്ളത്തിൽ മുഖമണച്ചു കമിഴ്ന്നുകിടക്കുന്ന ഒരു ശവശരീരമാണവൾ കണ്ടത്, ഷർട്ടിടാത്ത ശരീരത്തിന്റെ പുറംഭാഗ മെല്ലാം വെയിലേറ്റ് പൊള്ളി കുമളച്ചിരുന്നു. കയ്യിലെ കോർമ്പലിൽ ചീഞ്ഞ രണ്ടുവരാലുകൾ ഉണ്ടായിരുന്നു.

ശവത്തിന്റെ ചീഞ്ഞ മണവും കാഴ്ചയും അറപ്പിച്ചു, ശർദ്ദിയും ചെറിയ തല കറക്കവുമുണ്ടായി. കുമാരേട്ടനും അമ്മിണിചേച്ചിയും അവളെ മോട്ടർപുരക്കരികിൽ കൊണ്ടുപോയി ഇരുത്തി. മുഖം കഴുകിച്ചു, ബാഗ് തുറന്നു കുറച്ചുവെള്ളം കുടിക്കാൻ കൊടുത്തു. തിരിച്ചു വീട്ടിൽകൊണ്ടുചെന്നാക്കാം എന്നവർ പറഞ്ഞു, പരീക്ഷ ആയിരുന്നതിനാൽ അവൾക്ക് കോളജിലേക്ക് പോയേ പറ്റൂ... അതുകൊണ്ട് അമ്മിണിചേച്ചിയും കുമാരേട്ടന്റെ ചായക്കട വരെ ചെന്നു, ബസ്സ് വരുന്നതുവരെ അവൾ കടയിൽ ഇരുന്നു.

കടയിൽ ഇരുന്നവർ പറഞ്ഞാണ് ചൂണ്ട പാപ്പൻ, രാത്രി തോട്ടിൽ വരാൽ പിടിക്കാൻ പോകാറുണ്ടെന്ന കാര്യം അവൾ അറിഞ്ഞത്. അവിടെയിരുന്നവർ പാപ്പന്റെ മരണത്തെ പലരീതിയിൽ വിശകലനം ചെയ്തു,

കൊന്നതാണെന്നും ഇടിവെട്ടേറ്റതോ, പാമ്പുകടിച്ചതോ, മാടൻ അടിച്ചതോ ആണെന്നും വരെ അഭിപ്രായങ്ങൾ വന്നു.

പരീക്ഷ കഴിഞ്ഞ് തിരിച്ചുവരുമ്പോൾ പാടത്താരും ഇല്ലായിരുന്നു. അവിടെ നിന്നാൽ കാണാവുന്ന അമ്പലത്തിൽ നിന്നും പാട്ട് കേൾക്കാമായിരുന്നു. ആ അമ്പലത്തിൽ രാത്രി പോക്കുവരവ് ഉണ്ടെന്നും, അത് നേരിൽ കാണുന്നവർ ഹൃദയംപൊട്ടി മരിക്കുമെന്നും അപ്പുവിന്റെ മുത്തശ്ശി അമ്മയോട് പറയുന്നത് അവൾകേട്ടു. മുത്തശ്ശിയുടെ കണ്ടെത്തൽ ശരിവെച്ചുകൊണ്ട് പോസ്റ്റ്മോർട്ടം റിപ്പോർട്ട് വന്നു, പാപ്പന് അറ്റാക്ക് ആയിരുന്നു. തന്റെ അന്വേഷണ ജീവിതത്തിന്റെ ആദ്യവിജയം ആഘോഷിക്കാനായി മുത്തശ്ശി അന്ന് അമ്പലത്തിൽ പായസം കഴിച്ചു. മടങ്ങി വരുംവഴി ആ പായസത്തിൽ കുറച്ച് എടുത്ത് വാഴയിലയിൽ പൊതിഞ്ഞ് അവൾക്ക് കൊടുത്തു, പക്ഷേ അതവൾക്ക് കഴിക്കാനായില്ല.

പാടത്തെ മോട്ടർപുരയിൽ നിന്നും വാഴയില പൊതിയിലേക്കും ചൂണ്ടപാപ്പനിലേക്കും പോയ തന്റെ ചിന്തകളെ പിൻവലിച്ച് അവൾ അമ്പലത്തിലെ പാട്ട് കേട്ട് നടന്നകലുമ്പോൾ, തന്റെ മൂന്നുവർഷത്തെ ഫിലോസഫിക്കൽ റിസർച്ചിൽ പഠിച്ച ബോധധാര സമ്പ്രദായത്തിലെ ചിന്താസരണികളെ കുറിച്ച് അവൾ ഓർത്തു, അത് ബുദ്ധനിലേയ്ക്കും ഭഗവത്ഗീതയിലേക്കും വഴിമാറിയപ്പോൾ ആ പാടവും, മോട്ടർപുരയും, ചൂണ്ടപാപ്പനും, വാഴയിലപൊതിയുമെല്ലാം തനിക്ക് പിന്നിലെ മൂടൽമഞ്ഞിൽ മറഞ്ഞുപൊയ്ക്കൊണ്ടിരുന്നത് അവൾ അറിഞ്ഞില്ല.

വിജോ വി വർഗീസ്

മാത്തൻ

ഗ്രാമവീഥിയിലൂടെ ഓടിവരുന്ന പഴയൊരു ബസ്. കൊറവൻ കുഴി എന്ന ഗ്രാമത്തെ നഗരവുമായ് ബന്ധിപ്പിക്കുന്ന പ്രധാനകണ്ണി. പല ആവശ്യങ്ങൾക്കുമായ് നഗരത്തിൽ പോയിവരുന്നവരുടെ ദു:ഖങ്ങളും, സന്തോഷങ്ങളും ഒരുപാട് കണ്ടിട്ടുള്ള ഒരു മുത്തശ്ശൻ ബസ്- ഇല്ലംപള്ളി മോട്ടേഴ്സ്.

പണ്ട് ഇവിടെ കൊടുംവനമായിരുന്നു. പിന്നീട് പുറമേ നിന്നുള്ളവർ വന്ന് ആദിവാസികളുടെ സഹായത്തോടെ കാട് വെട്ടി കൃഷി ചെയ്യുകയും ഇന്നുകാണുന്ന അവസ്ഥയിലേക്ക് എത്തുകയും ചെയ്തു. കൊറവസമുദായത്തിൽപ്പെട്ട ആദിവാസി വിഭാഗമായിരുന്നു ഇവിടെ താമസിച്ചിരുന്നത്. അതുകൊണ്ടാണ് ഈ ഗ്രാമത്തിന് കൊറവൻകുഴി എന്ന പേര് വന്നത്.

കച്ചവടം കഴിഞ്ഞു വരുന്നവർ, ജോലികാര്യങ്ങൾക്ക് പോയി വരുന്നവർ, വിദ്യാർത്ഥികൾ എന്നിവരാണ് ഈ ബസ്സിലെ പ്രധാന യാത്രക്കാർ.

അങ്ങിങ്ങായി കുറച്ചുയാത്രക്കാരുണ്ടിന്ന് ബസിൽ. ബസിന്റെ ഒരുഭാഗത്ത് പുറംകാഴ്ചകൾ അലസതയോടെ ആസ്വദിച്ചു കൊണ്ടിരിക്കുന്ന നാൽപ്പത്തിമൂന്നുകാരനായ മാത്തൻതരകൻ. കോട്ടൺ ജുബ്ബയും, മുണ്ടുമാണ് വേഷം. തോളിന്റെ ഒരു വശത്തുകൂടി മടിയിലേക്ക് കിടക്കുന്ന തോൾസഞ്ചി. കറുപ്പും, അതിലധികം വെളുപ്പുമുള്ള താടിമീശയും, തോളറ്റമെത്തി നിൽക്കുന്ന മുടിയും. അയാ

ളുടെ കണ്ണുകളിലെ ദു:ഖത്തെ ആശ്വസിപ്പിക്കാനെന്നവണ്ണം കണ്ണുകളിലും, കവിളുകളേയും അലസമായി തഴുകുന്ന മുടിയിഴകൾ.

സീറ്റിലേക്ക് അലസമായ ചാരിക്കിടക്കുന്ന മാത്തൻ.

മാത്തന്റെ വല്ല്യപ്പച്ചനും ഇവിടേക്ക് കുടിയേറിവന്ന് കാട് കൈയ്യേറി കൃഷി ചെയ്ത് ജന്മിയായ ആളാണ്. മാത്തന്റെ പിതാവ് തരകനും ആസ്തി വർദ്ധിപ്പിക്കുന്നതിൽ പിന്നോട്ട് പോയില്ല. തന്റെ ഒരേയൊരു മകൻ മാത്തൻ പത്താംതരം വിജയിച്ചപ്പോൾ പ്രീഡിഗ്രിക്ക് പട്ടണത്തിലെ ബിഷപ്അന്റോണി മെമ്മോറിയൽ കോളേജിൽ ചേർത്തു. തനിക്കും, പിതാവിനും നേടാൻ കഴിയാതെപോയ വിദ്യാഭ്യാസം മകനായ മാത്തന് നൽകുന്നതിലുപരി, തങ്ങളുണ്ടാക്കിയ വസ്തുവകകൾ നഷ്ടപ്പെട്ട് പോകാതെ നിയമസംവിധാനങ്ങളിലൂടെ ഉറപ്പാക്കുക എന്ന ഗൂഢലക്ഷ്യവും അതിന് പിന്നിലുണ്ടായിരുന്നു എന്നതാണ് പരമമായ സത്യം. ബിരുദപഠനത്തിന് ശേഷം വക്കീലാക്കണമെന്നാണ് മാത്തന്റെ അപ്പന്റെ ആഗ്രഹം.

അങ്ങനെ പട്ടണത്തിലെ ബിഷപ് അൻറോണിയോ മെമ്മോറിയൽ കോളേജിൽ പ്രീഡിഗ്രി പഠനത്തിന് ചേർന്ന മാത്തൻ പോകപ്പോകെ പഠനത്തോടൊപ്പം തന്നെ കോളേജ് നാടകങ്ങളുടെ ഭാഗമായി. പഠനത്തിൽ മികവ് കാട്ടിയത് കൊണ്ടുതന്നെ അധ്യാപകരോ, വീട്ടുകാരോ അതിനെ എതിർത്തില്ല. പ്രീഡിഗ്രിക്ക് ശേഷം ബിരുദപഠനത്തിന് അതേ കോളേജിൽ തന്നെ ചേർന്നു. ആ കാലത്ത് പ്രൊഫഷണൽ നാടകങ്ങളുമായ് കൂടുതൽ ചേർന്നുപ്രവർത്തിച്ചു. അതയാളുടെ ചിന്തകളിലും, വായനകളിലും, പഠനങ്ങളിലുമൊക്കെ കാര്യമായ മാറ്റം കൊണ്ടുവന്നു. പുരോഗമനാശയങ്ങളുടെ പൊരുളുകൾ ഉൾക്കൊണ്ടുകൊണ്ടുള്ള നാടകങ്ങൾ മാത്തൻ രചിച്ചു തുടങ്ങി. ആ നാടകങ്ങളിലെ ആശയങ്ങളേക്കുറിച്ച്, അതിന്റെ വിവിധതലങ്ങളേക്കുറിച്ച് പ്രേക്ഷകർ സംസാരിച്ചുതുടങ്ങി.

നാടകം അയാളുടെ തലച്ചോറിൽ പടർന്നുപിടിച്ചു കഴിഞ്ഞിരിക്കുന്നു. സമൂഹത്തിൽ വരുത്തേണ്ട മാറ്റങ്ങളെ, പുരോഗമന ചിന്തകളേക്കുറിച്ചും മാത്തന്റെ നാടകങ്ങൾ സംസാരിച്ചുകൊണ്ടിരുന്നു. നാടകങ്ങളുടെ പിന്നാലെയുള്ള സഞ്ചാരം അയാളുടെ ബിരുദപഠനത്തിലും പ്രതിഫലിച്ചു. അറ്റന്റൻസ് കുറവായതിനാൽ ആ വർഷത്തെ പരീക്ഷ എഴുതുവാൻ കഴിഞ്ഞില്ല. അതിന്റെ പേരിൽ മാത്തന്റെ വീട്ടിൽ ചില്ലറ പ്രശ്നങ്ങളുണ്ടായി. എഴുതാൻ പറ്റാതെ പോയ വിഷയങ്ങൾ അടുത്തവർഷം എഴുതിയെടുത്ത് വിജയിക്കാമെന്ന മാത്തന്റെ ഉറപ്പിൽ തൽക്കാലം പ്രശ്നങ്ങൾ ഒന്ന് കെട്ടടങ്ങി.

അങ്ങനെയിരിക്കെ മാത്തനെഴുതിയ പുതിയ നാടകം ഏറെ നിരൂപകപ്രശംസ നേടി മുന്നേറി. മാത്തനെ ജനങ്ങൾ തിരിച്ചറിയാൻ തുടങ്ങി. ആ നാടകത്തിലെ മാത്തനവതരിപ്പിച്ച കഥാപാത്രത്തിന്റെ പേരായ സ്റ്റാലിൻമാത്തന്റെ പേരിനൊപ്പം ചേർത്ത് സ്റ്റാലിൻ മാത്തൻ എന്ന് പ്രേക്ഷകർ വിളിച്ചു തുടങ്ങി. അതയാളിൽ അതുവരെയില്ലാത്ത ധൈര്യവും, ആത്മവിശ്വാസവും നിറച്ചു. സ്വന്തമായി ഒരു നാടകക്കമ്പനി ആരംഭിച്ചു.

തന്റെ സമിതിയിൽ തനിക്കൊപ്പം അഭിനയിച്ചിരുന്ന തന്നേക്കാൾ പ്രായംകൂടിയ പ്രമീളയെന്ന ഹിന്ദു-ഈഴവ സ്ത്രീയുമായി മാത്തൻ അടുപ്പത്തിലായി. നാടകക്യാമ്പിലും മറ്റും ഈ വിഷയം ചർച്ചയായി. മാത്തന്റെ വീട്ടിൽ നിന്നും കടുത്ത എതിർപ്പുയർന്നു. എന്നാൽ എല്ലാ തടസ്സങ്ങളേയും മറികടന്ന് ഇരുപത്തൊന്നുകാരൻ മാത്തൻ ഇരുപത്താറുകാരി പ്രമീളയെ വിവാഹം ചെയ്തു. പുരോഗമന ആശയക്കാരായ ചിലർ പിന്തുണച്ചു, നാടകക്യാമ്പിലും പുറമേക്കാരായ ചില പഴമക്കാരും മനസ്സുകൊണ്ട് പ്രതിഷേധിച്ച് അകലം പാലിച്ചു. വിവരമറിഞ്ഞ വീട്ടുകാർ അദ്ദേഹത്തെ പടിയടച്ച് പിണ്ഡം വെച്ചു. ക്യാമ്പിന് തൊട്ടടുത്തുള്ള വീട്ടിൽ കൂട്ടുകാരൻ മാർക്കോണിയുടെ സഹായത്തോടെ മാത്തൻ താമസമാരംഭിച്ചു.

തൊട്ടടുത്ത വർഷം മാത്തൻ-പ്രമീള ദമ്പതികൾക്ക് ഒരു പെൺകുഞ്ഞ് പിറന്നു. അധികമാർക്കുമില്ലാത്ത, ഏതുമതമെന്ന് പെട്ടെന്ന് തിരിച്ചറിയാൻപറ്റാത്ത, പുതുമയുള്ള പേരാവണം കുഞ്ഞിനിടേണ്ടതെന്ന് അവർ തീരുമാനിച്ചു. പലരും പല പേരുകൾ പറഞ്ഞെങ്കിലും മാത്തനും പ്രമീളക്കും അതൊന്നും ഇഷ്ടമായില്ല. അവസാനം മാത്തൻ ഒരു പേര് കണ്ടെത്തി..,

"അനുഭവ.. അനുഭവ മാത്തൻ".

കാലചക്രം വേഗത്തിൽ കറങ്ങിക്കൊണ്ടിരുന്നു. പ്രമീള ഹൃദയാഘാതത്താൽ മരണപ്പെട്ടു. മാത്തനും, മകൾ അനുഭവയും ഒറ്റപ്പെട്ടു. ആ ഏകാന്തത മറികടക്കാൻ അവർ നാടകക്യാമ്പിൽ തന്നെയായിതാമസം. ഏതിലും അടക്കം കുറ്റംപറയുന്ന ചിലർ ക്യാമ്പിലുണ്ടെങ്കിലും മറ്റുള്ളവരുടെ സ്നേഹപൂർവ്വമായ ഇടപെടൽ അവർക്ക് വലിയൊരു ആശ്വാസമായി.

വർഷങ്ങൾ കടന്നുപോയി. അനുഭവക്കിപ്പോൾ ഇരുപത്തൊന്ന് വയസ്സും, മാത്തൻ നാൽപ്പത്തിമൂന്ന് വയസ്സിലും എത്തിനിൽക്കുന്നു. മാത്തന്റെ തോളറ്റമുള്ള മുടിയും, താടിയിലും മീശയിലുമൊക്കെ നരവീണു തുടങ്ങിയിരിക്കുന്നു.

ഒരു ദിവസം രാവിലെ പ്രാഥമികാവശ്യങ്ങൾ നിറവേറ്റി, തന്റെ പതിവുള്ള കട്ടൻകാപ്പിക്കായി മകളെ വിളിക്കുന്ന മാത്തൻ. പ്രതികരണം ഒന്നുമില്ലാതെ വന്നപ്പോൾ അടുക്കളയിലും, തുടർന്ന് അനുഭവയുടെ മുറിയിലും പരതുന്നു. മുറിയിൽനിന്ന് തിരികെയിറങ്ങാൻ നേരം മേശയുടെ മുകളിലിരിക്കുന്ന ഒരു പേപ്പർ ശ്രദ്ധയിൽപ്പെടുന്നു. അയാളതെടുത്ത് തുറന്ന് നോക്കുന്നു. അതിലെ രണ്ട് വരികൾ അയാളെ തളർത്തിക്കളഞ്ഞു.

അപ്പൻ ഇനിയെന്നേ തിരയണ്ടാ, ഞാൻ എനിക്കിഷ്ടപ്പെട്ട ആളിനൊപ്പം പോകുന്നു .

അയാളുടെ കണ്ണുകളിൽ നനവുപടരുന്നു. അയാൾ എന്ത് ചെയ്യണമെന്നറിയാതെ തളർന്ന് നിലത്തേക്കിരിക്കുന്നു. കുറച്ചുനേരത്തിനുശേഷം ക്യാമ്പിലേക്ക് വരുന്ന മാത്തന്റെ കൂട്ടുകാരൻ മാർക്കോണി. നാടകക്യാമ്പിൽ അങ്ങിങ്ങായി കുശുകുശുപ്പോടെ നിൽക്കുന്ന സഹപ്രവർത്തകർ. അകത്തേക്ക് ചെന്ന് മാത്തനെ ആശ്വസിപ്പിക്കുന്ന മാർക്കോണി. ഇരുപത്തൊന്നുകാരി അനുഭവ ഒളിച്ചോടിപോയത് നാടകക്യാമ്പിലുണ്ടായിരുന്ന നാൽപ്പത്താറുകാരനായ കുറുപ്പിനൊപ്പമാണെന്ന സത്യം മനസ്സില്ലാമനസ്സോടെ മാർക്കോണി മാത്തനെ അറിയിക്കുന്നു. പ്രതികരിക്കാനാവാത്ത അവസ്ഥയിൽ മാത്തൻ. ക്യാമ്പിലെ സഹപ്രവർത്തകർക്കിടയിലും കാര്യങ്ങൾ ചർച്ചയാകുന്നു. ഇനി മാത്തന് ശരിക്കും അനുഭവകുറുപ്പ് എഴുതാമെന്ന് അടക്കംപറഞ്ഞ് പരിഹസിക്കുന്ന ചിലർ. നടക്കേണ്ടത് നടന്നു, അവരെ കണ്ടെത്തി മകളും മരുമകനുമായ് സ്വീകരിക്കണമെന്ന് ഒരു കൂട്ടർ, മാത്തനേക്കാൾ പ്രായം കൂടിയ കുറുപ്പിനെ മാത്തനെങ്ങനെ മകനെന്ന് വിളിക്കുമെന്ന് മറ്റൊരു കൂട്ടരുടെ കുശുകുശുപ്പ്. അങ്ങനെ സ്റ്റാലിൻ മാത്തൻ വെറും മാത്തനായ്, സാധാ-മനുഷ്യനായി മാറപ്പെട്ടു. തനിക്ക് തന്നെ നഷ്ട്ടപ്പെട്ടത് എവിടെ വെച്ചാണെന്ന് അയാൾ ഓർത്തെടുക്കാൻ ശ്രമിച്ചു. ജീവിതത്തിൽ ശരിയെന്ന് താൻ പണ്ട് ഉറപ്പിച്ചത് ഇന്ന് തെറ്റായിരിക്കുന്നു. മാതാ-പിതാക്കളുടെ ആഗ്രഹങ്ങളും, സന്തോഷങ്ങളും തല്ലിക്കെടുത്തിയപ്പോഴുണ്ടാവുന്ന വേദന എന്തെന്ന് അയാൾക്കിന്ന് മനസ്സിലായിരിക്കുന്നു. നാട്ടിലേക്കുപോയി മാതാപിതാക്കളെ കാണാൻ അയാൾ തീരുമാനിക്കുന്നു.

....

കൊറവൻകുഴി... കൊറവൻകുഴി..

ബസിലെ കണ്ടക്ടറുടെ ഉച്ചത്തിലുള്ളശബ്ദം മാത്തനെ ഉണർത്തുന്നു. ചുറ്റുപാടും നോക്കി സ്ഥലകാലബോധം വീണ്ടെടുത്ത് ബസിന് പുറത്തേക്കിറങ്ങുന്ന മാത്തൻ. വർഷങ്ങൾക്ക് ശേഷം നാട്ടിലേക്കുള്ള തന്റെ മടങ്ങിവരവ്. ഗ്രാമത്തിന്റെ മാറ്റം നോക്കിക്കണ്ടുകൊണ്ട് അയാൾ വീട് ലക്ഷ്യമാക്കി നടക്കുന്നു. പക്ഷേ, തന്റെ മാതാ-പിതാക്കൾ മരണപ്പെട്ടു എന്നത് ആ യാത്രയിൽ അയാൾ മനസ്സിലാക്കുന്നു. അയാളുടെയാത്ര പള്ളിവഴിയിലേക്ക് ഗതി മാറുന്നു.

മാത്തൻ പള്ളിമുറ്റത്തെത്തുന്നു. തന്നെ മാമ്മോദീസ മുക്കിയ, ചെറുപ്പത്തിൽ വേദപഠനം നടത്തിയ തന്റെ പള്ളി.

പള്ളിയുടെ ഒരു വശത്തായുള്ള കല്ലറകൾക്കിടയിലൂടെ നടന്നുവരുന്ന മാത്തൻ. പേരുകൾ നോക്കി കല്ലറ കണ്ടുപിടിക്കുന്നു. സിമന്റ് തറയുടെ മുകളിൽ തേക്ക്കാട്ടിൽ കുടുംബം എന്ന് വലുതായെഴുതിയിരിക്കുന്നു. അതിനുതാഴെ അതിൽ അടക്കം ചെയ്തിരിക്കുന്ന വല്ല്യപ്പച്ചന്റേയും, വല്ല്യമ്മച്ചിയുടേയും, അമ്മയുടേയും, അപ്പന്റേയും പേരുകളും, ജനന-മരണ തീയതിയും എഴുതിവെച്ചിരിക്കുന്നു. അടുത്തെത്തി നിന്നതിനുശേഷം, വലതുകൈ ഉയർത്തി കല്ലറക്ക് മുകളിൽവെച്ച് ശിരസ്സ് കുനിച്ച അയാളുടെ കണ്ണുകൾ നിറഞ്ഞൊഴുകുന്നു.

"അമ്മേ... അപ്പാ.. മാപ്പ്, ഒരായിരം മാപ്പ്.." മനസ്സിൽ ഒരായിരം തവണ അയാളതാവർത്തിച്ചു. കണ്ണുതുടച്ച് പോകാനായ് തിരിയുമ്പോൾ പള്ളിമതിലിലെ വരികൾ അയാൾ ശ്രദ്ധിക്കുന്നു:-

നാം വിതയ്ക്കുന്നത്,

സുനിൽ ദേവികോട്

ഒരു കുഞ്ഞു നൊമ്പരം

(അനുഭവക്കുറിപ്പ്)

ചെങ്കുത്തായ മലയുടെ മുകളിൽ ആകാശം മുട്ടി നിൽക്കുമ്പോഴാണ് കാൽവഴുതി ആഴങ്ങളിലേക്ക് അലറിക്കൊണ്ട് ഞാൻ വീഴുന്നത്. അഗാധമായ ആഴത്തിലേക്ക് പോയികൊണ്ടിരുന്നപ്പോൾ ഞാൻ ഉച്ചത്തിൽ അലറി നിലവിളിച്ചു. പക്ഷേ ശബ്ദം പുറത്തേക്ക് വരുന്നില്ല. കൊക്കയിലേക്ക് പതിച്ചു പതിച്ചില്ല എന്ന അവസ്ഥയിൽ ഒരു ഞെട്ടലോടെ ഞാൻ ഉണർന്നു. ഒരു സ്വപ്നം കണ്ടുഭയന്നതിന്റെ ജാള്യതയിൽ ലോക്ക്ഡൗണിന്റെ 36-ാം ദിവസത്തിലേക്ക് ഞാൻ കണ്ണുതുറന്നു. സമയം 9 കഴിഞ്ഞിരിക്കുന്നു. ക്ലോക്കിൽ നിന്ന് കണ്ണെടുത്ത് നോക്കിയത് ഭാര്യയുടെ മുഖത്ത്.

"അയ്യോ ഇന്നെന്താ നേരത്തെ എണീറ്റോ?"

അവളുടെ പരിഹാസം കലർന്ന ചോദ്യം. ശരിയാണ്, ലോക്ഡൗൺ ദിനങ്ങൾ എന്നെ ആകെ അലസനും മടിയനുമാക്കി. ചിട്ടവട്ടങ്ങൾ ആകെ തെറ്റിച്ചുകളഞ്ഞു. തലയണയ്ക്കരുകിൽ തപ്പിയപ്പോൾ അവിടെ വച്ചിരുന്ന സന്തതസഹചാരിയെ കാണാനില്ല.

"നീ എന്റെ മൊബൈൽ എടുത്തോ?"

"പിന്നെ....നിങ്ങളെപ്പോലെ രാവിലെ മുതൽ വെറുതെയിരുന്ന് അതിൽ തോണ്ടികളിയല്ലേ എന്റെ പണി. ലേഖചേച്ചി വിളിച്ചിരുന്നു." പിള്ളാര് ശ്രീദേവുമായി സംസാരിച്ചുകൊണ്ട് നിൽക്കുവാ. അതും പറഞ്ഞ് അവൾ അടുക്കളയിലേക്ക് പോയി.

ഒന്നരമാസം കൊണ്ട് ലോക്ക്ഡൗൺ കാരണം വീട്ടിലിരിക്കാൻ തുടങ്ങിയതുമുതൽ അവളുടെ രീതി ഇതാണ്. എന്തു ചോദിച്ചാലും തർക്കുത്തരത്തിലേ മറുപടി പറയൂ. മുമ്പൊക്കെ വർക്ക് കഴിഞ്ഞുവരുമ്പോൾ വീട്ടിൽ നിൽക്കുന്നദിവസങ്ങൾ കുറഞ്ഞു പോകുന്നു എന്നായിരുന്നുപരാതി. ഒരാഴ്ച്ചപോലും മനസ്സമാധാനത്തോടെ വീട്ടിൽ നിൽക്കാൻ പറ്റാത്തത്ര എന്തുതിരക്കാ നിങ്ങൾക്കുള്ളതെന്ന് അവൾ സ്നേഹം കലർത്തിയ പരിഭവത്തിൽ ചോദിക്കുമായിരുന്നു. എന്നാൽ ഇപ്പോൾ നേരെ തിരിച്ചായി. രാവിലെ മുതൽ കണക്ക് പറയാൻ തുടങ്ങും. ലോൺ, ചിട്ടി, പാൽ, പത്രം, അങ്ങനെ അങ്ങനെ..... ഇത് കേൾക്കാതിരിക്കാനായി ഒന്നുപുറത്തേക്കിറങ്ങി കറങ്ങിയിട്ട് വരാമെന്ന് വച്ചാലോ, പോലീസുകാരുടെ കയ്യിലിരിക്കുന്ന ലാത്തിയുടെ കാര്യം ഓർക്കുമ്പോൾ തന്നെ പേടി കാരണം അത് വേണ്ടന്ന് വയ്ക്കും. വീട്ടിലിരുന്നാൽ ഇവളുടെ ദുർമുഖം കാണണം. പുറത്തിറങ്ങിയാൽ പോലീസിന്റെ അടികൊള്ളണം. ചെകുത്താനും കടലിനും ഇടയിൽ അകപ്പെട്ട അവസ്ഥയിലായി. ചുമ്മാതല്ല പണ്ടുള്ളവർ പറയുന്നത്, പണമില്ലങ്കിൽ പിണത്തിന് സമമാണെന്ന്.

ഉമ്മറത്തേക്ക് ഇറങ്ങിയപ്പോൾ ഇളയ മകൻ രാഹുൽ സന്തോഷത്തോടെ ഓടി വന്ന് കെട്ടിപ്പിടിച്ചു.

"അച്ഛാ ഇന്ന് ശ്രീദേവ് വരും" .

"ആണോ?....."

ഞാനും അവന്റെ സന്തോഷത്തിൽ പങ്കു ചേർന്നു. എന്റെ പെങ്ങളുടെ മകനാണ് ശ്രീദേവ്. അവൻ വരുന്ന ദിവസം ഇവൻമാരെ പിടിച്ചാൽ കിട്ടില്ല. മൂത്ത മകൻ പ്രണവ് ശ്രീദേവുമായി സംസാരിച്ചു കൊണ്ട് അങ്ങോട്ടും ഇങ്ങോട്ടും നടക്കുകയാണ്. ലോക്ക്ഡൗൺ നിയന്ത്രണങ്ങൾ തീർത്ത മതിൽകെട്ടുകൾക്കിടയിൽ കിടന്ന് വീർപ്പുമുട്ടിയ അവർക്ക് ശ്രീദേവിന്റെ വരവ് തെല്ലൊന്നുമല്ല ആശ്വാസമേകിയത്.

ഞങ്ങൾ ഇന്ന് അടിച്ചു പൊളിക്കും .

ഫോൺ കട്ട് ചെയ്ത് പ്രണവ് ആഹ്ളാദത്തിൽ തുള്ളിച്ചാടി. സാധാരണയായി മാസത്തിൽ ഒരു തവണയെങ്കിലും അളിയനും കുടുംബവും ഇങ്ങോട്ട് വരുകയോ, ഞങ്ങൾ അങ്ങോട്ട് പോവുകയോ പതിവുള്ളതായിരുന്നു. എന്നാൽ ഇപ്പോൾ മൂന്ന് നാല് മാസമായി പോക്കുവരവുകൾ ഇല്ലാതായിട്ട്. ജനങ്ങളുടെ സകല പ്രതീക്ഷകളെയും തകിടംമറിച്ച ഒരു കുഞ്ഞു വൈറസിന്റെ മുന്നിൽ വൻശക്തികൾ പോലും എന്തുചെയ്യണമെന്നറിയാതെ പകച്ചുനിൽ

ക്കുന്നു. ആ ഭീകര അവസ്ഥക്ക് ഒരു ചെറിയ ശമനം വന്നതിനാലാണ് സർക്കാർ ലോക്ക്ഡൗണിന് ഇളവുകൾ നൽകാൻ തീരുമാനിച്ചത്. അതായിരിക്കാം അവർക്ക് ഇന്ന് വരാൻ തോന്നിയത്.

ബ്രേക്ക്ഫാസ്റ്റ് കഴിച്ചുകൊണ്ടിരുന്നപ്പോൾ രേവതി പറഞ്ഞു, ഇന്നിത്തിരി ചിക്കൻ വാങ്ങണം. മഹേഷേട്ടനും ലേഖ ചേച്ചിയും വരുന്നതല്ലേ, ശ്രീദേവിനാണെങ്കിൽ ചിക്കൻ ഭയങ്കര ഇഷ്ടമാ. അതിന് കട തുറക്കില്ലല്ലോ പിന്നെ എന്തു ചെയ്യും.

"അച്ഛാ നമുക്ക് രാഹുലിന്റെ വിജയനെ തട്ടാം"

പ്രണവ് ഇടയ്ക്കുകയറി പറഞ്ഞു.

"ഓ.. പിന്നേ..... ഞാൻ തരത്തില്ല എന്റെ വിജയനെ"

രാഹുലിന് ദേഷ്യം വന്നു.

എന്റെ അമ്മയുടെ കോഴികുഞ്ഞുങ്ങളെ കാക്കയും പരുന്തും എടുക്കാതെ നോക്കിവളർത്തിയതിന് അമ്മ അവന് സമ്മാനമായി കൊടുത്തതാണ് ആ കോഴിയെ. ബഹുവർണ്ണത്തിൽ മനോഹരമായ അങ്കവാലും, ഇടത്തോട്ട് ലേശം ചാഞ്ഞ പൂവുമായി, പിടക്കോഴികൾക്ക് രക്ഷകനായി തലയെടുപ്പോടെ സ്റ്റൈലിൽ നടക്കുന്ന അതിന് സൂപ്പർസ്റ്റാർ വിജയ്‌യുടെ ആരാധകരായ മക്കൾ ചാർത്തികൊടുത്ത പേരാണ് വിജയ്.

ആദ്യം എതിർത്തെങ്കിലും, സൈക്കിൾ വാങ്ങാനായി കാശ് സ്വരുക്കൂട്ടി വയ്ക്കുന്ന അവന് 500 രൂപ കൊടുക്കാമെന്നുള്ള എന്റെ പ്രലോഭനത്തിൽ വഴങ്ങി കോഴിയെ തരാമെന്ന് അവൻ സമ്മതിച്ചു. കാശ് കയ്യിൽ കിട്ടിയ സന്തോഷത്തിൽ ഒരു പിടി ഗോതമ്പുമായി അവൻ മുറ്റത്തേക്കിറങ്ങി വിജയ്‌യെ വിളിച്ചു. അവന്റെ ശബ്ദം കേട്ടതും എവിടെയോ നിന്ന കോഴിപറന്ന് അവന്റെ അടുക്കലെത്തി. കയ്യിലിരുന്ന ഗോതമ്പുമണികൾ അവൻ കോഴിക്ക് നേരെ നീട്ടി. അത് കൊത്തിതിന്നുന്നത് നോക്കിനിന്ന അവൻ അത് തീർന്നപ്പോൾ അതിന്റെ തലയിൽ തലോടികൊണ്ട് സ്നേഹത്തോടെ തൂക്കി എടുത്തു. കോഴിയുമായി നിൽക്കുന്ന അവനെ കണ്ടപ്പോൾ എനിക്ക് മുൻഷിയിലെ മൊട്ടയെ ഓർമ്മവന്നു.

പത്രം വായിച്ചു കൊണ്ടിരുന്ന ഞാൻ ബൈക്കിന്റെ ശബ്ദം കേട്ടുപുറത്തേയ്ക്കിറങ്ങാൻ തുടങ്ങിയതും ശ്രീദേവ് ഓടി ഉമ്മറത്തെത്തി. കയ്യിലിരുന്ന ചോക്ലേറ്റുകൾ രാഹുലിനും പ്രണവിനും കൊടുത്തു. മൂന്നുപേരും സന്തോഷത്തിൽ മതിമറന്നു. ഞാൻ ശ്രീദേവിനോട് വിശേഷങ്ങൾ ചോദിച്ചു കൊണ്ടിരുന്നപ്പോൾ പെങ്ങളും അളിയനും അച്ഛനെയും അമ്മയെയും കാണാനായി മുറിയി

ലേക്ക് കയറി. കുറച്ചുകഴിഞ്ഞപ്പോൾ അളിയൻ വിശേഷങ്ങൾ ചോദിച്ചുകൊണ്ട് ഉമ്മറത്തേക്ക് വന്നു. കൊറോണ വിശേഷങ്ങളും, പെട്രോൾ വിലവർദ്ധനയും, പുതിയസർക്കാരിന്റെ വിശേഷങ്ങളും, അടിക്കാൻ സാധനം കിട്ടാത്തതിന്റെ ബുദ്ധിമുട്ടും ഒക്കെ പറഞ്ഞിരുന്നപ്പോൾ സമയം പോയതറിഞ്ഞില്ല. അടുക്കളയിൽ നിന്ന് ചിക്കൻ കറിയുടെ മണം ഉമ്മറത്ത് എത്തിയതിന് പിന്നാലെ രേവതി വന്ന് ചോദിച്ചു.

"മണി രണ്ട് കഴിഞ്ഞു, വിശക്കുന്നില്ലേ?"

"പിന്നെ... ഞങ്ങളിതാ എത്തി. വിളമ്പിക്കോ.."

എന്നു പറഞ്ഞുകൊണ്ട് അളിയൻ എണീറ്റു. പിന്നാലെ ഞാനും. കൈകഴുകി ഊണ് കഴിക്കാനായി ഇരുന്നപ്പോൾ രേവതി പറഞ്ഞു

"ഇന്നത്തെ സ്പെഷ്യൽ രാഹുലിന്റെ വിജയ് ചിക്കനാ"

"ആണോ വെറുതെയല്ല ഇത്രയും ടേസ്റ്റ്"

ലേഖ രാഹുലിനെ നോക്കി ചിരിയോടെ പറഞ്ഞു.

"എന്നാൽ അവന് രണ്ട് പീസ് കൂടുതൽ കൊടുക്കണം"

അളിയൻ കളിയാക്കി പറഞ്ഞു. രേവതി കറികൾ വിളമ്പി കൊടുത്തു. എല്ലാരും തമാശകൾ പറഞ്ഞ് സന്തോഷത്തോടെ കഴിച്ചുതുടങ്ങി. പക്ഷേ രാഹുൽ മാത്രം ഒന്നുംകഴിക്കാതെ ചിക്കൻ കറിയിലേക്ക് നോക്കി ആലോചനയിൽ ഇരിക്കുന്നത് ഞാൻ ശ്രദ്ധിച്ചു.

"നീ എന്താടാ കഴിക്കാത്തത്"

ലേഖയുടെ ചോദ്യംകേട്ട് അവൻ മുഖമുയർത്തി നോക്കിയതല്ലാതെ മറുപടി ഒന്നും പറഞ്ഞില്ല. അവന്റെ കണ്ണുകൾ നനഞ്ഞിരുന്നു. ആ കുഞ്ഞു മനസ്സിലെനൊമ്പരം എനിക്ക് ആ കണ്ണുകളിൽ കാണാൻ സാധിച്ചു. സൈക്കിൾ വാങ്ങാനുള്ള കാശ് കിട്ടുമെന്നുള്ള സന്തോഷത്തിൽ അവൻ ആ കോഴിയെ തന്നെങ്കിലും, അതിനോടുള്ള അവന്റെ നിഷ്കളങ്ക സ്നേഹത്തിന്റെ ആഴവും, അടുപ്പവും അത്രയ്ക്കുണ്ടായിരുന്നു. അതിനെക്കുറിച്ചോർത്ത് അവന്റെ കുഞ്ഞു മനസ്സ് പിടയുന്നത് എനിക്ക് മനസ്സിലായി. ഭക്ഷണം കഴിക്കാതെ എഴുന്നേറ്റ് ഉമ്മറത്തേക്കിറങ്ങി അവൻ പുറത്തേക്ക് നോക്കി ഇരുന്നു. അവന്റെ കണ്ണുകൾ അപ്പോഴും നിറഞ്ഞ് ഒഴുകുന്നുണ്ടായിരുന്നു.

സുനിൽ നന്നമ്പ്ര

വെണ്ണൂറയ്യപ്പൻ

വെണ്ണൂറയ്യപ്പൻ വരും... വേഗം തിന്നോ.. ഇല്ലെങ്കിലേ, അയാളുടെ ചാക്കിലിട്ട് നിന്നെ അയാൾ കൊണ്ടുപോകും.. അമ്മയുടെ ആ വാക്കുകൾ കേട്ട് എന്റെ കുഞ്ഞനുജൻ മോട്ടി കുഞ്ഞു വാ തുറക്കും. അമ്മ വായിലേക്ക് ചോറുരുട്ടി വയ്ക്കും.. ചോറ് കഴിക്കാത്ത കുട്ടികളെയാ അയാൾക്കിഷ്ടം... അമ്മയുടെ ആ വാക്കുകൾ കൂടി കേൾക്കുമ്പോൾ അനിയൻ പേടിയോടെ വായിലുള്ളത് വിഴുങ്ങും... അത്രത്തോളമില്ലെങ്കിലും അതേ പേടിതന്നെയായിരുന്നു ഞങ്ങൾ ഏട്ടന്മാരായ നാലുപേർക്കും... വലിയ ഏട്ടന് അത്ര പേടിയില്ല.. എന്നാലും ആദ്യം കഴിച്ചുതീർക്കുന്നത് എട്ടനായിരിക്കും... അതുപേടികൊണ്ടാണോ വിശന്നിട്ടാണോ? അറിയില്ല... ചോറ് തിന്ന് കഴിഞ്ഞാ ഞങ്ങൾ നാലുപേർക്കും അമ്മ ഓരോ ഗ്ലാസ് വെള്ളം തരും... വെള്ളത്തിന് വല്ലാത്ത ക്ഷാമമാണ്.. അതുമായി ഞങ്ങൾ പുരയിടത്തിലെ വരമ്പിലുള്ള വാഴയുടെ അടുത്തെത്തും.. വാഴ ച്ചോട്ടിൽ കൈ കഴുകും.. ഞാൻ കൈകഴുകുന്ന വാഴ എന്റേതാ.. ഞങ്ങളുടെ വലിപ്പചെറുപ്പമനുസരിച്ച് ഞങ്ങൾ അഞ്ചുപേർക്ക് അച്ഛൻ വാഴയെ ഭാഗിച്ചു... വലിയ വാഴ ബാബുവേട്ടന്. അതിനു താഴെ എനിക്ക്.. ഏറ്റവും താഴെ അനിയൻ മോട്ടിക്ക് കുഞ്ഞുവാഴ... അവന്റെ മൂത്തവൻ 'കുഞ്ഞ'ന് കുറച്ചൂടെ വലിയവാഴ... എന്റെ താഴെയും 'കുഞ്ഞ'ന്റെ ഏട്ടനുമായ 'കുട്ട'ന് പക്ഷെ ബാബുവേട്ടനേക്കാൾ വലിയ വാഴയാണ്.. ഒരു കുലച്ച വാഴ, അതിന്റെ പഴുപ്പിച്ച

പഴം കഴിച്ച് ഇഷ്ടം തോന്നിയതാണോ എന്തോ, അവന് ആ വാഴ മതി. അത് ഇനിയും കുലക്കുമത്രെ. അതുകൊണ്ട് അതിനെ വെട്ടാൻ അവൻ സമ്മതിക്കില്ല.. അവനും ഞങ്ങളെപോലെ ആ വാഴക്ക് ചോട്ടിൽ കൈ കഴുകി... എല്ലാവരും കൈകഴുകിയ ശേഷം വാഴയെ ഒന്നുനോക്കി, ഇരുട്ടിലേ ആകാശത്തേക്ക് വളർന്ന് നിൽക്കുന്ന അഞ്ചുവാഴകൾ.. വാഴ വളരുന്നുണ്ടോ? ഉണ്ട്. ചെറുതായി വളരുന്നുണ്ടെന്ന് മനസ്സിൽ ഉറപ്പിച്ചു... മുറ്റത്ത് കിടക്കുന്ന പ്ലാവിലകളെല്ലാം പെറുക്കി ഞങ്ങൾ ഓരോരുത്തരും അതിന് വളമാക്കാറുണ്ട്. പിന്നെങ്ങനെ വളരാതിരിക്കും..

നായരുടെ പറമ്പിന്റെ തെക്കേ അറ്റത്ത് ഒരു വെട്ടം കണ്ടതും ആരോ ആഹ്ലാദത്തോടെ ചിരിച്ചു.. ഞങ്ങളെല്ലാം അങ്ങോട് നോക്കി, അച്ഛനാണ്.. പോസ്റ്റമാൻ.. വീടിനും കുറച്ച് ദൂരെയാണ് അച്ഛന്റെ ഓഫീസ്, അതിനാൽ ഇരുട്ടിയത്തിനു ശേഷമേ വീട്ടിലെത്തു.. ചിരട്ടയിൽ കുത്തി വച്ച മെഴുകുതിരി അച്ഛന്റെ വലതുകൈയിൽ വായുവിൽ ഊഞ്ഞാലാടുന്നു... ഇടതുകൈയിലെ സഞ്ചിയിൽ നിറയെ വീട്ടുസാധനങ്ങൾ, കൂട്ടത്തിൽ എന്തെങ്കിലും നല്ല മീനും കാണും.. ഇടതുതോളിൽ കനംകൂടിയ ഒരു തുണിസഞ്ചിയുമായി അച്ഛൻ വീട്ടിലേക്ക് കയറിവന്നു.. ഞങ്ങളെലാം അച്ഛനൊപ്പം കൂടി.. അച്ഛൻ സഞ്ചിയിൽനിന്നും അച്ചപ്പം പുറത്തെടുത്ത് എല്ലാർക്കും വീതിച്ചു.. അച്ഛന് രണ്ടെണ്ണം! ഞങ്ങളെല്ലാം വേഗം തിന്നുതീർക്കും... അമ്മയോടുള്ള സംസാരത്തിലായതിനാൽ അച്ഛൻ പതുക്കെയേ തിന്നു.. അതിനിടയിൽ അച്ഛന്റെ നോട്ടം ഞങ്ങളിൽ പതിയും. പിന്നെ അത് ഞങ്ങൾക്ക് വീതിച്ചു കിട്ടും.. അപ്പോഴേക്കും അമ്മ മീനെടുത്ത് ചട്ടിയിൽ ഇട്ടിട്ടുണ്ടാകും. ഇഷ്ടപെട്ട മീനാണെങ്കിൽ വീതിച്ചുകിട്ടിയ അച്ചപ്പം ഞങ്ങൾ പതുക്കെയേ കഴിക്കു.. മീൻ വെന്ത് പാത്രത്തിലാവുമ്പോഴേക്കും അനിയന്മാർ ഉറങ്ങിയിട്ടുണ്ടാകും.. അത് മനസിലാക്കിയാണ്. അമ്മ ചോറ് നേരത്തെതരുന്നത്... ഞാനും ഏട്ടനും പകുത്തുകിട്ടിയ മീൻ അച്ഛനും അമ്മയ്ക്കും അരികിലിരുന്നു കഴിക്കും.. ഈ സമയമാണ് അച്ഛനത് എടുത്തിട്ടത്, വെണ്ണൂറയ്യപ്പൻ നാളെ വെണ്ണൂർ വാങ്ങാൻ വീട്ടിൽ വരുമത്രെ.. എനിക്ക് പേടിയായി.. അമ്മ പറയുന്ന വെണ്ണൂറയ്യപ്പനിലേക്ക് എന്റെ മനസ്സ് സഞ്ചരിച്ചു... ചുവന്ന കണ്ണുള്ള, നീണ്ടമൂക്കുള്ള, മുകളിലേക്ക് വളരുന്ന കൊമ്പൻ മീശയുള്ള, ചുക്കിചുളിഞ്ഞ തൊലിക്കുമേൽ കട്ടിയായി വളരുന്ന വലിയ രോമങ്ങളുള്ള പ്രായം കൂടിയ ഒരാൾ... മിക്കവാറും വലിയ കൈലികൊണ്ട് തലയിൽ കെട്ടുണ്ടാകും.. കട്ടികൂടിയ കുപ്പായം..

ഉയർത്തികെട്ടി ഉടുത്ത കൈലി.. പിന്നെ തോളിൽ അമർന്നുകിടക്കുന്ന ചണചാക്ക്... മറ്റുള്ളവർ ഉപയോഗിച്ചു കളഞ്ഞ ബീഡികുറ്റികൾ പെറുക്കിയെടുത്ത് അത് കത്തിച്ച് വലിച്ച് സന്തോഷം കണ്ടെത്തുന്നയാൾ... ഒത്തുകിട്ടിയാൽ അയാൾ കുട്ടികളെ ചാക്കിലാക്കി കൊണ്ടുപോകുമത്രേ... രാത്രി എനിക്ക് ഉറങ്ങാൻ കഴിഞ്ഞില്ല... ഞാനൊന്ന് ചരിഞ്ഞുകിടന്നപ്പോൾ ഏട്ടൻ എന്നെ നോക്കികിടക്കുന്നു..., വെണ്ണൂറയ്യപ്പൻ മ്മടെ വെണ്ണൂറൊക്കെ കൊണ്ടുപോകൂന്ന്... മ്മടെ വാഴക്ക് ഇടാതെയാ അച്ഛനത് വെണ്ണൂറയ്യപ്പന് വിറ്റത്.. ഏട്ടന്റെ മനസ്സുനിറയെ വാഴയോടുള്ള സ്നേഹമാ..

പിറ്റേന്ന് അമ്മ കാണാതെ ഞങ്ങൾ ആ വെണ്ണൂർ ചിരട്ടകളിലാക്കി വാഴക്ക് വളമായി ഇട്ടുകൊടുത്തു.. കുഞ്ഞനുജൻ മോട്ടിയുടെ വാഴക്ക് ഏട്ടനും വളമിട്ടു... കാൽ ചാക്ക് ബാക്കിആയപ്പോൾ ഏട്ടൻ പറഞ്ഞു, ഇനി മതി.. ഞങ്ങളെല്ലാം പിന്നെ പല പല കളികളിലേക്ക് പോയെങ്കിലും കണ്ണുകൾ നായരുടെ പറമ്പിന്റെ അങ്ങേയറ്റതാണ്.. വെണ്ണൂറയ്യപ്പൻ വരുന്നുണ്ടോ... വന്ന് വെണ്ണൂർ ഇല്ലെന്നറിഞ്ഞാ എന്തായിരിക്കും സംഭവിക്കുക... ഞങ്ങൾ നാലുപേർക്കും നല്ലപേടിയുണ്ട്..

ഞങ്ങളുടെ നോട്ടത്തിനവസാനം ദൂരെ ആരോവരുന്നത് കണ്ടു... അതായിരിക്കും വെണ്ണൂറയ്യപ്പൻ, ഏട്ടൻ പതുക്കെപറഞ്ഞു... പറഞ്ഞുതീർന്നതും ഏട്ടൻ മുങ്ങി... പുറകെ ഞങ്ങൾ മൂന്നുപേരും...

വിറകുപുരയുടെ ഓലകൊടികൾക്കിടയിലൂടെ ഞാൻ വെണ്ണൂറയ്യപ്പനെ നോക്കികാണുകയാണ്... നീണ്ടുനിവർന്ന, പഴകിയ കുപ്പായമിട്ട വലിയൊരു വൃദ്ധൻ... തോളിൽ ചണചാക്ക്.. അമ്മ പറഞ്ഞതുപോലെതന്നെ പേടിയാകും ആളെ കണ്ടാൽ... അനിയന്മാർ എട്ടനുപുറകിലേക്ക് മറഞ്ഞുനിന്ന് അയാളെനോക്കുന്നു.. പോക്കറ്റിൽനിന്നും ഒരു മുറിബീഡിയെടുത്ത് തീപ്പെട്ടിയുരച്ച് കത്തിച്ച് അയാൾ മുന്നോട്ടുവരുന്നു... ഞങ്ങളെല്ലാം പേടിയോടെ നിൽക്കുന്നതിനിടയിൽ എളിയിൽ മോട്ടിയെയും എടുത്ത് അമ്മ അയാൾക്കടുത്തേയ്ക്ക് ചെന്ന് എന്തൊക്കെയോ പറയുന്നു.... പിന്നെ അയാളെ അടുക്കളയ്ക്ക് അരികിലെ വെണ്ണൂർചാക്ക് ഇരിയ്ക്കുന്നിടത്തേയ്ക്ക് കൊണ്ടുവരുന്നു.. വെണ്ണൂർചാക്കിനടുത്തെത്തിയ അമ്മ അന്തിച്ച് നിൽക്കുന്നു... ചാക്ക് ഉയർത്തിനോക്കി ദേഷ്യത്തിൽ ചാക്ക് നിലത്തേക്ക് വെയ്ക്കുന്ന വെണ്ണൂറയ്യപ്പൻ.... എന്തും സംഭവിക്കാവുന്ന അവസ്ഥ. ഞങ്ങൾക്കെല്ലാം പേടിയായി... ഇതിനിടയിൽ അമ്മയുടെ

നോട്ടം വാഴയുടെ ചുവട്ടിലേയ്ക്കായി... പിന്നെ ദേഷ്യത്തിൽ അമ്മ നീട്ടി വിളിച്ചു.. ബാബുവേ...സുനിയേ.... ഞങ്ങൾ മിണ്ടിയില്ല... കുട്ടാ... അമ്മയുടെ വിളി പിന്നേം...

വാഴത്തടത്തിലേക്ക് വരുന്ന വെണ്ണൂറയ്യപ്പൻ... അത് ശരി, ചെക്കന്മാര് വാഴക്കൃഷിയിലേക്ക് തിരിഞ്ഞാ.. പിന്നെ ഇതായിട്ടെന്തിനാ മാളുബാക്കിയിടുന്നത്.. ഇതും വാഴച്ചോട്ടിൽ കിടക്കട്ടെ... ഇനിയുള്ളത് അടുത്തപ്രാവിശ്യം ഇടുത്തൊളാം... അതുംപറഞ്ഞ് ചാക്കിലെ വെണ്ണൂർ വാഴതടത്തിലേക്ക് തട്ടുന്ന വെണ്ണൂറയ്യപ്പൻ... ശേഷം നടന്നുപോകുന്ന വെണ്ണൂറയ്യപ്പനെ ഞങ്ങൾ നോക്കിനിന്നു... എന്ത് നല്ല ആള്... മനസ്സങ്ങനെ മന്ത്രിച്ചു... വെണ്ണൂറയ്യപ്പനോടുള്ള പേടി പതുക്കെ മാറിയെങ്കിലും അമ്മയുടെ ദേഷ്യത്തോടെയുള്ള നിൽപ്പ് കണ്ട് ഞങ്ങളുടെപേടി അധികരിച്ചു..

പിന്നെ ഞങ്ങൾ പറമ്പിൽ കളിയായി... അമ്മയുടെ വിളി ഇടയ്ക്ക് കേൾക്കാം, ശകാരവും.. അമ്മയുടെ കൺവെട്ടത്ത് ഉണ്ടെങ്കിലും ഞങ്ങളാരും പിടികൊടുത്തിട്ടില്ല... ഞങ്ങടെ ഭാഗ്യം, അച്ഛൻ അന്ന് നേരത്തെവന്നു... കൈയ്യിൽ മെഴുകുതിരിയില്ല.. പതിവുപോലെ തോളിലെ സഞ്ചിയും, സാധനങ്ങളുടെ സഞ്ചിയും... അച്ഛന്റെ നേരത്തെയുള്ള വരവ് ഞങ്ങളിൽ കുളിർമഴ പെയ്യിച്ചു.. പതുക്കെ ഞങ്ങൾ അച്ഛനടുത്തേക്ക് നീങ്ങി.. പിന്നെ അമ്മക്കടുത്തേക്കും.. അങ്ങനെ അച്ഛനെന്ന തണൽമരത്തിന്റെ ചോട്ടിൽ ഞങ്ങൾ പേടിയില്ലാതെ നിന്നു.. അമ്മ ഒന്നും ചെയ്യില്ല എന്ന വിശ്വാസത്തോടെതന്നെ..

വിട്ടുപിരിഞ്ഞ വെണ്ണൂറയ്യപ്പേട്ടന് സമർപ്പണം..

ആരോമൽ ശിവ

മരണകാരണം

മരണം നടന്ന ആ വീടിന്റെ മുന്നിലേക്ക് ഒരു പോലീസ് ജീപ്പ് വന്നുനിൽക്കുന്നു. ജീപ്പിൽ നിന്ന് CI അലക്സി ഇറങ്ങുന്നു. കൂടെ മറ്റുപോലീസുകാരും. മരണം നടന്ന ആ മുറിയിലേക്ക് അയാൾ കടക്കുന്നു .

കിടക്കയിൽ 28 വയസ്സ് തോന്നിക്കുന്ന ഒരു യുവാവ് മരിച്ചു കിടക്കുന്നു. കയ്യിൽ ഒരു വിഷക്കുപ്പിയുണ്ട്. വായിൽ നിന്ന് നുരയും പതയും വന്നിരിക്കുന്നു. മുറിയിലുണ്ടായിരുന്ന CI ജാഫർ അലക്സി യോടായ് പറയുന്നു .

"ജാഫർ: - ആത്മഹത്യ തന്നെയാണ് സാർ".

അലക്സി അത് ശ്രദ്ധിച്ചതായ് ഭാവിക്കുന്നില്ല. അയാൾ മുറി മുഴുവൻ വീക്ഷിച്ചുകൊണ്ടിരിക്കുന്നു .

CI അലക്സി മുറിമുഴുവൻ പരിശോധിക്കുന്നത് ജാഫർ നോക്കിനിൽക്കുന്നു. ഇതൊക്കെക്കണ്ട് അലക്സി എന്താണ് തിരയു ന്നതെന്ന ചിന്തയിൽ ജാഫർ ചോദിക്കുന്നു.

"ജാഫർ :- സാർ ഇതൊരു, ആത്മഹത്യ തന്നെയല്ലെ!"

പിന്നെ എന്തിനാണ് ഇത്രതിരയുന്നത് എന്നചിന്ത ജാഫറി ന്റെ വാക്കുകളിലും നിഴലിക്കുന്നുണ്ട് .

അലക്സി ജാഫറിനെ ഒന്നു നോക്കി, എന്നിട്ട് പറഞ്ഞു .

"അലക്സി:- ആത്മഹത്യയായാലും, കൊലപാതകമാ യാലും ഒരു കാരണമുണ്ടാകില്ലെ?" ഞാൻ അതാണ് തിരയുന്നത്.

അലക്സി എന്നിട്ട് മുറിമൊത്തം വീണ്ടുംനോക്കുന്നു, ആകെ അലങ്കോലപ്പെട്ടു കിടക്കുന്നു. മുറി വൃത്തിയാക്കിയിട്ട് മാസങ്ങളായിരിക്കുന്നു .

അലക്സിയുടെ ചിന്തകളിലൂടെ പലതും കടന്നുപോകുന്നു. അയാൾ വീടിന്റെ ബാക്കിയുള്ള മുറിയിലേക്ക് നിന്നസ്ഥലത്ത് നിന്നുകൊണ്ടുതന്നെ നോക്കുന്നു. അതെല്ലാം നല്ലവൃത്തിയായ് കിടക്കുന്നു. അലക്സി മുറിയ്ക്ക് പുറത്തേക്ക് ഒന്നുനോക്കുന്നു. മരിച്ചുകിടക്കുന്ന യുവാവിന്റെ അമ്മയിരുന്നു കരയുന്നു. അവരെ കൂടെയുള്ളവർ സമാധാനിപ്പിക്കുന്നുണ്ട് .

പക്ഷെ അവർ കരഞ്ഞു കൊണ്ടിരിക്കുകയാണ് .

ഇതുകണ്ട് ജാഫർ അലക്സിയോട് പറയുന്നു .

"ജാഫർ :- മരിച്ചയാൾക്ക് അമ്മ മാത്രമുള്ളൂ സാർ, അച്ഛൻ ചെറുപ്പത്തിലെ മരിച്ചു".

അലക്സി വീണ്ടും, മുറി പരിശോധിക്കാൻ തുടങ്ങി. മുറിയിൽ പുറത്തുനിന്ന് വാങ്ങിക്കൊണ്ടുവന്ന ഭക്ഷണസാധനങ്ങൾ ചിതറികിടക്കുന്നു. പാഴ്സലായ് വാങ്ങിക്കൊണ്ടുവന്ന ഭക്ഷണ അവശിഷ്ടങ്ങളെല്ലാം ഉണങ്ങിയിരിക്കുന്നു. അതുമുറിയിൽ അവിടെയിവിടെയായ് ചിതറിക്കിടക്കുന്നു.

മുറിയിൽ ബുക്കുകൾക്കിടയിൽ അലക്സി പരതി. അതൊക്കെ പൊടിപിടിച്ചു ഇരിക്കുകയാണ്. ഒരുവർഷം മുൻപത്തെ പരീക്ഷ ഹാൾടിക്കറ്റുകൾ കൂട്ടിയിട്ടിരിക്കുന്നു.

അവന്റെ മുറിയിലെ ഭിത്തിയിൽ ഒരുപാട് സ്പോർട്ട്സ് താരങ്ങളുടെ ചിത്രങ്ങൾ. അതിനു താഴെയായി മൂലയിൽ പകുതി തീർത്ത മദ്യകുപ്പി, പിന്നെ ഒഴിഞ്ഞ മദ്യകുപ്പികളും.

അലക്സി മുറിയിലെ, മേശയുടെ ഇടയിൽ ഒക്കെ നോക്കുന്നു. അങ്ങനെ നോക്കി ഒരു ബുക്കിന്റെ ഇടയിൽനിന്ന് ഒരുപൊതി കഞ്ചാവ് കണ്ടെടുക്കുന്നു. ഉപയോഗിച്ചശേഷം ഈ കഞ്ചാവ് പൊതികളും ചിതറികിടക്കുന്നു. വലിച്ചു തള്ളിയത്തിന്റെ ചാരങ്ങളും മേശയിൽ കിടക്കുന്നു .

ഇതൊക്കെകണ്ട് ഒന്നും മനസ്സിലാകാതെ ജാഫർ വീണ്ടും ചോദിക്കുന്നു .

"ജാഫർ :- സാർ, ഇത് ഒരു ആത്മഹത്യ തന്നെയല്ലെ?."

"അലക്സി :- ങ്ും, ഒരു കാരണമുണ്ടാകില്ലെ ജാഫറെ..., ഞാൻ അതാണ് തിരയുന്നത്".

അലക്സി മരിച്ചുകിടക്കുന്ന യുവാവിന്റെ കൈവിരലുകളിലേക്ക് നോക്കുന്നു.

ചോറു ഉണങ്ങിയിരിക്കുന്നത് ശ്രദ്ധിക്കുന്നു. ഇന്നലെ ആഹാരം കഴിച്ചശേഷം കൈകഴുകിയിരുന്നില്ല എന്ന് അലക്സിയ്ക്ക് മനസ്സിലാകുന്നു. അലക്സി ആ മുറിയിൽ നിന്ന് കണ്ണുകൾ അടച്ചുകൊണ്ട്, എന്തായിരിക്കും നടന്നതെന്ന് ചിന്തിച്ചുകൊണ്ടിരുന്നു. നടന്നകാര്യങ്ങളും, ആ യുവാവിനെ ആത്മഹത്യയിലേക്ക് നയിച്ചകാര്യങ്ങളും അലക്സിയുടെ മനസ്സിൽ തെളിഞ്ഞുവന്നു.

അലക്സി നേരെ പുറത്തേക്കിറങ്ങി, എന്നിട്ട് ആ യുവാവിന്റെ അമ്മയെ വിളിക്കുന്നു .

അവർ പതിയെ എഴുന്നേറ്റ് അലക്സിയുടെ അടുത്തേക്ക് വരുന്നു. കരഞ്ഞകണ്ണുകൾ അവർ സാരിത്തുമ്പുകൊണ്ട് തുത്തുകൊണ്ടിരിക്കുന്നു.

അലക്സി അവരുടെ മുഖത്തെ വിഷമം മനസ്സിലാക്കിക്കൊണ്ട് ആ ചോദ്യം ചോദിക്കുന്നു .

"അലക്സി:- ഇന്നലെ അവൻ ആഹാരം കഴിച്ചു കൊണ്ടിരുന്നപ്പോൾ നിങ്ങൾ എന്താണ് അവനോട് പറഞ്ഞത്?"

ഇതുകേട്ടയുടനെ അവർ പൊട്ടിക്കരയാൻ തുടങ്ങി. ചുറ്റുമുണ്ടായിരുന്ന ആളുകൾ അവരെ സമാധാനിപ്പിക്കാൻ നോക്കുന്നു. പക്ഷെ അവർ പൊട്ടിക്കരഞ്ഞു കൊണ്ടുതന്നെ നിൽക്കുന്നു. അലക്സി അവിടെ നിൽക്കാതെ പുറത്ത് ജീപ്പിന്റെ അടുത്തേക്ക് നടന്നു. ജാഫർ പുറകെയോടി ചെന്നു. എന്താണ് ഇതൊക്കെ എന്ന ചിന്ത ജാഫറിന്റെ മുഖത്തുമുണ്ട് .

അയാൾ പതിയെ വിളിച്ചു .

"ജാഫർ: സാർ"

അലക്സി മനസ്സിൽ കണ്ടത് ജാഫറിനോട് വിവരിക്കാൻ തുടങ്ങി. ജാഫർ അത് ശ്രദ്ധയോടെ കേട്ടുനിന്നു .

"അലക്സി :- ജാഫറെ.. ആ പയ്യനു വീടുമായിട്ട് വല്ല്യ ബന്ധമൊന്നുമില്ലായിരുന്നു. മുറി വൃത്തിയാക്കിയിട്ട് മാസങ്ങൾ ആയിരിക്കുന്നു. അമ്മയെ അവൻ മുറിയിൽ കയറ്റിയിരുന്നില്ല. വീടിന്റെ ബാക്കി മുറികളൊക്കെ നല്ല വൃത്തിയാണ്. അവൻ ഭയങ്കര അംബീഷ്യസ് ആയ ഒരു കുട്ടിയായിരുന്നു. ചുവരിലെ പല സ്പോർട്ടസ് ചിത്രങ്ങളും അതിനൊരു ചെറിയ ഒരുതെളിവാണ്. പക്ഷെ അതിനിടയിൽ അവൻ എപ്പോഴൊ കഞ്ചാവിനു അടിമയായ് മാറിയിരിന്നു. വീട്ടിൽനിന്ന് ആഹാരം കഴിക്കാതെ പുറത്തുനിന്ന് ഭക്ഷണം

കൊണ്ടുവന്ന് കഴിക്കാൻ തുടങ്ങിയിരുന്നു. അത്രയ്ക്ക് അവൻ വീടുമായി അകന്നു ജീവിച്ചിരുന്നു. പക്ഷെ കഴിഞ്ഞ ഒരാഴ്ചയായിട്ട് അവൻ പുറത്തുനിന്ന് ഭക്ഷണം കഴിച്ചിരുന്നില്ല, പണം തീർന്നിട്ടുണ്ടാകാം, അല്ലെങ്കിൽ ആരോഗ്യം മോശമായിരുന്നിരിക്കാം. അതിനുള്ള തെളിവാണ് അവൻ വാങ്ങിക്കൊണ്ടുവന്ന പാഴ്സലുകൾ എല്ലാം ഉണങ്ങിയ ഭക്ഷണഅവശിഷ്ടങ്ങളായി കിടക്കുന്നത്. അതായത് പാഴ്സലുകൾ അടുത്തായി അവൻ വാങ്ങിയിരുന്നില്ലായെന്ന്. പക്ഷെ അവന്റെ കയ്യിലെ ഉണങ്ങിയ ചോറിനു അത്രപഴക്കമില്ല. അതിനർത്ഥം അവൻ ഇന്നലെരാത്രി വീട്ടിൽനിന്നാണ് ആഹാരം കഴിച്ചിരിക്കുന്നത്. അവന്റെ അവസ്ഥകണ്ട് അമ്മ നിർബന്ധിച്ചു കഴിപ്പിച്ചതായിരിക്കാം. അതിനിടയിലാകും അവന്റെ അമ്മ അവനോട് ആ കാര്യം ചോദിച്ചിട്ടുണ്ടാകുക.

"ജാഫർ :- എത് കാര്യം സാർ...!"

ജാഫറിനു ആകാംഷയായ് .

"അലക്സി :- അവന്റെ മുറിയിലെ ഒരു വർഷം മുൻപത്തെ ഹാൾടിക്കറ്റ് മൊത്തം സപ്ലി പരീക്ഷയുടേതാണ്".

അവൻ ഒരുപാട് പരീക്ഷകളിൽ തോറ്റിരുന്നു.

"അമ്മ ചിലപ്പോൾ, ആ കാര്യം, പരീക്ഷ എഴുതുന്നതിനെ പറ്റിയാകും ചോദിച്ചിരിക്കുക. അതു ചിലപ്പോൾ അവനിൽ കൂടുതൽ കുറ്റബോധമൊ, അല്ലെങ്കിൽ കൂടുതൽ ദേഷ്യമോ സൃഷ്ടിച്ചിട്ടുണ്ടാകാം".

"ജാഫർ :- അപ്പോ, അവര് വഴക്ക് പറഞ്ഞതുകൊണ്ടാണൊ, അവൻ ആത്മഹത്യ ചെയ്തത്?".

"അലക്സി :- ഒരിക്കലുമല്ല ജാഫറെ, മരണം നടന്നത് പ്രഥമാദൃഷ്ടിയാൽ പോയിസൺ അകത്തുചെന്നാണ്. അതിനർത്ഥം ആത്മഹത്യ ചെയ്യണമെന്ന തീരുമാനം അവൻ നേരത്തെ എടുത്തതാണ്. അതുകൊണ്ടാണ് പോയിസൺ, കയ്യിൽകൊണ്ടു നടന്നത്. സാധാരണ പെട്ടെന്ന് മരിക്കുന്നൊരാൾ പോയിസൺ ഉയോഗിക്കില്ല. കീടനാശികൾ കഴിക്കാനായിട്ട് ഇവിടെ കൃഷിയുമില്ല. അപ്പോൾ ഉറപ്പായും അവൻ ഈ ആത്മഹത്യ മുൻകൂട്ടി അതാണ്. പിന്നെ അമ്മ ഇതിൽ ഒരു തെറ്റുകാരിയല്ല. ഏതൊരമ്മയും ചോദിക്കേണ്ട കാര്യം തന്നെയാണ് അവർ ചോദിച്ചത്. പക്ഷെ അവൻ അതിനുമപ്പുറം അടിമയായ് മാറിയിരുന്നു".

"ജാഫർ :- അവൻ പോയിസൺ, ഉപയോഗിച്ചത് ഇവര് അറിയാത്തത് എന്തായിരിക്കും കാരണം. മകനെ ഇത്ര ശ്രദ്ധിക്കുന്ന

അമ്മയാണെങ്കിൽ. അലക്സി :- മദ്യത്തിൽ ചേർത്ത് കഴിച്ചിട്ടുണ്ടാകും, പകുതിതീർത്ത കുപ്പി മുറിയിൽ ഉണ്ടല്ലൊ. അബോധാവസ്ഥയിൽ മരണവും സംഭവിച്ചിട്ടുണ്ടാകും, എന്തായാലും ബോഡി പോസ്റ്റ്മോർട്ടത്തിന് അയക്കൂ ..."

ജാഫറിന്റെ മുഖത്ത് ഒരു തെളിച്ചം വീഴുന്നു.

"ജാഫർ :- ശരി സാർ...."

അലക്സി ജീപ്പിൽ കയറിപോകുന്നു. ജീപ്പ് പതിയെനീങ്ങിക്കൊണ്ടിരിക്കുന്നു.

അലക്സിയുടെ മനസ്സിൽ ആവാക്കുകൾ മുഴക്കിക്കൊണ്ടിരുന്നു .

"എത് മരണത്തിനും കാരണമുണ്ടാകും".

ഒരു മരണകാരണം.

അലക്സിയുടെ മൊബൈൽ റിംഗ് ചെയ്തു.

"അലക്സി :- ഹലോ....."

"കോൺസ്റ്റബിൾ:- സാർ, ബീച്ച്റോഡിൽ ഒരു കൊലപാതകം".

"അലക്സി :- ഞാൻ എത്തി"

അലക്സി ഡ്രൈവറോടു പറഞ്ഞു.

"അലക്സി :- ബീച്ച് റോഡിലേക്ക് പോട്ടെ.... വണ്ടി അവിടെ എത്തിയിരിക്കുന്നു".

അലക്സി ജീപ്പിൽ നിന്ന് ഇറങ്ങി .

"കോൺസ്റ്റബിൾ :- സാർ, ബൂട്ട്മാർക്ക് മാത്രമുള്ളൂ.. മണലിലാണ്, 9 ഇഞ്ച്".

"അലക്സി:- അപ്പൊ, 9 ഇഞ്ചിനുമുകളിൽ, കാൽപാദത്തിനു നീളമുള്ള ആൾ".

"കോൺസ്റ്റബിൾ :- മനസ്സിലായില്ല.... സാർ ..."

"അലക്സി:- മണലിൽ ബൂട്ട്മാർക്ക് സൃഷ്ട്ടിക്കപ്പെടുന്നതിനേക്കാൾ വലുതായിരിക്കും യഥാർത്ഥകാൽപാദ അളവ്. കാരണം മണലിൽ ചവിട്ടുമ്പോൾ കുഴിഞ്ഞുപോകുന്നത് വഴി വശങ്ങളിലെ മണൽത്തരികൾ അതിലേക്ക് വീണ് അളവ് ചെറുതാകുന്നു".

അലക്സി ചിരിച്ചു,

എന്നിട്ട്, കൊലപാതകം നടന്ന വീട്ടിലേക്ക്നടന്നു. ഒരിക്കലും പിടിക്കപ്പെടില്ല എന്ന ആത്മവിശ്വാസത്തിൽ ഇരിക്കുന്ന ആ കൊലയാളിയെ തേടി..

ദിവ്യേഷ് വി ആർ

അസ്തമയത്തിലെ വിലാപം

വൈകുന്നേരത്തെ നല്ല ഇളംകാറ്റിൽ തിരമാലകളെ നോക്കി നിൽക്കുകയായിരുന്നു ഞാൻ. അസ്തമയസൂര്യന്റെ ശോഭ ആ കട ലിനെ ആകമാനം പുണർന്നിരിക്കുന്നു. തിരമാലകളെ തൊടാൻ അനുവദിക്കാതെ ഓടുന്ന കുട്ടികൾ. മറ്റുചിലരാകട്ടെ തിരമാലയിൽ നനഞ്ഞിരിക്കുന്നു. ചിലർ മണൽതരികളിൽ എന്തൊക്കെയോക്കുറി ക്കുന്നുണ്ട്. എന്നിട്ട് അവർ അടുത്ത വരാൻപോകുന്ന വലിയ തിര മാലയെ കാത്തുനിൽക്കുന്നു. എഴുതിയ വാക്കുകൾ മായ്ച്ച് തിരമാല കളെ നോക്കിയുള്ള ചിലരുടെ സന്തോഷം. പലതരം കച്ചവടക്കാർ. അതിനിടയിലൂടെ ഒരു പയ്യൻ കപ്പലണ്ടിയുമായിവന്നു. വേണ്ട കയ്യിൽ പൈസകുറവാണ്. എന്നാലും സാരമില്ല. അവനെ കണ്ടിട്ട് വാങ്ങാതെ വിടാൻ തോന്നിയില്ല. അങ്ങനെ പത്തുരൂപ കൊടുത്തു ഞാനും വാങ്ങി ഒരെണ്ണം. കുറെ ചെറിയകച്ചവടക്കാർ ഒരു ചെറിയ കടപോലെ ഉണ്ടാക്കുന്നു കുറെകഴിഞ്ഞപ്പോ അവർ അതുപൂർത്തി യാക്കുന്നു. അവർ പലതരത്തിലുള്ള പലഹാരങ്ങൾ ഉണ്ടാക്കി കുറെ പാത്രങ്ങളിൽ ആക്കിനിറച്ചു. ആ സമയം തന്നെ അവ ചൂടോടെ കഴിക്കാൻ ആൾക്കാരുമെത്തി. ഒരു പയ്യനും അവന്റെ അമ്മ എന്നു തോന്നിക്കുന്ന ഒരു സ്ത്രീയും ആണ് നടത്തിപ്പുകാർ. എല്ലാം തയ്യാറാക്കി അങ്ങനെ അവർ കച്ചവടം ആരംഭിക്കുന്നു.

അടങ്ങിയ നാലംഗസംഘം അതുവഴിവരുന്നത്. കുറെ കടക്കാരോട് അവർ എന്തൊക്കെയോ പറയുന്നു. അപ്പോഴാണ് ഞാനും അത് ശ്രദ്ധിക്കുന്നത്. അവർ കച്ചവടക്കാരോട് ഒഴിഞ്ഞു പോകാൻ ആവശ്യപ്പെടുന്നു. അവർ ആ അമ്മയുടെയും മകന്റെയും അടുത്തേക്ക് എത്തി അവരുടെ മുഖത്തെ നിസ്സഹായവസ്ഥ ഞാൻ ശ്രദ്ധിച്ചു. അവർ വളരെ വിഷമത്തോടെ എന്തൊക്കെയോ പറയുന്നുണ്ടായിരുന്നു ഒരു യാചനയുടെഭാവം അതിൽ ഞാൻ കണ്ടു. വേറെവഴികൾ ഒന്നുമില്ലാതെ ഓരോസാധനങ്ങളും അവർ പെറുക്കിവയ്ക്കുന്നു.

ഞാൻ അവരുടെ അടുത്തേക്ക് ചെന്നുകാര്യം അന്വേഷിച്ചു. ഫുഡ്സേഫ്റ്റിയുടെ ആൾക്കാർ ആണെന്നും ഇവിടെ കച്ചവടം നടത്താൻ കഴിയില്ല എന്നും അവർ പറഞ്ഞത്രേ. അത് പറഞ്ഞപ്പോൾ ആ അമ്മയുടെ കണ്ണുകൾ നിറയുന്നുണ്ടായിരുന്നു. ഉണ്ടാക്കിവച്ച സാധനങ്ങൾ ഇനി എന്തുചെയ്യും എന്ന വിഷമത്തിലാണ് അവർ. സാധങ്ങൾ ഓരോന്നായി ഒതുക്കി തുടങ്ങി. കെട്ടിയ ടാർപ്പോളിനും, കമ്പുകളും, പാത്രങ്ങളും, ഭരണികളും, ഉണ്ടാക്കിവച്ച പലഹാരങ്ങളും എല്ലാം. ചുമടെടുക്കാൻ പോയി ചാക്കുകെട്ടുകൾ മുകളിലേക്കു മറിഞ്ഞുവീണു നടുതളർന്നു കിടപ്പിലായ ഭർത്താവ്, ആറു വയസ്സുള്ള പെൺകുട്ടി. കൂടെയുള്ളത് പത്താംക്ലാസ്സിൽ പഠിക്കുന്ന മകൻ. വാടകവീട്ടിൽ താമസം. ഒരു വഴിയും ഇല്ലാതെ ആയപ്പോൾ ജീവിക്കാൻ കണ്ടെത്തിയ മാർഗം. ആ സ്ത്രീയുടെ കണ്ണിൽ നിന്നും വരാൻ തുടങ്ങിയ കണ്ണുനീരിനെ മറ്റുള്ളവർ കാണാൻ അനുവദിക്കാതെ തുടച്ചുമാറ്റുന്നു. ഇതെല്ലാം അവർ പറഞ്ഞപ്പോൾ അറിയാതെ ഉള്ളൊന്നു നീറി. അവർ ആ സാധനങ്ങളും ചുമന്നുനടന്നു നീങ്ങി. തിരികെ വീട്ടിൽ എത്തിയപ്പോഴും നടന്നകലുന്ന അവരുടെ ചിത്രമായിരുന്നു മനസ്സിൽ ഒപ്പം ഒന്നും ചെയ്യാൻ കഴിഞ്ഞില്ലല്ലോ എന്ന വിഷമവും. വലിയ വലിയ സ്ഥാപനങ്ങൾ വൃത്തിഹീനമായി പ്രവർത്തിക്കുമ്പോൾ, നിരോധിച്ച ഉൽപ്പന്നങ്ങൾ മാർക്കെറ്റിൽ വീണ്ടും പുതിയ രീതിയിൽ എത്തുമ്പോൾ മൗനം പാലിക്കുന്നവർ. നിത്യച്ചിലവിനായി കഷ്ടപ്പെടുന്നവരെ ദ്രോഹിക്കുന്നത് എന്തിനെന്ന ചോദ്യങ്ങൾ മനസ്സിൽ ബാക്കിയായി.

അബിൻ രാജൻ
കൊഴുവല്ലൂർ

മുന്തോലി

സായാഹ്ന സൈക്കിൾ സവാരി എനിക്കൊരു പതിവായിരുന്നു.

മുന്തോലി കലിങ്കിന്റെ മുകളിലൂടെ മുന്നോട്ടുപോകുമ്പോൾ ഇരുവശത്തും പുഞ്ചപ്പാടം ആണ്. പച്ചപരവതാനിപോലെ നീണ്ടു നിവർന്ന് പാടത്തിന് നടുവിലൂടെ മുന്തോലി പൂഴിമൺറോഡ് അരഞ്ഞാണംപോലെ വളഞ്ഞുപുളഞ്ഞു കിടന്നു. അതവസാനിക്കുന്നത് മുന്തോലി ജംഗ്ഷനിലും. അവിടംവരെയാണ് എല്ലാ ബസ്സുകളും വരാറ് പതിവ്.

സൈക്കിൾ ചവിട്ടി കലിങ്കിന്റെ മുകളിൽ എത്തിയാൽ പുഞ്ചപ്പാടത്ത് പോത്തിനെയും മേച്ചുകൊണ്ടു നിൽക്കുന്ന വർഗീസ് മാപ്പിളയെ കാണാം.

വർഗീസ് മാപ്പിളക്ക് ആറുപോത്തുകൾ ഉണ്ട്. പിന്നെ സുന്ദരിയായ ഒരുമകളും.

മുന്തോലി ജംഗ്ഷനിലേക്കുള്ള അവസാന ബസ് ഇറങ്ങി പൂഴി മൺപാതയിലൂടെ നടന്നുവരുന്ന വർഗീസ് മാപ്പിളയുടെ മകളെ കാണാൻവേണ്ടിയായിരുന്നു ഞാൻ സായാഹ്നസവാരി തുടങ്ങിയത്.

വെള്ള ചുരിദാറും പച്ചഷോളും ആയിരുന്നു വേഷം. ഗവൺമെന്റ് ഐടി.ഐ. യിലാണ് പഠിക്കുന്നത് എന്നുമനസ്സിലായി.

"എന്തായിരിക്കും അവളുടെ പേര്.....?"

വർഗീസ്മാപ്പിളയോട് തന്നെ ചോദിക്കാവെന്നുവെച്ചാ ഉള്ളിലൊരു ഭയം. ചുങ്കത്ത് ബിജു ഒരുദിവസം ഈ കുട്ടിയെ ഒന്ന് സൈറ്റ്

അടിച്ചു കാണിച്ചു. അന്ന് വർഗീസ് മാപ്പിളയുടെ കയ്യിലെ ചാണകം ബിജുവിന്റെ മുഖത്ത് കോൺഗ്രസ് ചിഹ്നംപോലെ പതിഞ്ഞു. പുല്ല് ചെത്തുന്ന അരിവാള് കഴുത്തിൽ വീഴാത്തത് ഭാഗ്യം. കാരണം വർഗ്ഗീസ്മാപ്പിള നല്ല മൂത്തകമ്മ്യൂണിസ്റ്റുകാരനാണ്.

എന്തായാലും പതിവുപോലെ പൂഴി മൺപാതയിലൂടെ അവൾ നടന്നുവരുന്നു. എതിരെ സൈക്കിളിൽ ഞാനും. വർഗീസ് മാപ്പിളയും പോത്തുകളും അവരുടെ ജോലി ചെയ്യുന്നു.

അവൾക്കരികിൽ എത്തുമ്പോൾ എന്റെ സൈക്കിൾ ബെൽ രണ്ടുതവണ മുഴങ്ങും.

“ട്ർണിം.....ട്ർണിം....”

അവൾ പാളിയൊന്ന് നോക്കും. രാവിലെ എഴുതിയ കൺമഷി കുറച്ചുമങ്ങിയിട്ടുണ്ട്. ചീകിയൊതുക്കിയ മുടിയിഴകളിൽ നിന്ന് കുറച്ചുമുടി മുന്നിലേക്ക് പറന്നുവീഴും.

ആ നോട്ടത്തിൽ എനിക്ക് അത്രയും ശ്രദ്ധിക്കാനേ സമയം കിട്ടൂ. പക്ഷേ അത്രയും മതി, അടുത്തദിവസം സായാഹ്നം വരെ കാത്തിരിക്കാൻ.

വർഗീസ്മാപ്പിളയുടെ മോൾക്ക് ഇത്രയും സൗന്ദര്യം എവിടുന്നാണ് കിട്ടിയത്...?

മുന്തോലിയിലുള്ള ഏതുപോത്തിനുമുള്ള സംശയം ആയിരുന്നു അത്. ആർക്കായിരിക്കും വർഗീസ്മാപ്പിള മോളെ മിന്നു കെട്ടിച്ച് കൊടുക്കുന്നത്...

വർഗീസ് മാപ്പിളയ്ക്കു എന്നെ ഇഷ്ടപ്പെടുമോ? എന്നാലും എന്തായിരിക്കും അവളുടെ പേര്..? എന്റെ ആലോചനകൾ കടിഞ്ഞാണില്ലാതെ മുന്നോട്ടുപോയി.

സമയം ഇത്രയും ആയി, ഇതുവരെ അവൾ വന്നില്ല. പൂഴിമൺപാത വിജനമായിരുന്നു. ഞാൻ കുറച്ചുകൂടി മുന്നോട്ടു ചെന്നുനോക്കി. പുഞ്ചപ്പാടത്ത് വർഗീസ്മാപ്പിളയും ഇല്ല, പുള്ളിക്കാരന്റെ പോത്തുകളും ഇല്ല.

എന്തായാലും പതിവ് ഞാൻ തെറ്റിച്ചില്ല. സൈക്കിൾ ബെൽ രണ്ടുപ്രാവശ്യം മുഴക്കി.

“ട്ർണിം.....ട്ർണിം.....”

പെട്ടെന്നുള്ള ശബ്ദത്തിൽ പുഞ്ചപ്പാടത്തെ ഒരു മൂത്തൻ തവള തോട്ടിലേക്കുചാടി.

നേരം സന്ധ്യ ആകാറായി. ഞാനും മുന്തോലി കലിങ്കും മാത്രമായി. ചൂണ്ടയിടില് കഴിഞ്ഞു ശങ്കരേട്ടനും വന്നു.

ശങ്കരേട്ടൻ ഇന്നു നല്ലസന്തോഷത്തിൽ ആയിരുന്നു. പതിവായി കിട്ടാറുള്ള പള്ളത്തികുഞ്ഞുങ്ങളുടെ കൂട്ടത്തിൽ നാലു കാരികളും ശങ്കരേട്ടന്റെ ബക്കറ്റിൽ ഉണ്ടായിരുന്നു.

ഞാൻ അതൊന്നും ശ്രദ്ധിച്ചതേയില്ല. വർഗീസ്മാപ്പിളയെയും പോത്തുകളെയും ഇന്ന് കണ്ടില്ലല്ലോ... എനിക്ക് അതുമാത്രം അറിഞ്ഞാൽ മതിയായിരുന്നു.

"അപ്പൊ നീ സംഭവം ഒന്നും അറിഞ്ഞില്ലേ.."

ബക്കറ്റിൽ കിടന്ന നാല് കാരികളും തുള്ളിച്ചാടാൻ തുടങ്ങി.

"അയാളുടെ മോള് ആണൊരുത്തന്റെ കൂടെ ഇറങ്ങിപ്പോയി." ഞാൻ കുറച്ചുനേരത്തേക്ക് ഒന്നും മിണ്ടിയില്ല.

കൺകോണിൽ എഴുതിയ കൺമഷി കുറച്ചുമങ്ങിയട്ടുണ്ട്. കുറച്ചുമുടിയിഴകൾ മുന്നിലേക്ക് പാറിപ്പറന്നു കിടക്കുന്നുണ്ട്. അതൊക്കെ ആണൊരുത്തൻ കൊണ്ടുപോയി.

സൈക്കിളും ഉന്തി നടക്കാതെ മോൻ വീട്ടിലേക്ക് പോകാൻ നോക്ക്. ശങ്കരേട്ടൻ പുഞ്ചപ്പാടത്തെ വരമ്പിലൂടെ വീട്ടിലേക്ക് നടക്കാൻ തുടങ്ങി.

"ആണൊരുത്തന്റെ പേരെന്താ ശങ്കരേട്ടാ..?"

ഞാൻ വിളിച്ചു ചോദിച്ചു.

"ചുങ്കത്തെ ബിജു...!"

ശങ്കരേട്ടന്റെ ശബ്ദം പുഞ്ചപ്പാടം മുഴുവൻ മുഴങ്ങി.

നാല് കാരികളും വീണ്ടും തുള്ളിച്ചാടി.

ഇത്രയും വേഗത്തിൽ ഞാൻ സൈക്കിൾ ഇതുവരെ ചവിട്ടിയിട്ട് ഉണ്ടാവില്ല. എന്റെ ചവിട്ടുകൊണ്ട് പെടലുകൾ ഞരങ്ങുന്നത് ശരിക്കും കേൾക്കാമായിരുന്നു.

ഈ സൈക്കിള് ആർക്കെങ്കിലും കൊടുക്കാതെ ഞാൻ നന്നാവില്ല എന്ന് അച്ഛൻ എപ്പോഴും പറയും.

ഒടുവിൽ ഞാൻ സമ്മതിച്ചു. അച്ഛൻ പറഞ്ഞു ഏൽപ്പിച്ച ആൾ സൈക്കിൾ വാങ്ങാൻ എത്തി. എതിർപ്പൊന്നും പറയാതെ സൈക്കിൾ ഞാൻ അയാൾക്ക് കൈമാറി.

വർഷങ്ങൾക്കുശേഷം ഇപ്പോൾ ഞാൻ കുവൈറ്റിൽ ഇരിക്കുമ്പോൾ മുന്തോലിയിലെ കലിങ്കും പുഞ്ചപ്പാടവും പൂഴിമൺറോഡും എല്ലാം എന്റെ മനസ്സിൽ ഒരു പ്രതിബിംബംപോലെ തെളിഞ്ഞു വരും.

അപ്പോഴും എന്റെ മനസ്സിൽ ഒരു ചോദ്യമുണ്ടായിരുന്നു. വർഗീസ്മാപ്പിളയുടെ മകളുടെ പേര് എന്തായിരുന്നു...? അതറിയാൻ ഞാൻ പിന്നീട് ശ്രമിച്ചിട്ടില്ല എന്നുള്ളതാണ്.

വർഗീസ് മാപ്പിളയുടെ മോള് മരിച്ചുപോയെന്ന് അമ്മച്ചി ഫോണിലൂടെ പറയുമ്പോഴും ഞാൻ അവളുടെ പേര് ചോദിച്ചിരുന്നില്ല ..

ഇനിയത് അറിഞ്ഞിട്ട് എന്തിനാ... !

ജോഫിൻ ജോസഫ്
മാടപുരയിൽ

ലക്ഷ്മീ വനം

കഥ നടക്കുന്നത് മലബാറിലെ ഒരു ഗ്രാമത്തിലാണ്.

ഈ ഗ്രാമത്തിലെ ദരിദ്രകുടുംബമാണ് രാജന്റെയും ദേവകിയുടെയും. ഇവർക്ക് മൂന്ന് പെൺമക്കളാണുള്ളത്.. ഈ കുടുംബം കഴിഞ്ഞിരുന്നത് അമ്മയായ ദേവകി കൂലിപ്പണിക്ക് പോയിട്ടായിരുന്നു.. അച്ഛൻ രാജന് സ്വന്തമായി ഇസ്തിരികടയുണ്ട്. പോലീസ് ഉദ്യോഗസ്ഥരുടെയും, വലിയവീടുകളിലെ വസ്ത്രങ്ങളും കഴുകി ഉണക്കി ഇസ്തിരിയിട്ടുകൊടുക്കുകയാണ് ചെയ്യുന്നത്.. പെൺമക്കളുടെ കാര്യത്തിൽ അച്ഛൻ രാജനേക്കാൾ ഒരുപാട് ശ്രദ്ധയും കരുതലും അമ്മ ദേവകിക്കായിരുന്നു.. അതിന്റെ പ്രധാനകാരണം അച്ഛൻ ജോലിചെയ്ത് കിട്ടുന്ന പണം വീട്ടുചിലവിനുപോലും കൊടുക്കാതെ മുഴുവൻ പണവും മദ്യത്തിനുവേണ്ടി ചിലവാക്കിയിരുന്നു.. പലപ്പോഴായി രാജൻ മദ്യം (ചാരായം) കഴിച്ച് അബോധാവസ്ഥയിലായാൽ വീട്ടിലേക്ക് പോകാൻ കഴിയാതെ പലക അടുക്കിവച്ചിരിക്കുന്ന തന്റെ ഇസ്തിരിക്കടയിൽ കട അടച്ചിടുകപോലും ചെയ്യാതെ അവിടെ കിടന്നുറങ്ങും അതാണ് പതിവ്.. ഭാര്യ ദേവകി അങ്ങനെ രാജനെ കാണാതെവരുമ്പോൾ എത്ര വൈകിയാലും ചൂട്ട് കത്തിച്ച് രാജനെ നോക്കി കടയിലേക്ക് പോകും.. ഒരു ദിവസംപോലും മദ്യം ഇല്ലാതെ കഴിയാൻ രാജന് കഴിയുമായിരുന്നില്ല.. അതുകൊണ്ട് തന്നെ ഈമൂന്ന് പെൺകുട്ടികളുടെയും സുരക്ഷയും കരുതലും

വിദ്യാഭ്യാസവും അമ്മയുടെ ഉത്തരവാദിത്വമായിരുന്നു.. അതിനാൽ ദേവകി വളരെയേറെ കഷ്ടപ്പെട്ടിരുന്നു..*

കാലങ്ങളായി ഈ ഗ്രാമത്തിലെ പ്രദേശവാസികൾ യാത്രയ്ക്കായി കാൽനടയും, ടൂ വീലറും, ട്രക്കറും, ജീപ്പുമാണ് ആശ്രയിച്ചിരുന്നത്. അതിന്റെ പ്രധാനകാരണം ഈ റൂട്ടിൽ ബസ്സില്ല എന്നുള്ളതാണ്. ടൗണിൽ നിന്നും 20 കിലോമീറ്റർ അകലെയാണ് ഈ ഗ്രാമം. കാടിനും, റബ്ബർ തോട്ടത്തിനും നടുവിലുള്ള വിജനമായ റോഡുകൾ കടന്നുവേണം ഈ ഗ്രാമത്തിലെത്താൻ. ടൗണിൽ ഓട്ടോ - ടാക്സികൾ ഉണ്ടെങ്കിലും ഈ ഗ്രാമത്തിലേക്ക് ആരുംതന്നെ ഓട്ടം പോകാറില്ല. ഓട്ടം വിളിച്ചാലും ടാക്സിഡ്രൈവർമാർ പലതും പറഞ്ഞ് ഒഴിഞ്ഞുമാറും. കാലങ്ങൾക്ക് മുമ്പ്, ഈ പ്രദേശത്ത് ദുരൂഹമായ സാഹചര്യത്തിൽ ഗർഭിണിയായ യുവതി കൊലചെയ്യപ്പെട്ടിരുന്നു. ഈ സംഭവത്തിന് ശേഷം, രാത്രിയിൽ ഈ വഴി വരുന്നവർ പലരും ഒരു സ്ത്രീയുടെ രൂപം കാണുകയും, അപശബ്ദങ്ങളും, നിലവിളികളും കേൾക്കുകയും പതിവായിരുന്നു.. അതിനുശേഷം ഈ സ്ഥലം അറിയപ്പെടുന്നത് ലക്ഷ്മിവനം എന്ന പേരിലായിരുന്നു.. പകൽ സമയങ്ങളിൽപോലും ഭയത്തോടുകൂടി മാത്രമേ ഈ പ്രദേശത്തിലൂടെ യാത്ര ചെയ്യാനാവൂ..

ഒരു ദിവസം രാത്രിയിൽ ക്ഷേത്രത്തിലെ കലശം കഴിഞ്ഞ് കിട്ടിയപണം ഒരു കിഴിയാക്കി, ചൂട്ട് കത്തിച്ച് ആ വിജനമായ റോഡിലൂടെ മന്ത്രങ്ങളും, സൂക്തങ്ങളും ജപിച്ചുകൊണ്ട് വീട്ടിലേക്കുനടന്ന് പോകുന്ന ബ്രാഹ്മണയുവാവായ പരമേശ്വരൻനമ്പൂതിരി. റോഡിൽ നിന്നും പാറക്കെട്ടുകളുള്ള ഇടവഴിയിലൂടെ വേണം തിരുമേനിക്ക് വീട്ടിലെത്താൻ. കുറച്ച് ദൂരം നടന്നതിനുശേഷം വീട്ടിലേക്കുള്ള വഴിയായ പാറക്കെട്ടുകളുള്ള ഇടവഴിയിലേക്ക് തിരുമേനി കയറുന്നു.. വീടെത്തുന്നതിന് മുമ്പായി വഴിയോടുചേർന്ന് ഒരു സർപ്പക്കാവുണ്ട്. എല്ലാദിവസവും വൈകിട്ടത്തെ പൂജയ്ക്കായി ക്ഷേത്രത്തിലേക്ക് പോകുന്നവഴിക്ക് ഈ സർപ്പക്കാവിൽ തിരി തെളിയിച്ചിട്ടാണ് തിരുമേനി ക്ഷേത്രത്തിലെത്തുന്നത്. തിരുമേനി നടന്ന് സർപ്പക്കാവിനടുത്തെത്തുന്നു. എന്നും തെളിയിക്കാറുള്ളപ്പോലെതന്നെ സർപ്പക്കാവിൽ തിരുമേനി തിരിതെളിയിച്ചിട്ടുണ്ട്. ഈ സമയം പെട്ടെന്ന്, ഒരു യുവതി കയ്യിൽ താലവുമായി മുടിയിൽ മുല്ലപ്പൂവും ചൂടി സർപ്പക്കാവിനോട് ചേർന്നുള്ള ഒരു വിജനമായ പ്രദേശത്തേക്ക് നടന്നുപോകുന്നതായി തിരുമേനി കാണുന്നു. ഭയത്തോടുകൂടി തിരുമേനി അവിടെ നിൽക്കുന്നു. ആ ഭയത്തിലും, ഞെട്ടലിലും കയ്യിലുണ്ടായിരുന്ന

കത്തിച്ചചൂട്ട് താഴെവീഴുന്നു. ആ ഭയത്തിൽ കയ്യിൽ നിന്നും താഴെ വീണ കത്തിച്ചചൂട്ട് തിടുക്കത്തിൽ തിരുമേനി കുനിഞ്ഞെടുക്കുന്നു. ചൂട്ടെടുത്ത് നിവർന്ന് നിന്ന് ചൂട്ട് വീശുമ്പോഴേക്കും പുറകിൽനിന്നും ഒരാൾ തിരുമേനിയുടെ വായ പൊത്തിപ്പിടിക്കുന്നു. ഈ സമയം കയ്യിലുള്ള കത്തിയ ചൂട്ട് വീണ്ടും താഴെവീഴുന്നു. തിരുമേനിയുടെ ശ്വാസം നിലച്ചുപോകുന്ന അവസ്ഥയിലേക്കെത്തുന്നു. അതിലൊരാൾ തിരുമേനിയുടെ കയ്യിലുള്ള പണക്കിഴി ബലമായി പിടിച്ചു വാങ്ങാൻ ശ്രമിക്കുന്നു. തിരുമേനി അവരെ തള്ളിയിട്ട് ഓടുന്നു. ഓടുന്നതിനിടയിൽ തിരുമേനി താഴെ വീഴുന്നു. കയ്യിലുണ്ടായിരുന്ന പണക്കിഴി തെറിച്ചുപോകുന്നു. നിലത്ത് വീണുകിടക്കുന്ന തിരുമേനി പ്രാണരക്ഷാർത്ഥം ശിവനാമം ജപിക്കുന്നു. തെറിച്ചുവീണ പണക്കിഴി മോഷ്ടാക്കൾ കൈക്കലാക്കുന്നു. നിലത്തുവീണു കിടക്കുന്ന തിരുമേനിയുടെ ശരീരത്തിൽ മണ്ണെണ്ണ ഒഴിച്ച് മോഷ്ടാക്കൾ തീ കൊളുത്തുന്നു. കത്തുന്ന ശരീരവുമായി മരണവെപ്രാളത്തിൽ എഴുന്നേറ്റോടുന്ന തിരുമേനിയുടെ ശരീരമാകെ തീ ആളി പടരുന്നു.*

ശരത് സത്യ

അവലോകനം

"നിനക്കീ സീരിയൽ വിട്ടിട്ട് സിനിമ വർക്ക് ചെയ്തൂടെ"... അടുത്ത സുഹൃത്തുക്കൾക്കിടയിൽ നിന്നും പലപ്പോഴായി കേൾക്കുന്നൊരു ചോദ്യമാണ്... അപ്പോഴൊക്കെ അവർക്കു മനസിലായോ എന്നറിയില്ല പക്ഷെ എനിക്ക് തൃപ്തികരമായ ഒരു മറുപടി ഉണ്ടായിരുന്നു. ഇന്നും ഉണ്ട്.

സീരിയലിൽ വർക്ക് ചെയ്യുന്ന എല്ലാ സംവിധാനസഹായികളും സഹസംവിധായകരും എന്റെ എന്റെ ആത്മമിത്രങ്ങളാണ്. അവരുടെയൊക്കെ സ്വപ്നം സിനിമ തന്നെയാണ്. പിന്നെ സീരിയലിൽ തന്നെ നിൽക്കുന്ന കാര്യം... മലയാളത്തിൽ എഴോളം സിനിമകൾ ഞാൻ ജോലി ചെയ്തിട്ടുണ്ട്. അപ്പോഴൊന്നും കൃത്യമായ വേതനം കിട്ടിയിട്ടില്ല എന്നതാണ് സത്യം. സീരിയലിൽ ആവുമ്പോ മാസം അകൗണ്ടിൽ കൃത്യമായി പൈസ വരും സിനിമ വർക്ക് ചെയ്യാൻ പോയാൽ (എല്ലാ സിനിമയും അങ്ങനല്ലാട്ടോ) വീട് പട്ടിണിയാവും എന്ന അവസ്ഥ വന്നപ്പോൾ തല്ക്കാലം സീരിയലിൽ തന്നെ നിൽക്കാം, ഇൻഡിപെൻഡന്റ് ആയി സിനിമ ചെയ്യാം എന്ന തീരുമാനവുമായി അസോസിയേറ്റ് ഡയറക്ടറും കൊ-ഡയറക്ടരുമൊക്കെയായി ഇന്നും സീരിയലിൽ സജീവമായി നിൽക്കുന്നു. അതിൽ എനിക്ക് സന്തോഷവും അഭിമാനവും ഉണ്ട്. ഇനി കാര്യത്തിലേക്ക് വരാം...

സീരിയൽ ജോലി ചെയ്യുന്നവരോട് പൊതുവെ സമൂഹത്തിനു ചെറിയ ഒരു പുച്ഛമുള്ളതായി തോന്നിയിട്ടുണ്ട് (എല്ലാവർക്കുമില്ല ചിലർക്ക്) അതിന്റെ പ്രധാന കാരണം സിനിമയും സീരി

യലും തമ്മിലുള്ള താരതമ്യമാണ്.വർത്തമാന കാലത്തിൽ ആ താരതമ്യത്തിന് മൂർച്ചകൂടിയിട്ടുണ്ടെന്നു ഞാൻ വിശ്വസിക്കുന്നു. കാരണം പണ്ടൊക്കെ ഒരു അന്യഭാഷ സിനിമ, അത് ഹോളിവുഡ് ആയാലും കൊറിയൻ ആയാലും ജാപ്പനീസ് ആയാലും ഏത് ഭാഷ ആയാലും, ആ സിനിമ നമ്മളിലേക്കെത്താൻ ഒന്നുകിൽ ഇംഗ്ലീഷ് ചാനലുകൾ ആയിരുന്നു ആശ്രയം. അന്ന് വീട്ടിൽ ടീവിപോലുമില്ലാത്ത എന്നെ പോലുള്ളവർക്ക് എച്ച് ബി ഓയിലും സ്റ്റാർ മൂവിസിലും സിനിമ കാണുന്നതിന് ഒരു പരിധി ഉണ്ടായിരുന്നു. പിന്നെ ഇതിലൊന്നിലും കാണാൻ പറ്റാതെ വരുന്ന സിനിമകൾ കിട്ടണമെങ്കിൽ കോഴിക്കോട് 'ലൈവ് ബാൻഡോ, തിരുവനന്തപുരം ബീമാപ്പള്ളിക്കടുത്തുള്ള സിഡി കടയോ മാത്രമായിരുന്നു ശരണം.

കുറസോവയെയും, ക്ലിന്റ് ഈസ്റ്റ്വുഡിനെയും, സ്റ്റാൻലി കുബ്രിക്കിനെയും, കിം കി ഡ്യൂക്കിനെയുമൊക്കെ പരിചയപ്പെടുന്നത് അവിടെ നിന്നാണ്. പിന്നെ ഫിലിം ഫെസ്റ്റിവെൽസ് ആയിരുന്നു ആശ്വാസം... പക്ഷെ ഇന്ന് സാഹചര്യം മാറി. നമുക്ക് വേണ്ട സിനിമകൾ നമ്മുടെ സ്മാർട്ട്ഫോണിൽ മിനിറ്റുകൾക്കുള്ളിൽ കിട്ടത്തക്കരീതിയിൽ സാങ്കേതിക വളർന്നു.അത് ഒരുപാട് സന്തോഷം തരുന്ന കാര്യമാണ്. ഇന്ന് ഐ സോ ദി ഡെവിളും, ഡോണ്ട് ബ്രീത്തും, മണി ഹെയ്സറ്റും, ഗോട്ടും, പരിയേരും പെരുമാളും, കർണ്ണനും, ബിരിയാണിയുമെല്ലാം വളരെ എളുപ്പത്തിൽ സിനിമാപ്രേമികളിൽ എത്തുന്നുണ്ട്.സിനിമയോടുള്ള ആളുകളുടെ കാഴ്ചപ്പാടുകൾ മാറുന്നു. 'സിനിമ മാറിയിട്ടും നിങ്ങടെ സീരിയലിന് ഒരു മാറ്റവുമില്ല'

ഇതാണ് പ്രശ്നം.....

കുറെ കണ്ണീരും അവിഹിതവും അമ്മായിഅമ്മ പോരും... ഇതല്ലേ നിങ്ങളുടെ സീരിയൽ... അതിന്റെ മറുപടിയിലേക്ക് വരാം

സിനിമയിലും സീരിയലിലുമായി ഇരുപത്തഞ്ചിൽ കൂടുതൽ സംവിധായകരുമായി ജോലി ചെയ്യാൻ ഭാഗ്യം കിട്ടിയ ഒരാളാണ് ഞാൻ. അതിൽ ഒരു സംവിധായകനോട് ഇതേ സംശയം ഞാൻ ചോദിച്ചു.

'സാർ ഇവിടെ ലോകസിനിമയെ പ്രണയിക്കുന്നവരുടെ എണ്ണം കൂടുന്നു അവർക്കു ജോണി ഡെപ്പും, ഡികാപ്രിയോയും, മ ഡോങ് സുക്കും, ചോയ് മിൻ സിക്കുമെല്ലാം ഇപ്പൊ ലാലേട്ടനെയും മമ്മൂക്കയേയുംപോലെ അടുത്തറിയാം അവർ അത്രയ്ക്ക് അപ്ഡേറ്റ് ചെയ്തിരിക്കുന്നു. നമുക്കും മാറണ്ടേ? ഈ കണ്ണീരും കിനാവും അമ്മായമ്മപോരും മാറണ്ടേ? ഒരു വിപ്ലവത്തിനുള്ള സമയമായില്ലേ...' അതിന് അദ്ദേഹത്തിന്റെ മറുപടി.... 'ഒരു കാര്യവുമില്ല

ശരത്തെ സീരിയൽ എന്ന് പറഞ്ഞാൽ ഇതാണ് പ്രത്യേകിച്ച് മെഗാ സീരിയൽ. അത്തരത്തിലുള്ള പ്രേക്ഷകരാണ് ഇത് കാണുന്നത്. അവർക്കു കുറച്ച് അവിഹിതവും അമ്മായമ്മപ്പോരും പൈങ്കിളി കണ്ണീരും കാണാനാണ് ഇഷ്ടം. ആ കാറ്റഗറിയിലുള്ള ആളുകളാണ് സീരിയലിന്റെ പ്രേക്ഷകർ. ഞാൻ തർക്കിച്ചു... പക്ഷെ സാറ് പറഞ്ഞതാണ് സത്യമെന്ന് കാലം തെളിയിച്ചു. വിപ്ലവകരമായ പല മാറ്റങ്ങളും സീരിയലിൽ സംഭവിച്ചു. (മുൻപും സംഭവിച്ചിരുന്നു) അപ്പോഴൊക്കെ മനസിലായ കാര്യം സീരിയൽ ഒരു പ്രതേക പ്രേക്ഷകർക്ക് മാത്രം വേണ്ടി നിർമ്മിക്കുന്ന കലാരൂപമാണ്. പൊതുവായ സീരിയൽ ശൈലിയിൽ അവർ തൃപ്തരാണ്. മാറി ചിന്തിക്കുമ്പോൾ റേറ്റിംഗിൽ വരുന്ന വ്യത്യാസം വലിയതോതിൽ പ്രകടമായിട്ടുണ്ടെന്നുള്ളത് പരമാർത്ഥമാണ്. പിന്നെ ചില കപടബുദ്ധിജീവികളുടെ 'സീരിയൽ നിർത്തണം' 'സീരിയൽ സമൂഹത്തെ വഴി തെറ്റിക്കുന്നു' തുടങ്ങിയ വിടുവായത്തങ്ങൾ കേൾക്കുമ്പോൾ സഹതാപമാണ് തോന്നാറ്. ആയിരക്കണക്കിന് ആളുകൾക്ക് അന്നം നൽകുന്ന ഈ കലാരൂപമാണ് ഇവരുടെ കാഴ്ചപാടിൽ ലോകം നേരിടുന്ന ഏറ്റവും വലിയ പ്രശ്നം.. കഷ്ടം.... (ഒരു സുപ്രസിദ്ധ സിനിമയിലെ ഫഹദ് ഫാസിൽ ചെയ്ത കഥാപാത്രം ഒരു സംഭാഷണം പറയുന്നുണ്ട്. അത് തന്നെയാണ് ഇതുപോലുള്ള അല്പന്മാർക്കുള്ള മറുപടി)

ഇനി പ്രധാന കുറ്റപ്പെടുത്തൽ... സിനിമയും സീരിയലും തമ്മിലുള്ള നിലവാരത്തിലെ താരതമ്യം.... സുഹൃത്തേ ഇന്ന് മലയാള സീരിയൽ സംവിധാനം ചെയ്യുന്ന എല്ലാ സംവിധായകരും നന്നായി സിനിമ എടുക്കാൻ അറിയുന്നവരാണ്. എന്നിട്ടും എന്താ സീരിയൽ സിനിമയുടെ നിലവാരത്തിൽ എടുക്കാത്തതെന്നുള്ള നിങ്ങളുടെ സംശയം അറിവില്ലായ്മകൊണ്ടുള്ളതാണ്.

ഒരു സീരിയൽ ഷൂട്ടിംഗ് ലൊക്കേഷൻ സന്ദർശിച്ചാൽ നിങ്ങൾക്ക് മനസിലാവും അവിടെ ഞങ്ങൾക്ക് ഒരു ദിവസം 30 മിനിറ്റ് മുതൽ 40 മിനിറ്റ് വരെയെങ്കിലും ഷൂട്ട് ചെയ്യണം. ഒരു സിനിമയിൽ ശരാശരി ഒന്ന് മുതൽ നാല് സീൻ വരെയാണ് ഷൂട്ട് ചെയ്യാറുള്ളത്. ഇവിടെ ഞങ്ങൾ 12 മുതൽ 23 സീൻ വരെയെങ്കിലും ഷൂട്ട് ചെയ്യണം എങ്കിലേ നിർമാതാവിന് മുതലാവുകയുള്ളു. (ഇത് ചെയ്യുന്നത് സംവിധായകനും സാഹസംവിധായകനും ഒന്നോ രണ്ടോ സംവിധാനസഹായികളും ചേർന്നാണ്. സിനിമയിൽ എന്തിനാണെന്ന് അവർക്കുപോലും അറിയാത്ത പന്ത്രണ്ടോ പതിമൂന്നോ പേരുണ്ടാവും ഇതൊക്കെ ചെയ്യാൻ. അനുഭവത്തിന്റെ വെളിച്ചത്തിൽ പറഞ്ഞതാണ്) ഒരു ദിവസം ആവറേജ് മുപ്പത് മിനിറ്റ് ദൈർഘ്യം വച്ച്

ഷൂട്ട് ചെയ്താൽ അഞ്ചുദിവസം കൊണ്ട് നൂറ്റിയമ്പത് മിനിറ്റ് (രണ്ടര മണിക്കൂർ).. അതായത് ഒരു മലയാള സിനിമയുടെ ദൈർഘ്യം ഉണ്ടാവും.

ഒരു മലയാള സിനിമ ഷൂട്ട് ചെയ്യാൻ ഉപയോഗിക്കുന്ന ദിവസങ്ങൾ എന്റെ അറിവിൽ ശരാശരി മുപ്പത് മുതൽ നാൽപ്പത്തഞ്ചു ദിവസമാണ്. വെറും അഞ്ച് ദിവസം കൊണ്ട് രണ്ടരമണിക്കൂർ ഷൂട്ട് ചെയ്യേണ്ടി വരുന്ന ഒരു സീരിയൽ സംവിധായകന് നാൽപ്പത്തഞ്ചു ദിവസം കിട്ടിയാൽ ആ പ്രൊഡക്റ്റിനു കിട്ടുന്ന ക്വാളിറ്റി എത്രയാണെന്ന് ഈ പുച്ഛിക്കുന്ന സഹോദരങ്ങളോട് ഞാൻ പറയാതെ തന്നെ മനസിലാക്കാനുള്ള ആൾതാമസം തലയ്ക്കകത്തുണ്ടാവുമെന്ന് വിശ്വസിക്കുന്നു.. പണ്ട് അഞ്ച് ദിവസം കൊണ്ട് നൂറ്റിയമ്പത് മിനിറ്റ് ഷൂട്ട് ചെയ്തപ്പോൾ നിങ്ങൾ പുച്ഛിച്ച സീരിയൽ സംവിധായകരുടെ ഹിറ്റ് സിനിമകൾക്ക് ഇന്ന് നിങ്ങൾ കയ്യടിക്കുനുണ്ടെന്ന കാര്യംഓർക്കണം. ഇവിടെ ഞങ്ങൾക്ക് സമയമാണ് പ്രശ്നം കുറഞ്ഞ സമയത്തിനുള്ളിൽ കൂടുതൽ സീനുകൾ എടുക്കുക. അതാണ് സീരിയലിന്റെ ഒരു ലൈൻ. അതിന് സിനിമയ്ക്ക് ലഭിക്കുന്ന സാങ്കേതികത ഇവിടെ ഇല്ലാതാനും. ആകെ ഉള്ളത് ഒരു ട്രാക്ക് ആൻഡ് ട്രോളി മാത്രമാണ് അതിൽ കിടന്നാണ് ഈ അഭ്യാസം മുഴുവൻ. സിനിമയിൽ മിനിമം റെഡ് എപ്പിക് ക്യാമറ വച്ച് ഷൂട്ട് ചെയ്യുമ്പോൾ ഇവിടെ മാക്സിമം എഫ് എസ് 7 അല്ലെങ്കിൽ എഫ് 5 ക്യാമറകളാണ് ഉപയോഗിക്കുന്നത്. ഇതുപോലെ പല പരിമിതികളുണ്ട്. അപ്പൊ കിട്ടുന്ന ക്വാളിറ്റി വ്യത്യാസം ഞാൻ പറയേണ്ടതില്ലല്ലോ. ആ പരിമിതികൾക്കുള്ളിൽ നിന്നും രാവിലെ 7:30നു ആരംഭിക്കുന്ന ഷൂട്ട് രാത്രി 9:30 വരെ നീളും. അത് കഴിഞ്ഞു രാത്രി റൂമിലെത്തി അടുത്ത ദിവസത്തെ ഷൂട്ടിന് വേണ്ടി തയ്യാറെടുക്കുന്നു. കഷ്ടപ്പാടാണ്. ആ കഷ്ടപ്പാട് എന്നെ സംബന്ധിച്ച് ശെരിക്കും എൻജോയ് ചെയ്യുന്നുണ്ട്. അപ്പോഴെല്ലാം സ്വപ്നം സിനിമയാണ്. ഒരു കാര്യം ഉറപ്പാണ്... നിങ്ങൾ പുച്ഛിക്കുന്ന എന്നെപ്പോലുള്ള 100 കണക്കിന് ആളുകൾ സീരിയലിൽ ജീവിക്കുന്നുണ്ട്. നാളെ അവരുടെ സിനിമയ്ക്കും നിങ്ങൾ കയ്യടിക്കും ഉറപ്പ്. അതുകൊണ്ട് പുച്ഛിക്കുമ്പോൾ അതുകൂടിയൊന്ന് ഓർത്താൽ നന്ന്.

സ്നേഹപൂർവ്വം,

ശരത് സത്യ

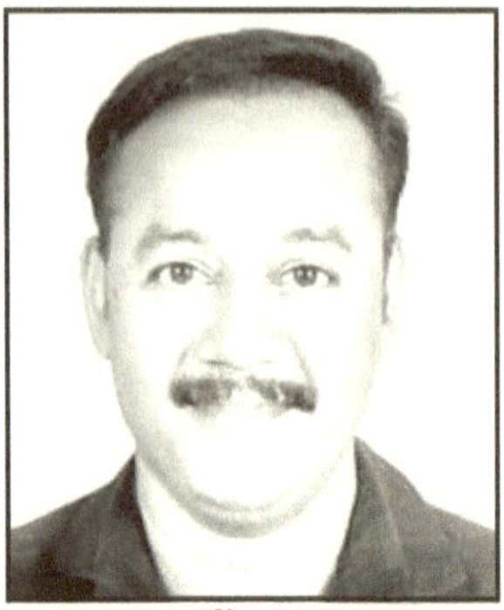

ഉമേഷ് വെച്ചൂർ

ഗുരുവചനം

മണ്ണിൻ മുകളിലെ ഞാണുകൾ നമ്മൾ!
തംബുരുവിൻ വള്ളികൾ പോലെയല്ലോ!!
ഏതോ ശക്തിയാം കൈവിരലിൻ
താളത്തിലല്ലോ എന്നുമീ ജീവിതം
യാതനയെത്രയോയെങ്കിലും, യാതൊന്നി-
ലുംതൻ തെല്ലുകാരുണ്യമില്ലവനൊട്ടും.
മർത്ത്യന്റെ മനസ്സിൽ തിളയ്ക്കും ദുഷ്ടത
നുകരും കയ്പ്പുള്ള ഭാവിയവനിൽ! മനു-
ഷ്യരക്തമതല്ലോ ഞരമ്പിൽ കസറുന്നത-
ൻപുള്ള ദൈവമേ പരിപാലിച്ചീടണേ.
നല്കിയങ്ങവനീ കൂർമ്മബുദ്ധികളെ -
ന്നാലവനതിൽ നന്ദിയതൊട്ടുമില്ല!
യാത്രയാകുംമുൻപവൻ ചെയ്യുന്ന പാപങ്ങളാ-
ൽമരംപോൽ തളിർക്കുമാത്തലമുറവഴിയേ.......
മർത്ത്യനിനിയെന്നറിയുവാനവന്റെ
തിന്മകൾ തൻ കുലനാശമെന്ന സത്യം.

ബിജു.കെ.മാധവൻ

ചിതയ്ക്കുവേണ്ടി...

ഒരു ചിത.. കത്തിയെരിയുന്ന ചിത...
അതിലെരിയുന്ന മനുജന്റെ വ്യഥ
ആരാകുവാനോ,? ആർക്കേകുവാനോ?
ആർത്തിയോടെ കാത്തുവച്ച ജീവന്റെ ത്വര.
ന്യായം.. അന്യായമാക്കാൻ ആശിച്ചുചിലർ..
ന്യായാധിപൻ നീതി കരങ്ങളിലൊതുക്കി..
ന്യായപ്പെരുവർഷം തിമിർത്തു തോരുമ്പോൾ..
അന്യായപ്രളയത്തിൽ സത്യമൊഴികീടുന്നു....
സ്വാതന്ത്ര്യം അധികമാഘോഷമാക്കി..
സ്വാഭിമാനം സ്വാർത്ഥ ചിന്തകളാക്കി..
സ്നേഹിക്കും മനസ്സിൽ പിൻകാലമർത്തി..
സ്നേഹകാപട്യത്തെ വാരിപ്പുണർന്നു...
ചിതലെടുത്ത നിന്റെ ഭൂതകാലത്തെ...
ചിതറിക്കിടക്കും.. നിന്റെ മനസ്സിന്റെ മടിപ്പിനെ...
ചിലവേറെയാക്കും സുഖത്തിന്റെ തിമിർപ്പിനെ...
നിനക്ക് നിന്നെ നീയായ് കാണാൻ കഴിയാത്ത നിന്റെ ഉൾമിഴികളെ...
ദുരഭിമാനം കൂടുകൂട്ടുന്ന നിൻ ദുർചിന്തയെ...
ദൂർത്തിനിറങ്ങും നിന്റെ ദുർസമ്പത്തിനെ..
ആളിപ്പിടിക്കും ഒരുനാൾ...
വിറയാർന്ന കൈകളാൽ...
ആർത്തിയോടെ കത്തിപ്പടരും നിന്റെ നെറികെട്ടനെറുകയിൽ..
വെറീപൂണ്ട ശ്ബ്ദത്തിൽ ചിത വിളിച്ചുകൂവും...
നീ എനിയ്ക്കായി കാത്തിരുന്നോ....
ഓർക്കുക നീ... ഓർക്കണം നീ...
വിധി നിന്റെ ചിതയൊരുക്കി കാത്തിരിക്കും...
ചിത നിന്റെ ധൂമത്തിൻ ചിറകുനൽകും...

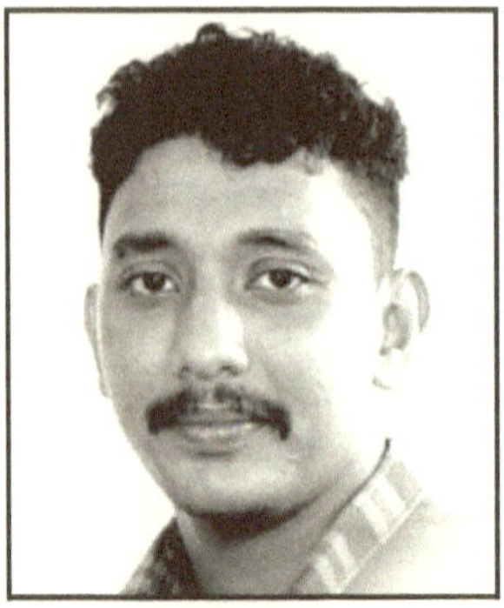

അഖിൽ കടവൂർ

വഴിത്താരയിൽ ഒരുനാൾ

അച്ഛനാം എന്നെ നീ വൃദ്ധൻ എന്നോതി...
ഓർക്കുക നാളെ ഒരച്ഛനാം നീയും...
ജരാനരകൾ വന്നുചേരും...
ഊന്നി നടക്കുവാൻ വടിയും തേടും...
കണ്ണടയില്ലാതെ കാഴ്ചകൾ കാണുവാൻ...
കണ്ണുവിതുമ്പി തുടിച്ചിടിടും...
ഞാൻ നിനക്ക് ആരായിരുന്നു എന്ന സത്യം...
വാർധക്യത്തിൽ നീ ഓർത്തെടുക്കും...
കാലമേ.....
നീയെന്നെ തെരുവിൽ ആഴ്ത്തി...
ഞാനെന്നും എനിക്കെന്നും ഓതി വെച്ചതെല്ലാം നഷ്ടമാക്കി..
ഇന്നീ തെരുവിൻ വീഥിയിൽ ഏകനായ് ആശിപ്പു ഒരച്ഛനാം
നിനക്കെങ്കിലും ഈ ഗതി വരാതിരിക്കട്ടെ...
ഇതൊരു ശാപവർഷമല്ലെന്ന് ഓർക്കുക നീ...
ഇത് ഒരു കാലാന്തരത്തിൻ കഴുതയുടെ വിഴുപ്പിന് ഭാണ്ഡം ഒന്ന്
ചിലച്ചുപോയി അത്രമാത്രം...